The Best Vocabulary Builder
for the Japanese-Language
Proficiency Test N3

中俣尚己 [編著] Naoki Nakamata
加藤恵梨 Eri Kato
小口悠紀子 Yukiko Koguchi
小西円 Madoka Konishi
建石始 Hajime Tateishi

JLPT N3

ミニストーリーで覚える
日本語能力試験
ベスト単語
合格2100

Learn using mini stories to
make your studying more fun
and efficient!

the japan
times
PUBLISHING

ミニストーリーで覚える
JLPT 日本語能力試験ベスト単語 N3 合格 2100
The Best Vocabulary Builder for the Japanese-Language Proficiency Test N3

2021 年 11 月 5 日　初版発行
2024 年 10 月 20 日　第 2 刷発行

編　者：中俣尚己
著　者：中俣尚己・加藤恵梨・小口悠紀子・小西円・建石始
発行者：伊藤秀樹
発行所：株式会社 ジャパンタイムズ出版
　　　　〒 102-0082　東京都千代田区一番町 2-2　一番町第二 TG ビル 2F
　　　　電話　(050) 3646-9500（出版営業部）
ISBN978-4-7890-1797-8

First edition: November 2021
2nd printing: October 2024

Narrators: Shogo Nakamura and Mai Kanade
Recordings: Studio Glad Co., Ltd.
Translations: Malcolm Hendricks (English) / Yu Nagira (Chinese) / Nguyen Do An Nhien (Vietnamese)
Chapter title illustrations: Yuko Ikari
Layout design and typesetting: guild
Cover design: Shohei Oguchi + Ryo Misawa + Tsukasa Goto (tobufune)
Printing: Koho Co., Ltd.

Published by The Japan Times Publishing, Ltd.
2F Ichibancho Daini TG Bldg., 2-2 Ichibancho, Chiyoda-ku, Tokyo 102-0082, Japan
Phone: 050-3646-9500
Website: https://jtpublishing.co.jp

ISBN978-4-7890-1797-8

Printed in Japan

この本を使う方へ

For Users of This Book

致使用此书的各位读者

Gửi các bạn sử dụng quyển sách này

本書について
ほんしょ

　私たちが言葉を使うとき、必ず話題があります。ある
わたし　　　ことば　つか　　　　　かなら　　わだい
ときは食べ物の話題、あるときはテレビの話題。話題に
　　　た　もの　わだい　　　　　　　　　　　わだい　わだい
よってよく使う単語は異なります。また、よく使う単語
　　　　　　つか　たんご　こと　　　　　　　　　　つか　たんご
は話題によってまとめられると言えるでしょう。
　わだい　　　　　　　　　　　　　　い

　この単語帳は、日本語能力試験 N3 レベルの単語を 18
　　　たんごちょう　にほんごのうりょくしけん　　　　　たんご
種類の話題に分けたものです。日本人の会話のデータを
しゅるい　わだい　わ　　　　　　　にほんじん　かいわ
たくさん集めて、どの単語がどの話題に多く使われるの
　　　　あつ　　　　　　たんご　　　わだい　おお　つか
かを計算し、科学的に分類しました。
　　けいさん　かがくてき　ぶんるい

　最初は、自分が得意だな、興味があるな、と思う話題
　さいしょ　じぶん　とくい　　　きょうみ　　　　　おも　わだい
から学習してみてください。興味のある話題の方が学習
　　がくしゅう　　　　　　　きょうみ　　わだい　ほう　がくしゅう
がスムーズです。それから、他の話題についても学習し
　　　　　　　　　　　　　ほか　わだい　　　　　　がくしゅう
ていきましょう。迷ったときは、小さな番号の課から学
　　　　　　　　まよ　　　　　ちい　ばんごう　か　　がく
習してください。
しゅう

　単語を覚えるときは例文を活用してください。単語と
　たんご　おぼ　　　　　れいぶん　かつよう　　　　　　たんご
例文はアプリを使って音声を聞くことができます。文字
れいぶん　　　　　つか　おんせい　き　　　　　　　　　もじ
を見ずに音声を聞いて場面を想像したり、シャドーイン
　み　　　おんせい　き　　ばめん　そうぞう
グしたりするのもいいでしょう。単語は必ず文の中で使
　　　　　　　　　　　　　　　たんご　かなら　ぶん　なか　つか
われ、そして文は場面の中で使われます。その単語はど
　　　　　　ぶん　ばめん　なか　つか　　　　　　たんご
んな話題を話すときに、どんな場面で使われるのか。そ
　わだい　はな　　　　　　　　ばめん　つか
して、他のどんな語と一緒に使われるのか。これらは必
　　　ほか　　　　ご　いっしょ　つか　　　　　　　かなら
ず、単語を覚えるときのヒントになるはずです。
　たんご　おぼ

著者一同
ちょしゃいちどう

About This Book

Whenever we use words, there is always a topic. Sometimes the topic is food, sometimes the topic is television. Frequently used words vary depending on the topic. Also, it can be said that frequently used words are grouped by topic.

This vocabulary book is a collection of JLPT N3-level words divided into 18 topics. We collected a lot of Japanese conversation data, calculated which words are often used in each topic and scientifically classified them.

First, try learning from topics that you think you are good at or are interested in. Learning from topics of interest can make studying much easier. Then, try learning about other topics as well. When in doubt, learn from the lesson with the smaller number.

When learning vocabulary words, please make use of the example sentences. You can listen to audio of the vocabulary words and example sentences using the app. It is also a good idea to listen to the audio without looking at the words and picture the scene or practice shadowing what is being said. Vocabulary words will be used in the sentences, and those sentences will be used in the scenes. What kind of topic is each word used with and when is it used? And what other words are used with it? These questions will serve as hints for learning new words.

The authors

关于此书

在我们使用语言的同时，也绝对会衍生出话题。有时候是关于食物的话题，而有时候是关于电视的话题。使用的单词也会因为话题的不同而改变。但，其实可以把常用的单词，做话题分类来归类。

这本单词本，是把日本语能力测试 N3 等级的单词分成18 种类型的话题。我们搜集了大量日本人对话的数据，以科学的方式归类，分析出哪一个单词，会最常被用于哪一个话题内。

刚开始，您可以从自己本身最常用，最有兴趣的话题开始学习，从有兴趣的话题学习，是最容易上手的。然后再开始学习其他话题，如果您不知道该从哪里开始，可以顺着号码的顺序学习。

背单词时，您可以运用例文来学习。您可以使用 APP 听有声的单词和例文。然后不看文字，用听声音的方式来想象场景，也可以做跟读练习。文章中一定会使用到单词，而这些文章实际上也会出现在现实场景中。所以您记单词时，可以同时学习到这个单词会被使用在什么样的话题中，会出现在什么样的场景，又会和什么单词一起使用。这些都能够是您在学习过程中得到启发。

作者一同谨识

Giới thiệu về quyển sách này

Khi chúng ta sử dụng từ ngữ, bắt buộc phải có đề tài. Khi thì đề tài về món ăn, khi thì đề tài về tivi. Tùy theo đề tài mà từ vựng thường sử dụng sẽ khác nhau. Bên cạnh đó, cũng có thể nói từ vựng thường dùng sẽ được tóm tắt theo đề tài.

Sổ tay từ vựng này chia các từ vựng ở cấp độ N3 của Kỳ thi Năng lực tiếng Nhật thành 18 đề tài. Chúng tôi đã thu thập rất nhiều dữ liệu hội thoại của người Nhật và tính xem từ vựng nào thường được dùng nhiều trong đề tài nào để phân loại một cách khoa học.

Thời gian đầu, bạn hãy thử học từ đề tài mà mình cảm thấy tự tin hoặc có hứng thú xem. Đề tài mà bạn có hứng thú sẽ giúp cho việc học thuận lợi hơn. Sau đó, bạn hãy học cả những đề tài khác. Khi phân vân, hãy học từ bài có số nhỏ trước.

Khi ghi nhớ từ vựng, hãy sử dụng câu ví dụ thật hiệu quả. Bạn có thể sử dụng ứng dụng để nghe tệp âm thanh từ vựng và câu ví dụ. Cũng có thể không nhìn chữ mà nghe, rồi tưởng tượng tình huống và bắt chước lặp lại. Từ vựng chắc chắn được sử dụng trong câu, và câu sẽ được sử dụng trong tình huống. Từ vựng đó được sử dụng khi nói về đề tài nào, ở tình huống nào. Và được sử dụng cùng với từ nào khác. Chắc chắn những điều này sẽ là gợi ý giúp bạn ghi nhớ từ vựng.

Nhóm tác giả

この本の使い方
ほん　　つか　　かた

How to Use This Book / 此书的使用方法 / Cách sử dụng quyển sách này

● 単語番号　Vocabulary number
　たんご　ばんごう　单词号码
　　　　　　　Số thứ tự của từ vựng

● トラック番号　Track number
　　　　　　ばんごう　音档号码
　　　　　　　Số track tệp âm thanh

🔊 9

ドレッシングを作るのは簡単だ。オリーブオイルと酢をよく混
ぜて、好みで塩・こしょうを入れる。これでサラダをおいしく
食べられる。

56	ドレッシング	名 dressing/色拉调味酱/nước sốt rau trộn
57	オイル	名 oil/油/dầu
58	酢	名 vinegar/醋/giấm
59	混ぜる	動2他 mix/搅拌/trộn, pha trộn
60	混ざる	動1自 be mixed/混合/lẫn lộn
61	こしょう	名 pepper/胡椒/tiêu

Making a dressing is easy. Mix olive oil and vinegar thoroughly and add salt and pepper as you like. Now you can eat the great-tasting salad./制作色拉调味酱是很简单的。把橄榄油和醋搅拌后，再依照喜好加入盐，胡椒。这样就可以吃到美味的色拉了。/Chế biến nước sốt rau trộn rất đơn giản. Trộn đều dầu ô liu và giấm rồi cho muối, tiêu tùy thích. Vậy là có thể ăn món rau trộn ngon lành.

ⓐ	直前の単語に対応する ちょくぜん　たんご　たいおう 他動詞／自動詞 たどうし　じどうし	transitive/intransitive verb that goes with the preceding word / 对应之前单词的他动词/自动词 / tha động từ / tự động từ đi với từ vựng ngay trước đó
＝	似ている意味の単語 に　　　いみ　たんご	words with similar meanings / 近义词 / từ đồng nghĩa
↔	反対の意味の単語 はんたい　いみ　たんご	words with the opposite meaning / 反义词 / từ trái nghĩa
＋	一緒に覚えてほしい単語 いっしょ　おぼ　　　　　　たんご	additional words you should learn / 希望一起学习的单词 / từ nên nhớ cùng với nhau

品詞
ひん し
Parts of speech / 品词 / Từ loại

名	名詞 めい し	noun / 名词 / danh từ
イ	イ形容詞 けいよう し	*i*-adjective / イ形容词 / tính từ loại I
ナ	ナ形容詞 けいよう し	*na*-adjective / ナ形容词 / tính từ loại Na
動	動詞 どう し	verb / 动词 / động từ
動2他	グループ2の 他動詞 た どう し	group 2 transitive verbs / 群组2的他动词 / tha động từ nhóm 2
動1自	グループ1の 自動詞 じ どう し	group 1 intransitive verbs / 群组1的自动词 / tự động từ nhóm 1
副	副詞 ふく し	adverb / 副词 / phó từ
感	感動詞 かんどう し	interjection / 感叹词 / từ cảm thán
接続	接続詞 せつぞく し	conjunction / 接续词 / từ nối
連	連体詞 れんたい し	adnominal adjective / 连体词 / liên thể từ
接頭	接頭語 せっとう ご	prefix / 接头词 / tiếp đầu ngữ
接尾	接尾語 せっ び ご	suffix / 接尾词 / tiếp vị ngữ
句	句 く	phrase / 句子 / câu, cụm từ

*本書では、本文の単語と「覚えよう」の単語を合わせて
ほんしょ　　ほんぶん　たん ご　　　おぼ　　　　　　　たん ご　あ
約2100語を掲載しています。
やく　　　　ご　けいさい

This book features main vocabulary and Let's Learn vocabulary, for a total
of 2,100 vocabulary words. / 此书的本篇内文和「要记住」中，共记载了
2100个单词。 / Tổng số từ vựng trong nội dung chính và từ vựng trong
"Ghi nhớ" của quyển sách này khoảng 2.100 từ.

9

もくじ

Contents / 目录 / Mục lục

音声ダウンロード方法
おんせい ほうほう

How to Download the Audio Files / 有声下载方法 / Cách tải tệp âm thanh

本書の音声は、以下3つの方法でダウンロード／再生することがで
きます。すべて無料です。
ほんしょ おんせい ほうほう さいせい むりょう

The audio files for this book can be downloaded/listened to free of charge in the following three ways.
此书的有声音档可以使用以下3种方法下载/播放。完全免费。
Bạn có thể tải / mở tệp âm thanh của quyển sách này bằng 3 cách sau. Tất cả đều miễn phí.

① アプリ「OTO Navi」でダウンロード

Download them on the OTO Navi app / 下载「OTO Navi」APP / Tải bằng ứng dụng
"OTO Navi"

右のコードを読み取って、ジャパンタイムズ出版の「OTO
Navi」をスマートフォンやタブレットにインストールし、
音声をダウンロードしてください。
みぎ と しゅっぱん おんせい

Scan the QR code to the right to download and install the Japan Times
Publishing's OTO Navi app to your smartphone or tablet. Then, use that to
download the audio files. / 使用手机或平板扫描右方二维码，就能够安装The Japan Times出版的
「OTO Navi」APP，下载有声音档。 / Vui lòng đọc mã QR bên phải, cài đặt "OTO Navi" của NXB Japan
Times vào điện thoại thông minh hoặc máy tính bảng để tải tệp âm thanh.

② ジャパンタイムズ出版のウェブサイトからダウンロード
しゅっぱん

Download them from the Japan Times Bookclub / 在The Japan Times出版的官方网站
下载 / Tải từ trang chủ của NXB Japan Times

パソコンで以下の URL にアクセスして、mp3 ファイルをダウンロードし
てください。
いか

Access the site below using your computer and download the mp3 files. / 使用电脑访问以下链接，
下载MP3档。 / Vui lòng truy cập vào đường dẫn URL sau bằng máy tính để tải tệp mp3 xuống.

https://bookclub.japantimes.co.jp/jp/book/b592314.html

③ YouTube で再生
さいせい

Play them on YouTube / 使用YouTube播放 / Mở bằng YouTube

YouTube にアクセスして、「ジャパンタイムズ出版　ベスト単語　N3」
で検索してください。
しゅっぱん たんご けんさく

Search for "ジャパンタイムズ出版　ベスト単語　N3" on YouTube. / 直接访问YouTube网站，
搜寻「ジャパンタイムズ出版　ベスト単語　N3」。 / Vui lòng truy cập vào YouTube rồi tìm kiếm bằng
"ジャパンタイムズ出版　ベスト単語　N3".

テストのダウンロード方法

How to download tests / 測試的下載方法 / Cách tải bài thi xuống

「ベスト単語」シリーズでは、2種類のテスト (PDF) が BOOK CLUB よりダウンロードできます。どちらも無料、登録不要です。
① 書籍に掲載している文章を穴抜き問題にした「空所補充テスト」
② JLPT 形式の「模擬テスト」

Two tests (in PDF format) from the "The Best Vocabulary Builder" series are available to download from BOOK CLUB. Both are free and no registration is required.
(1) Fill-in-the-blanks test containing questions based on the sentences in the book
(2) JLPT practice test

『最佳词汇』系列的2种测试（PDF）可在BOOK CLUB下载。皆为免费，无需注册。
① 节选书籍文章进行填空补充的"填空测试"
② JLPT形式的"模拟测试"

Bạn có thể tải xuống hai loại bài thi (PDF) của sê ri "Từ vựng hay nhất" từ BOOK CLUB. Cả hai bài thi này đều miễn phí và không cần đăng ký.
① "Bài thi điền vào chỗ trống" sử dụng các câu trong sách làm câu hỏi yêu cầu điền vào chỗ trống
② "Bài thi thử" có hình thức như JLPT

ダウンロードはこちらから

Download here / 在此下载 / Có thể tải xuống từ đây

https://bookclub.japantimes.co.jp/jp/book/b592314.html

Topic 1

食事
しょく じ

Eating　进餐　Ăn uống

No. 1-160

◀》1

A: <u>朝食</u>に<u>フルーツ</u>を<u>食</u>べるといいって聞いたんだけど、<u>皮</u>を
　　ちょうしょく　　　　　　　　　　　　た　　　　　　　　　　　　　　　　かわ
<u>むく</u>のが面倒くさいんだよね。
　　　　　めんどう
B: じゃあ<u>缶詰</u>でいいじゃない。
　　　　　かんづめ
A: でも、<u>新鮮</u>な<u>方</u>がよくない？
　　　　　しんせん　　ほう

1 □	**朝食** ちょうしょく	名 breakfast/早饭/bữa sáng
2 □	**＋ 昼食** ちゅうしょく	名 lunch/中饭/bữa trưa
3 □	**＋ 夕食** ゆうしょく	名 dinner/晚饭/bữa tối
4 □	**フルーツ**	名 fruit/水果/trái cây
5 □	**皮** かわ	名 skin/皮/vỏ
6 □	**むく**	動 1 他 peel/剥/lột
7 □	**缶詰** かんづめ	名 canned goods/罐头/đồ hộp
8 □	**新鮮な** しんせん	ナ fresh/新鲜的/tươi

A: I heard that you should eat fruit for breakfast, but peeling it is a hassle. B: Then canned food would be fine, wouldn't it? A: But isn't fresh fruit better?/A: 我听说早饭吃水果很好，但我嫌剥皮好麻烦。B: 那就吃罐头呀。A: 可是，还是吃新鲜的比较好吧？ /A: Tôi nghe nói là ăn trái cây vào bữa sáng thì tốt nhưng mà lột vỏ mất công nhỉ. B: Vậy thì ăn đồ hộp. A: Nhưng đồ tươi không tốt hơn sao?

◀》2

<u>最近</u>の<u>冷凍食品</u>はとてもおいしい。<u>手作り</u>の料理と<u>区別できな</u>
さいきん　　れいとうしょくひん　　　　　　　　てづく　　　りょうり　　くべつ
<u>い</u>。それに、<u>トレー</u>を<u>分</u>ければ、3<u>人分</u>とか1人分のように必
　　　　　　　　　　　　　　わ　　　　　　にんぶん　　　ひとりぶん　　　ひつ
<u>要</u>な<u>量</u>だけを<u>使</u>うことができる。
よう　　りょう　　　つか

9 □	**冷凍食品** れいとうしょくひん	名 frozen food/速冻食品/thực phẩm đông lạnh
10 □	**＋ 冷凍**[する] れいとう	名 動 3 他 freezing, freeze/速冻[速冻]/sự đông lạnh, làm đông lạnh
11 □	**手作り**[する] てづく	名 動 3 他 handmade, make by hand/亲手做/đồ làm bằng tay, làm bằng tay

12 ☐	区別[する] <small>く べつ</small>	名 動3他 distinguishing, distinguish/区别[区别于]/sự phân biệt, phân biệt
13 ☐	トレー	名 tray/托盘/khay
14 ☐	～人分 <small>にんぶん</small>	接尾 for ~ person/people/ ~ 人份/phần ~ người
15 ☐	量 <small>りょう</small>	名 amount/量/lượng

Frozen foods these days are very delicious. They are indistinguishable from homemade dishes. Besides, if you divide the tray, you can use only the amount you need, such as for enough for three people or just one person./最近的速冻食品真好吃。和亲手做的没区别。而且，只要分好在托盘，就可以只拿3人份或1人份等的需要量出来使用。/Thực phẩm đông lạnh dạo gần đây rất ngon. Không thể phân biệt với đồ ăn làm bằng tay. Ngoài ra, nếu chia khay ra thì có thể dùng chỉ một lượng cần thiết cho phần 3 người hoặc 1 người.

◀)) 3

> A：あのう、今日の日替わり定食って何ですか。
> <small>きょう ひ が ていしょく なん</small>
> B：本日は、エビフライとおかずが１つ、あとはご飯とみそ汁
> <small>ほんじつ はん みそ しる</small>
> です。

16 ☐	日替わり <small>ひ が</small>	名 daily/每日/thay đổi mỗi ngày
17 ☐	定食 <small>ていしょく</small>	名 set meal/套餐/cơm phần
18 ☐	本日 <small>ほんじつ</small>	名 today/今天/hôm nay
19 ☐	エビ	名 shrimp/虾/tôm
20 ☐	フライ	名 fried, fry/炸/chiên
21 ☐	おかず	名 side dish/配菜/món đồ ăn
22 ☐	みそ	名 miso/味噌/tương miso
23 ☐	汁 <small>しる</small>	名 soup/汤/canh

A: Um, what's in the daily set meal? B: Today, we have fried shrimp and one side dish, and also rice and miso soup./A: 请问～，今天的每日套餐，里面有什么呢？ B: 今天是，炸虾和配菜1种，还有米饭和味噌汤。/A: Em ơi, cơm phần thay đổi mỗi ngày hôm nay có gì vậy? B: Hôm nay là tôm chiên và 1 món đồ ăn, còn lại cơm và canh tương miso ạ.

15

🔊 4

A：<u>お待たせしました</u>。和風ハンバーグでございます。<u>ソース</u>を
ま　　　　　　　　　わふう
　　かけて、お<u>召し上がり</u>ください。
　　　　　　　　め　　あ
B：あ、どうぞ<u>お先に</u>。<u>ご遠慮なく</u>。
　　　　　　　さき　　　　えんりょ
C：じゃあ、いただきます。

24	お待たせしました	句 (sorry to) keep you waiting/让您久等了/Đã để anh/chị
☐	ま	phải chờ ạ
25	＋お待ちどおさま	句 I'm sorry to have kept you waiting/让你久等了/Xin lỗi
☐	ま	đã để anh/chị chờ lâu
26	～風	接尾 ～ style/～式/kiểu ～
☐	ふう	
27	ソース	名 sauce/酱汁/nước sốt
☐		
28	召し上がる	動1自 eat, drink (honorific speech)/享用/(kính ngữ)
☐	め　あ	thưởng thức, ăn
29	（お）先に	副 after you/先用/mời ～ trước
☐	さき	
30	（ご）遠慮なく	句 without hesitation, no need to hesitate/不用客气/Xin
☐	えんりょ	đừng ngại

A: Thank you for your patience. Here is your Japanese-style hamburger steak. Please enjoy it with sauce. B: Oh, please go ahead. No need to hesitate. C: Then let's eat./A: 让您久等了，这是日式汉堡排。请加上酱汁享用。B: 啊，请先用，不用客气。C: 那，我不客气了。/A: Đã để anh chị phải chờ ạ. Đây là món thịt chiên hăm-bơ-gơ kiểu Nhật. Anh chị hãy chan nước sốt để thưởng thức ạ. B: À, mời anh dùng trước. Xin đừng ngại. C: Vậy tôi xin phép dùng.

🔊 5

<u>焼肉</u>の<u>バイキング</u>は<u>セルフサービス</u>ではなく、テーブルで注文
やきにく　　　　　　　　　　　　　　　　　　　　　　　　　ちゅうもん
するスタイルが多い。肉以外にも、<u>ライス</u>、<u>スープ</u>、<u>デザート</u>
　　　　　　おお　にくいがい
などが注文できる。もちろん、<u>残して</u>はいけない。
　　　ちゅうもん　　　　　　　　　のこ

31	焼肉	名 yakiniku, Korean bbq/日式烤肉/thịt nướng
☐	やきにく	
32	バイキング	名 buffet, all-you-can-eat/自助餐/kiểu ăn tự chọn
☐		
33	セルフサービス	名 self service/自助/tự phục vụ
☐		
34	ライス	名 rice/米饭/cơm
☐		

35	スープ	名 soup/汤品/súp
36	デザート	名 dessert/甜点/món tráng miệng
37	残す のこ	動1他 leave/剩下/để thừa, chừa lại

Yakiniku buffet is not self-service, but is often ordered at the table. Besides meat, you can order rice, soup, dessert and more. Of course, you must not leave any leftovers./日式烤肉的自助餐并不是自助的方式，而是在座位点餐的方式偏多。除了肉以外，还可以点米饭，汤品，甜点等等。当然，是不能剩下的。/Kiểu ăn tự chọn thịt nướng không phải là tự phục vụ mà thường là kiểu gọi món tại bàn. Ngoài thịt còn có thể gọi cơm, súp, món tráng miệng v.v. Đương nhiên, không được để thừa.

🔊 6

> A：あ、その肉、早く<u>ひっくり返して</u>。これもこれも。
>   　　　　にく　はや　　　　　　　かえ
> B：うわ、肉が<u>燃えた</u>！どうしよう！
>   　　　にく　も
> A：あー、そういうときは、この<u>氷</u>を網に乗せればいいんだ。
>   　　　　　　　　　　　　　　こおり　あみ　の
> 　網が汚れちゃったね。<u>取り替えて</u>もらおう。
> 　あみ　よご　　　　　と　か

38	ひっくり返す かえ	動1他 turn over/翻过来/lật lại
39	ⓦ ひっくり返る かえ	動1自 be turned over/打翻/(cái gì đó) lật lại
40	燃える も	動2自 burn, be burned/燃烧/bốc cháy, cháy
41	ⓦ 燃やす も	動1他 burn/焚烧/đốt cháy
42	氷 こおり	名 ice/冰块/đá lạnh
43	取り替える と　か	動2他 replace/换/đổi

A: Oh, that meat, hurry up and turn it over. This one and this one too. B: Wow, the meat burned! What should I do! A: Ah, in that case, just put this ice on the net. The net got dirty. Let's have it replaced./A: 啊，那片肉，赶快翻过来。还有这片。B: 哇！肉燃烧起来了！怎么办！A: 啊，这种时候，把这个冰块放在网子上就行了。网子都脏了。请人换过吧。/A: A, miếng thịt đó, mau lật lại đi. Cái này nữa, cái này cũng vậy. B: Ôi, thịt bốc cháy rồi! Làm sao đây! A: À, những lúc như vậy thì chỉ cần để đá lạnh lên vỉ. Vì bẩn rồi nhỉ. Để nhờ họ đổi vỉ khác.

◀)) 7

この店のラーメンはとても味が<u>濃く</u>、スープの<u>表面</u>には<u>油</u>が浮
みせ　　　　　　　　　　　　　　　あじ　こ　　　　　　　　　ひょうめん　　　　あぶら　う
いている。しかし、<u>のり</u>とご飯と一緒に食べるとうまい。
　　　　　　　　　　　　　　　　　　　はん　いっしょ　た

44 ☐	濃い こ	イ rich, strong/浓郁/đậm đà, đặc
45 ☐	↔ 薄い うす	イ bland/淡/nhạt, lạt, mỏng
46 ☐	表面 ひょうめん	名 surface/表面/bề mặt
47 ☐	油 あぶら	名 oil/油/lớp váng mỡ, dầu, mỡ
48 ☐	+ サラダ油 あぶら	名 salad oil/色拉油/dầu trộn
49 ☐	のり	名 seaweed/海苔/rong biển

The ramen in this shop has a very strong taste, and oil floats on the surface of the soup. However, it is good to eat it with seaweed and rice./这家店的拉面味道非常浓郁，汤的表面还浮着油，但和海苔米饭一起吃，真的很好吃。/Mì ramen của tiệm này có vị rất đậm đà, bề mặt nước dùng nổi lớp váng mỡ. Nhưng nếu ăn chung với rong biển và cơm thì ngon tuyệt.

◀)) 8

納豆は<u>匂い</u>を<u>嫌がる</u>人も多いですが、慣れると<u>平気</u>になります。
なっとう　にお　　　　いや　　　ひと　おお　　　　な　　　　へいき
<u>ねばねば</u>していますが、<u>腐って</u>いるわけではないですよ。
　　　　　　　　　　　　　　　　くさ

50 ☐	匂い／臭い にお　　にお	名 odor/stench/味道／臭味/mùi / mùi hôi
51 ☐	+ 匂う／臭う にお　　にお	動 1 自 be fragrant/stink/闻到～味道／臭味/có mùi / bốc mùi
52 ☐	嫌がる いや	動 1 他 dislike/讨厌/khó chịu
53 ☐	平気な へいき	ナ fine, calm/没关系/bình thường
54 ☐	ねばねば[する]	名 動 3 自 stickiness, be sticky/黏糊糊[粘糊糊]/nhơn nhớt, dính, nhớt
55 ☐	腐る くさ	動 1 自 rot, go bad/腐坏/hỏng, thối rữa, thiu

Many people don't like the smell of natto, but once you get used to it, you'll be fine. It's sticky, but it's not rotten./有很多人讨厌纳豆的味道。但习惯后就没关系了。虽然粘糊糊的，但这并不是腐坏。/Có nhiều người khó chịu mùi của món đậu lên men natto nhưng nếu quen rồi sẽ thấy bình thường. Tuy nó nhơn nhớt nhưng không phải là vì hỏng đâu đấy.

🔊 9

<u>ドレッシング</u>を作る_{つく}のは簡単_{かんたん}だ。オリーブ<u>オイル</u>と<u>酢</u>_すをよく<u>混</u>_まぜて、好_{この}みで塩_{しお}・<u>こしょう</u>を入_いれる。これでサラダをおいしく食_たべられる。

56 ☐	ドレッシング	名 dressing/色拉调味酱/nước sốt rau trộn
57 ☐	オイル	名 oil/油/dầu
58 ☐	酢 す	名 vinegar/醋/giấm
59 ☐	混ぜる ま	動2他 mix/搅拌/trộn, pha trộn
60 ☐	ⓦ 混ざる ま	動1自 be mixed/混合/lẫn lộn
61 ☐	こしょう	名 pepper/胡椒/tiêu

Making a dressing is easy. Mix olive oil and vinegar thoroughly and add salt and pepper as you like. Now you can eat the great-tasting salad./制作色拉调味酱是很简单的。把橄榄油和醋搅拌后，再依照喜好加入盐，胡椒。这样就可以吃到美味的色拉了。/Chế biến nước sốt rau trộn rất đơn giản. Trộn đều dầu ô liu và giấm rồi cho muối, tiêu tùy thích. Vậy là có thể ăn món rau trộn ngon lành.

🔊 10

<u>腹</u>_{はら}が痛_{いた}い。<u>レバー</u>を<u>生</u>_{なま}で食_たべたのが<u>原因</u>_{げんいん}だろうか。<u>それとも</u><u>貝</u>_{かい}だろうか。

62 ☐	腹 はら	名 stomach/肚子/bụng
63 ☐	レバー	名 liver/肝/gan
64 ☐	生 なま	名 raw/生/(đồ) sống
65 ☐	それとも	接続 or/还是/hay là
66 ☐	貝 かい	名 shell/贝类/ốc (các loại nghêu sò ốc hến)

I have a stomachache. Is it because I ate some liver raw? Or was it the shellfish?/肚子痛。是因为生吃肝的原因吗？还是因为贝类呢？/Tôi đau bụng quá. Không biết nguyên nhân có phải là do ăn gan sống không. Hay là do ốc nhỉ.

🔊 11

A：最近暑すぎて、食欲がないんだよねえ。さっぱりしたもの
さいきんあつ　　　　　しょくよく
　　　が食べたい。冷たいそばにしようかな。
　　　た　　　　つめ
B：あ、なんか酸っぱいものもいいらしいよ。
　　　　　　　　す

67	食欲 しょくよく	名 appetite/食欲/cảm giác thèm ăn
68	さっぱり[する]	名 動3自 refreshing, refresh/清爽[清爽]/thanh mát, cảm giác sảng khoái, thoải mái
69	そば	名 soba, buckwheat noodles/荞麦面/mì soba
70	＋うどん	名 udon, thick noodles/乌冬面/mì udon
71	酸っぱい す	イ sour/酸/chua

A: It's been too hot lately, and I have no appetite. I want to eat refreshing food. Maybe I should make some cold soba. B: Oh, something sour is good too, I hear./A: 最近太热，都没有食欲。好想吃清爽一点的东西。还是要冷荞麦面好呢。B: 啊，听说吃酸的东西比较好哦。/A: Dạo này nóng quá, tôi chẳng có cảm giác thèm ăn gì cả. Chỉ muốn ăn mấy món thanh mát. Hay là ăn mì soba lạnh nhỉ. B: À, hình như đồ chua cũng tốt đấy.

🔊 12

ワインは温度の管理が重要だ。気をつけないと、すぐにぬるく
　　　　　　おんど　かんり　じゅうよう
なってしまう。ぬるいワインはおいしくない。また、ワインを
飲む前にグラスを回すと、香りがよくなる。
の　まえ　　　　　　まわ　　　かお

72	ワイン	名 wine/红酒/rượu vang
73	管理[する] かんり	名 動3他 management, manage/管理[管理]/sự quản lí, quản lí
74	ぬるい	イ tepid, lukewarm/温/ấm, nguội
75	回す まわ	動1他 swirl, turn/转/xoay, quay (cái gì đó)

With wine, it is important to control the temperature. If you're not careful, the wine will get tepid. Tepid wine is not delicious. Also, by swirling the glass before drinking wine, the scent will improve./红酒的温度管理是很重要的。不小心的话，马上就会变温。变温的红酒就不好喝了。还有，喝红酒前转红酒杯，能增加香味。/Với rượu vang, việc quản lí nhiệt độ rất quan trọng. Nếu không cẩn thận, sẽ bị ấm ngay. Rượu vang ấm thì không ngon. Bên cạnh đó, nếu xoay ly trước khi uống rượu vang sẽ dậy mùi hương.

<u>カップル</u>用の<u>ストロー</u>というものがある。<u>片方</u>は普通のストロー
だが、もう片方は２つに分かれていて、２人が同時に飲むこと
ができる。途中が<u>ハート</u>の形になっていることもある。使って
みたいが、<u>人前</u>で使うのは恥ずかしい。

76 ☐	カップル	名 couple/情侣/cặp đôi
77 ☐	ストロー	名 straw/吸管/ống hút
78 ☐	片方 (かたほう)	名 one side/一边/một bên
79 ☐	ハート	名 heart/爱心/trái tim
80 ☐	人前 (ひとまえ)	名 public/人前/trước mặt người khác

There is a straw made specifically for couples. On one end, it is a normal straw, but the other is divided into two straws, so two people can drink at the same time. The middle may be in the form of a heart. I want to try using it, but it would be embarrassing using it in front of people./有一种情侣用吸管。一边是普通的吸管。而另一边则分成2头，可以2个人同时喝。还有途中有爱心形状的。虽然我也想用用看，但在人前用的话太不好意思了。/Có món đồ gọi là ống hút dành cho cặp đôi. Một bên là ống hút thông thường nhưng bên còn lại được chia thành 2 phần để 2 người có thể uống cùng lúc. Cũng có khi giữa chừng chẻ thành hình trái tim. Tôi muốn xài thử nhưng sử dụng trước mặt người khác thì thật xấu hổ.

🔊 14

A：<u>忘年会</u>のお店、「<u>梅の花</u>」はどうかな？
　ぼうねんかい　　みせ　　　うめ　はな

B：え、どこですか。

A：<u>知らない</u>？　駅の<u>北口</u>にある<u>居酒屋</u>。
　　し　　　　　　えき　きたぐち　　　　いざかや

B：<u>分かりました</u>。<u>押さえます</u>。<u>乾杯</u>のあいさつは部長にお願
　　わ　　　　　　　お　　　　　　かんぱい　　　　　　　　　ぶちょう　ねが
　いするつもりです。

81 □	忘年会 ぼうねんかい	名 year-end party/年终联欢会/tiệc tất niên
82 □	＋ 新年会 しんねんかい	名 New Year's party/迎新联欢会/tiệc tân niên
83 □	～口 ぐち	接尾 ~ entrance, exit/～出口/cửa ~
84 □	押さえる お	動2他 make a reservation, hold down/预定/giữ chỗ, nắm bắt, hạn chế
85 □	乾杯[する] かんぱい	名 動3自 toast, make a toast/干杯[干杯]/sự cụng ly chúc mừng, cụng ly

A: How about having our year-end party at that restaurant called Ume no Hana? B: Where is it? A: You don't know? It's a pub at the north exit of the station. B: I got it. I'll make a reservation. I plan on asking the department chief to give a toast./A: 年终联欢会的店，「梅之花」怎么样呢？B: 诶，在哪里？A: 你不知道吗？在车站北出口的居酒屋。B: 我知道了。我会预定的。我想要请部长来进行干杯致辞。/A: Tiệm làm tiệc tất niên ấy, anh thấy "Ume no hana" thế nào? B: Hả, tiệm đó ở đâu vậy? A: Anh không biết à? Quán nhậu ở cửa Bắc nhà ga đó. B: Tôi biết rồi. Tôi sẽ giữ chỗ. Tôi định nhờ trưởng phòng nói lời chào để cụng ly.

🔊 15

先輩の<u>送別会</u>が、高そうな<u>西洋</u>料理店で開かれた。テーブルに
せんぱい　そうべつかい　　たか　　　せいようりょうりてん　ひら
たくさんの食器と<u>ナプキン</u>が置かれていて、見るだけで緊張し
　　　　しょっき　　　　　　　　　お　　　　　　　み　　　　　きんちょう
てしまった。見たことがない<u>ごちそう</u>だったが、緊張しすぎて
　　　　　　み　　　　　　　　　　　　　　　　　　きんちょう
全部食べられず、<u>もったいなかった</u>。
ぜんぶた

86 □	送別会 そうべつかい	名 farewell party/欢送会/tiệc chia tay
87 □	西洋 せいよう	名 Western/西式/Tây, phương Tây
88 □	～店 てん	接尾 ~ store/～店/nhà hàng, tiệm ~

89 ☐	ナプキン	名 napkin/餐巾/khăn ăn, giấy ăn
90 ☐	ごちそう	名 feast/丰盛美食/bữa chiêu đãi
91 ☐	＋ごちそうする	動3 他 treat (someone) to a meal/请～/chiêu đãi, khao ～
92 ☐	もったいない	イ wasteful/浪费/lãng phí

A farewell party for our senior was held at an expensive-looking Western-style restaurant. There were a lot of tableware and napkins on the table, and I got nervous just from looking at them. It was a feast like I had never seen before, but I was too nervous to eat everything, which was a waste./前辈的欢送会是在看起来很昂贵的西餐厅举行的。我看到桌上有很多餐具还有餐巾，就很紧张。虽然都是没看过的丰盛美食，但我太紧张所以吃不完，真是浪费。/ Tiệc chia tay người đàn anh được tổ chức ở một nhà hàng kiểu Tây có vẻ đắt tiền. Trên bàn sắp xếp nhiều chén đĩa và khăn ăn, chỉ nhìn thôi đã thấy căng thẳng rồi. Tuy là bữa chiêu đãi chưa từng thấy nhưng vì quá căng thẳng mà tôi không ăn hết được, lãng phí quá chừng.

🔊 16

<u>ガム</u>は、<u>栄養</u>がほとんどないが、虫歯の予防や集中力を高める効果があり、毎日かんでいる人も多い。しかし、<u>ポイ捨て</u>が問題になる。外出するときは、<u>包み紙</u>を忘れないようにしたい。

93 ☐	ガム	名 gum/口香糖/kẹo cao su
94 ☐	栄養 えいよう	名 nutrition/营养/dinh dưỡng
95 ☐	ポイ捨て[する] す	名 動3 他 littering, litter, toss away/随地乱丢[随地乱丢]/vứt rác bừa bãi, vứt bừa bãi
96 ☐	包み紙 つつ がみ	名 wrapping paper/包装纸/giấy gói

Gum has little nutrition, but it has the effect of preventing cavities and increasing concentration, and many people chew it every day. However, littering is a problem. When going out, try not to forget to bring wrapping paper./虽然口香糖几乎没有营养，但有预防蛀牙和提高集中力的效果，所以有很多人每天都在嚼。但，问题是随地乱丢。外出时，请别忘了带包装纸。/ Kẹo cao su hầu như không có dinh dưỡng nhưng có hiệu quả phòng ngừa sâu răng và nâng cao sức tập trung nên có nhiều người nhai mỗi ngày. Nhưng, việc vứt rác bừa bãi trở thành vấn đề. Tôi sẽ cố gắng đem theo giấy gói khi ra ngoài.

23

🔊17

<u>飲み会</u>で、<u>割り勘</u>だったのに、<u>酔って</u>しまってお金を払わずに
の かい わ かん よ かね はら
帰ってしまった。<u>翌日</u>、注意されたのでお金を払った。
かえ よくじつ ちゅうい かね はら

97 □	飲み会 の かい	名 drinking party/聚餐/buổi nhậu
98 □	割り勘[する] わ かん	名 動3自 splitting the bill, split the bill/AA制[AA制]/ sự chia ra để trả, chia ra để trả
99 □	酔う よ	動1自 become intoxicated, get drunk/喝醉/say (rượu)
100 □	翌日 よくじつ	名 副 next day/第二天/hôm sau

At the drinking party, we split the bill, but I got drunk and went home without paying. The next day, they cautioned me, and I paid./今天的聚餐，是AA制的。但我喝醉了所以没付钱就回家。第二天，被说了就把钱付了。/Ở buổi nhậu, trong khi phải chia ra để trả thì tôi lỡ say quá nên không đưa tiền mà về mất. Hôm sau, bị nhắc nhở nên tôi đã trả tiền.

🔊18

おいしいと<u>評判</u>のラーメン屋。日本中に店があるが、<u>本店</u>は特
ひょうばん や にほんじゅう みせ ほんてん とく
に人気が高く、<u>わざわざ</u>隣の県から来る客もいる。店は<u>細長く</u>、
にんき たか となり けん く きゃく みせ ほそなが
大勢の客が入れないので、店の外にはいつも<u>行列</u>ができている。
おおぜい きゃく はい みせ そと ぎょうれつ

101 □	評判 ひょうばん	名 reputation/评价/nổi tiếng, sự đánh giá
102 □	本店 ほんてん	名 main store/总店/tiệm gốc
103 □	+ 本社 ほんしゃ	名 main office, headquarters/总公司/trụ sở chính
104 □	わざわざ	副 take the trouble/专程/cất công
105 □	細長い ほそなが	イ long and narrow/瘦长/dài và hẹp, thon dài
106 □	行列 ぎょうれつ	名 ranks, line/排队/hàng dài người (xếp hàng)

This is a ramen shop with a reputation for its food being delicious. It has branches all over Japan, but the main store is particularly popular, and some customers come all the way from neighboring prefectures. The store is long and narrow and cannot accommodate a large number of customers, so there are always lines outside the store./这是被评价很好吃的拉面店。虽然在日本全国都有分店，但总店特别有人气，还有客人专程从隔壁县来。店是瘦长型的，没办法容纳很多客人，所以店外面老是在排队。/Tiệm mì ramen ngon nổi tiếng. Tuy có chi nhánh khắp nước Nhật nhưng tiệm gốc đặc biệt được yêu thích nhiều, có cả thực khách từ tỉnh khác cất công tìm đến. Cửa tiệm dài và hẹp, không thể để nhiều khách vào nên lúc nào cũng có hàng dài người xếp bên ngoài tiệm.

◀))19

食品の産地を気にする人が増えてきた。基本的には国産のもの
の方が品質も値段も高い。そのため、海外産の食品に、「国産」
のラベルを貼る事件も起きた。

107	食品 しょくひん	名 food/食品/thực phẩm
108	産地 さんち	名 production area/产地/nơi sản xuất
109	基本的な きほんてき	ナ basic, general/基本上/về cơ bản
110	＋基本 きほん	名 basics/基本/cơ bản
111	国産 こくさん	名 domestic product/国产/hàng nội, sự sản xuất trong nước
112	品質 ひんしつ	名 quality/品质/chất lượng
113	～産 さん	接尾 made in ~, from ~/～产/hàng ~, sản xuất tại ~
114	ラベル	名 label/标签/nhãn, mác

An increasing number of people are concerned about the production areas of their food. Generally, domestic products are higher in quality and price. As a result, there have been cases where overseas food products are labeled as "domestic."/有很多人开始在意食物的产地。基本上国产的东西，品质都比较好但价钱也贵。所以也发生了在国外产的食品上贴「国产」标签的事件。/Những người quan tâm đến nơi sản xuất của thực phẩm đã và đang tăng lên. Về cơ bản thì đồ hàng nội cả chất lượng và giá cả đều cao. Do đó, đã xảy ra vụ án dán nhãn "hàng nội" lên thực phẩm hàng ngoại.

25

◀») 20

この店の<u>スイーツ</u>は<u>クリーム</u>をたくさん使っていて、食べると
みせ
いつも <u>幸せな</u> 気分になる。問題は、すぐに <u>売り切れる</u> ことと、
しあわ　　 き ぶん　　　　 もんだい　　　　　　 う き
大きいので、<u>おやつ</u>に食べると夕食があまり食べられなくなる
おお　　　　　　　　　 た　　 ゆうしょく　　　　 た
ことだ。

115 ☐	スイーツ	名 sweets/甜点/bánh ngọt, đồ ngọt
116 ☐	クリーム	名 cream/鲜奶油/kem
117 ☐	幸せな しあわ	ナ happy, joy/幸福的/hạnh phúc
118 ☐	売り切れる う き	動2自 be sold out/卖光了/bán hết
119 ☐	＋ 売り切れ う き	名 sold out/卖光/sự bán hết
120 ☐	おやつ	名 snack/点心/bữa xế

The sweets in this shop use a lot of cream, and I always feel happy when I eat them. The
problem is that they sell out quickly, and they're so big that you won't be able to eat much
dinner after you eat one as a snack./这家店的甜点，都使用很多的鲜奶油，一吃就会有幸福的
感觉。问题是，马上就会卖光了。而且很大，如果是当点心吃的话，晚饭就会吃不太下了。 /
Bánh ngọt ở tiệm này sử dụng rất nhiều kem, lúc nào ăn tôi cũng cảm thấy hạnh phúc. Vấn
đề là họ bán hết ngay lập tức và bánh lớn nên khi ăn cho bữa xế thì không thể ăn được bữa
tối mấy nữa.

◀») 21

<u>国際交流</u>のサークルで知り合った<u>方</u>に、<u>ランチ</u>を<u>おごって</u>もらっ
こくさいこうりゅう　　　　　　 し あ　　　 かた
た。そのときは２人だけだったが、冬に<u>機会</u>があったら、他の
ふたり　　　　　　　　 ふゆ き かい　　　　　 ほか
メンバーも一緒に<u>鍋</u>を食べる<u>会</u>を開きたい。
いっしょ なべ た かい ひら

121 ☐	方 かた	名 person (honorific)/人/người (kính ngữ)
122 ☐	ランチ	名 lunch/午饭/bữa trưa, buổi trưa
123 ☐	＋ モーニング	名 breakfast/早饭/bữa sáng, buổi sáng
124 ☐	＋ ディナー	名 dinner/晚饭/bữa tối

125 ☐	おごる	動1他 treat someone (to a meal)/请客/chiêu đãi, mời, bao
126 ☐	機会（きかい）	名 opportunity/机会/dịp, cơ hội
127 ☐	鍋（なべ）	名 pot/火锅/(món) lẩu, cái nồi
128 ☐	会（かい）	名 party, meeting/聚会/buổi, hội

A person I met in an international exchange club bought me lunch. At that time, there were only two people, but if I have a chance in winter, I would like to hold a hot pot eating party with other members./在国际交流的社团活动认识的人，请我吃了午饭。那时候虽然只有2个人，但如果冬天有机会，我想约其他团员一起开个吃火锅的聚会。/Tôi được một người quen biết qua câu lạc bộ giao lưu quốc tế đãi bữa trưa. Lúc đó chỉ có 2 người nên nếu có dịp vào mùa đông, tôi muốn mở một buổi ăn lẩu cùng với các thành viên khác.

◁)) 22

餅（もち）は、「もち米（ごめ）」という特別（とくべつ）な米（こめ）を蒸（む）した後、うすときねでついて作（つく）る。焼（や）いたり茹（ゆ）でたりするほか、あんこをくるんでお菓子（かし）としても食（た）べられる。また、もち米（ごめ）は普通（ふつう）のお米（こめ）と同（おな）じように炊（た）くこともできる。赤飯（せきはん）はもち米（ごめ）を炊（た）いて作（つく）る。

129 ☐	餅（もち）	名 mochi, pounded rice cake/麻糬/bánh nếp
130 ☐	蒸す（むす）	動1他 steam/蒸/hấp
131 ☐	あんこ	名 anko, sweet bean paste/红豆泥/nhân đậu
132 ☐	くるむ	動1他 wrap/包/bọc, gói, bao
133 ☐	炊く（たく）	動1他 cook/煮/nấu (cơm)

Mochi is made by steaming a special type of rice called mochigome and then using motar and pestle. In addition to baking or boiling it, you can also wrap it in sweet bean paste and eat it as sweets. In addition, mochigome can be cooked in the same way as ordinary rice. Red rice is made by cooking mochigome./麻糬是把特别的米「糯米」蒸熟后，用杵臼捣烂制作。不止可以煎，可以水煮，还可以包红豆泥当点心吃。而且，糯米还可以和普通的米同样用煮的。红豆饭也是用糯米煮成的。/Bánh nếp được làm bằng cách giã bằng cối và chày sau khi hấp một loại gạo đặc biệt gọi là "gạo nếp". Ngoài việc chiên, luộc thì còn có thể bọc nhân đậu làm thành bánh để ăn. Ngoài ra, cũng có thể nấu gạo nếp giống với gạo thông thường. Xôi đậu đỏ được nấu từ gạo nếp.

🔊 23

A：あ、私はノンアルコールビールで。
　　　わたし

B：え、飲まないの？
　　　　の

A：うん、ちょっと医者に肝臓が悪いと言われて。飲酒は週2
　　　　　　　　　　い しゃ　かんぞう　わる　　い　　　　いんしゅ　しゅう

　　回に制限してるんだ。
　　かい せいげん

134 ☐	ノンアルコール	名 non-alcoholic (drink)/无酒精/không có cồn
135 ☐	肝臓 かんぞう	名 liver/肝脏/gan
136 ☐	飲酒[する] いんしゅ	名 動3自 drinking alcohol, drink alcohol/喝酒[喝酒]/ việc uống rượu, uống rượu

A: Oh, I'll have the non-alcoholic beer. B: Huh, don't you drink? A: Yeah, my doctor said that my liver is a little bad. So, I only drink twice a week./A: 啊，我要无酒精的啤酒。B: 诶，你不喝吗？ A: 嗯，医生说我肝脏不好。所以我现在限制自己，一周只喝2次酒。/A: À, cho tôi bia không cồn. B: Ơ, không uống à? A: Ừm, tôi mới bị bác sĩ nói gan yếu một chút. Cho nên hạn chế uống rượu, tuần 2 lần.

🔊 24

塩は人間にとって、最も基本的な調味料の1つだ。塩は海水か
しお　にんげん　　　　　もっと　きほんてき　ちょうみりょう　　　　　しお　かいすい

ら作られる。だから、海水を舌でなめると、塩辛い味がする。
　つく　　　　　　　　　　かいすい　した　　　　　　　　しおから　あじ

137 ☐	調味料 ちょうみりょう	名 seasoning/调味料/gia vị
138 ☐	海水 かいすい	名 seawater/海水/nước biển
139 ☐	舌 した	名 tongue/舌头/cái lưỡi
140 ☐	なめる	動2他 lick/舔/liếm
141 ☐	塩辛い しおから	イ salty/咸/mặn
142 ☐	＝しょっぱい	イ salty/咸/mặn

Salt is one of the most basic seasonings for humans. Salt is made from seawater. So, if you lick seawater with your tongue, it tastes salty./盐对人类来说，是最基本的调味料之一。盐是从海水制造的。所以用舌头舔海水，就会有咸味。/Đối với con người, muối là 1 loại gia vị cơ bản nhất. Muối được làm từ nước biển. Vì vậy, nếu nếm nước biển bằng lưỡi sẽ thấy có vị mặn.

🔊 25

いつも夕食は簡単な料理やスーパーの<u>おそうざい</u>で<u>済ませてい</u>る。<u>外食</u>もしない。でも、結婚記念日ぐらいは<u>ぜいたくしたい</u>。

143 ☐	（お）そうざい	名 side dish/熟食/thức ăn làm sẵn
144 ☐	済ませる	動2他 be done, settle/解決/giải quyết, làm xong
145 ☐	＋済む	動1自 finish/解決了/xong (việc)
146 ☐	外食［する］	名 動3自 eating out, eat out/下馆子[下館子]/sự ăn ngoài, ăn ngoài
147 ☐	記念日	名 anniversary/纪念日/ngày kỉ niệm
148 ☐	＋記念［する］	名 動3他 commemoration, commemorate/纪念[紀念]/kỉ niệm, làm kỉ niệm
149 ☐	ぜいたく［する］	名 動3自 luxury, do something luxurious/奢侈[奢侈]/sự xa xỉ, xài sang

My dinner is always something simple or some side dish I bought at the supermarket. I don't eat out. But I do want to have something luxurious on my wedding anniversary at least./平常晚饭都是以简单的料理或超市的熟食来解决的。也不下馆子。但结婚纪念日还是想奢侈一下。/Lúc nào tôi cũng giải quyết bữa tối bằng mấy món đơn giản và thức ăn làm sẵn của siêu thị. Tôi cũng không ăn ngoài. Nhưng vào những dịp như kỉ niệm ngày cưới thì tôi muốn xài sang.

🔊 26

<u>全力</u>で運動した後は、お腹が<u>ぺこぺこに</u>なる。ご飯を<u>丼</u>で何<u>杯</u>も<u>おかわりして</u>しまう。

150 ☐	全力	名 full strength, with all one's might/全力/hết sức mình, toàn lực
151 ☐	ぺこぺこな	ナ empty (stomach), very hungry/很饿/đói meo
152 ☐	丼	名 bowl/大碗/tô (cơm)
153 ☐	～杯	接尾 ~ items (counter for bowls of food or cups of drink)/~碗/~ chén, ~ bát
154 ☐	おかわり［する］	名 動3他 refill, have seconds, have a refill/续[續]/việc ăn thêm, ăn thêm, xới thêm

After exercising with all my strength, I get hungry. I end up having bowl after bowl of rice./尽全力运动后，肚子会很饿。用大碗装米饭，都可以续好几碗。/Sau khi vận động hết sức mình thì bụng tôi đói meo. Tôi có thể ăn thêm mấy tô cơm cũng được.

🔊 27

<u>小麦</u>は、<u>トウモロコシ</u>、米の次に世界中で作られている。小麦は、
こむぎ　　　　　　　　　　　　　こめ　つぎ　せかいじゅう　つく　　　　　こむぎ
まず<u>粉</u>にする。それから、パンを作ったり、<u>麺</u>を作ったりする。
こな　　　　　　　　　　　　　　　つく　　　　めん　つく
<u>イタリアのパスタ</u>は世界中で食べられている。
せかいじゅう　た

155 ☐	**小麦** こむぎ	名 wheat/小麦/lúa mì
156 ☐	**+ 小麦粉** こむぎこ	名 flour/面粉/bột mì
157 ☐	**トウモロコシ**	名 corn/玉米/ngô
158 ☐	**粉** こな	名 powder/粉/bột
159 ☐	**麺** めん	名 noodles/面条/sợi mì, các loại bún, mì
160 ☐	**パスタ**	名 pasta/意大利面/mì Ý

Wheat is the third most produced grain around the world after corn and rice. Wheat is first made into grain. Then, it is used to make bread or noodles. Italian pasta is eaten around the world./全世界上，小麦是继玉米，百米之后制作最多的。首先把小麦磨成粉。就可以制作成面包，面条。意大利的意大利面，在世界各地都有人吃。/Lúa mì được sản xuất trên khắp thế giới, sau ngô và gạo. Trước tiên, lúa mì được làm thành bột. Sau đó, làm bánh mì, làm sợi mì. Món mì Ý của Ý được ăn trên khắp thế giới.

覚えよう！
おぼ

食べ物
た　　　もの

Food　食物　món ăn, thức ăn

ラーメン	ramen / 拉面 / mì ramen
牛丼 ぎゅうどん	beef bowl / 牛肉盖饭 / cơm bò xào
すきやき	sukiyaki / 寿喜烧 / lẩu sukiyaki
てんぷら	tempura / 天妇罗 / tempura
うどん	udon noodles / 乌冬面 / mì udon
そば	soba noodles / 荞麦面 / mì soba
さしみ	sashimi / 生鱼片 / món cá sống sashimi
パスタ	pasta / 意面 / mì Ý

野菜と果物
や さい　く だ もの

Vegetables and Fruit　青菜和水果　rau và trái cây

りんご	apple / 苹果 / quả táo
バナナ	banana / 香蕉 / quả chuối
みかん	mandarin / 橘子 / quả quýt
オレンジ	orange / 橙子 / quả cam
ぶどう	grapes / 葡萄 / quả nho
いちご	strawberry / 草莓 / quả dâu
メロン	melon / 哈密瓜 / quả dưa lưới
レモン	lemon / 柠檬 / quả chanh
すいか	watermelon / 西瓜 / quả dưa hấu
にんじん	carrot / 红萝卜 / cà rốt
じゃがいも	potato / 马铃薯 / khoai tây
たまねぎ	onion / 洋葱 / hành tây
トマト	tomato / 西红柿 / cà chua

Topic 2

家事
かじ

Housework　家事　Việc nhà

No. 161-291

◀)) 28

大きくて深いフライパンは、材料を焼くだけでなく、ゆでたり、
おお　　　ふか　　　　　　　　ざいりょう　や
煮たりするのにも使える。ゆでる場合には、ふたがあるとよい。
に　　　　　　　　つか　　　　　　　　　　ばあい

161 □	フライパン	名 frying pan/炒菜锅/cái chảo
162 □	ゆでる	動2他 boil/氽烫/luộc
163 □	煮る に	動2他 cook, simmer/水煮/ninh, kho
164 □	⑩ 煮える に	動2自 boil/煮/được ninh, kho
165 □	ふた	名 lid/盖子/nắp

A large and deep frying pan can be used to not only grill ingredients, but also to boil or cook things. When boiling something, it is best to have a lid./又大又深的炒菜锅，不止可以炒菜，还能够拿来氽烫，水煮。如果要水煮，有盖子比较好。/Cái chảo lớn và sâu thì không chỉ để chiên nguyên liệu mà còn có thể dùng để khi thì luộc, khi thì kho. Nếu luộc thì nên có nắp.

◀)) 29

湯のみやまな板についた汚れは、水で流すだけでは、なかなか
ゆ　　　　　いた　　　　　よご　　　　　みず　 なが
取れない。１時間ほど漂白剤に浸けておくと、ぴかぴかになる。
と　　　　じ かん　　ひょうはくざい　つ

166 □	湯のみ ゆ	名 teacup/茶杯/chén uống trà
167 □	まな板 いた	名 cutting board/砧板/thớt
168 □	汚れ よご	名 dirt/污垢/vết bẩn
169 □	流す なが	動1他 wash away, flush/冲/xả, làm cho chảy
170 □	浸ける つ	動2他 immerse/泡/ngâm
171 □	ぴかぴかな	ナ sparkling, shiny/新的/sáng bóng, mới tinh, lung linh

Dirt stuck on things like teacups and cutting boards is not easy to wash away with only water. If you immerse them in bleach for an hour, they will be sparkling clean./粘在茶杯，砧板上的污垢，只用水冲是很难洗掉的。泡1小时左右的漂白水，就会变新的一样。/Vết bẩn dính trên chén uống trà hay thớt thì khó mà rửa sạch chỉ bằng cách xả nước. Nếu ngâm trong chất tẩy trắng khoảng 1 tiếng thì sẽ trở nên sáng bóng.

🔊 30

使った<u>食器</u>は、洗ってから、<u>シンク</u>の上の<u>戸棚</u>に<u>戻して</u>ください。
<u>ポット</u>はまたすぐに使うので、<u>しまわなくて</u>いいです。

172 □	食器 しょっき	名 tableware/餐具/chén bát
173 □	シンク	名 sink/流理台/bồn rửa
174 □	＝流し ながし	名 sink/流理台/bồn rửa, bồn nước
175 □	戸棚 とだな	名 cabinet/壁柜/tủ chén
176 □	戻す もど	動1他 return/放回/trả lại, để lại (chỗ cũ)
177 □	ポット	名 pot/热水瓶/cái ấm
178 □	しまう	動1他 put away/收/cất, dẹp

Wash your used tableware and return it to the cabinet on the sink. Since the pots will be used again soon, you don't have to put them away./使用后的餐具，洗了以后，请放回流理台上面的壁柜里。热水瓶会经常使用，所以不用收。/Vui lòng trả lại chén bát đã sử dụng vào tủ chén phía trên bồn rửa sau khi rửa xong. Còn ấm thì lại sử dụng ngay nên không cất cũng được.

🔊 31

<u>ほこり</u>は部屋の<u>隅</u>にたまります。<u>床</u>をよく掃除しましょう。

179 □	ほこり	名 dust/灰尘/bụi bặm
180 □	隅 すみ	名 corner/角落/góc
181 □	床 ゆか	名 floor/地板/sàn nhà

Dust can accumulate in the corners of rooms. Be sure to clean the floor well./灰尘会积在房间的角落。一定要好好清扫地板。/Bụi bặm sẽ tích tụ trong góc phòng. Hãy làm vệ sinh sàn nhà thật kỹ.

🔊 32

<u>一人暮らし</u>を始めたばかりなので、家の中はまだ全然<u>片付いて</u>
いない。早く必要な<u>家具</u>をそろえて、<u>家事</u>にも慣れたいと思う。

182 ☐	一人暮らし ひと ぐ	名 living alone/独居生活/sống một mình
183 ☐	片付く かた づ	動1自 clean up, tidy up/整理/được dọn dẹp ngăn nắp
184 ☐	家具 か ぐ	名 furniture/家具/đồ dùng gia đình
185 ☐	家事 か じ	名 housework/家事/việc nhà

Since I just started living alone, I haven't cleaned up my home at all yet. I want to hurry up and get all the furniture I need and get used to doing housework./刚开始过独居生活，家里根本还没整理。要赶紧采买必要的家具，习惯做家事才行。/Vì tôi mới bắt đầu sống một mình nên trong nhà vẫn chưa được dọn dẹp ngăn nắp hoàn toàn. Tôi muốn mau chuẩn bị đồ dùng gia đình cần thiết và quen với cả việc nhà.

🔊 33

A：忙しそうだから、何か<u>手伝おう</u>か？
B：ありがとう。じゃあ、部屋の<u>後片付け</u>をしてくれない？
A：うん、子どもが<u>出した</u>おもちゃを片付けるよ。
B：その後、玄関を<u>掃いて</u>くれたらうれしいな。
A：わかった。

186 ☐	手伝う て つだ	動1他 help/帮忙/sự giúp đỡ
187 ☐	後片付け[する] あとかた づ	名 動3自 cleaning up after, clean up after/收拾/sự dọn dẹp, dọn dẹp
188 ☐	出す だ	動1他 put out/拿出来/bày ra, lấy ra, đưa ra, nộp
189 ☐	掃く は	動1他 sweep/扫/quét

A: You look busy, so is there anything I can do to help? B: Thank you. Then, can you clean up this room after we're done? A: Yeah, I'll clean up the toys our kid took out. B: Also, I'd appreciate it if you could sweep the entrance. A: Okay. /A: 你好像很忙，要我帮忙吗？ B: 谢谢。那，你帮我收拾房间好吗？ A: 嗯，我来收拾孩子拿出来的玩具。 B: 之后，再帮我扫大门的话我会很开心的。 A: 好。 /A: Em có vẻ bận nên để anh giúp việc gì đó nhé? B: Cảm ơn anh. Vậy anh dọn dẹp phòng giúp em được không? A: Ừm, vậy anh dọn đồ chơi con bày ra nhé. B: Sau đó, anh quét chỗ cửa ra vào thì em vui lắm. A: Anh biết rồi.

🔊 34

私の趣味は洗濯です。洗濯物を干すときは、濃い色の服は裏返して干すと色が落ちません。乾いた洗濯物は、日が暮れるまでに取り込みましょう。太陽の匂いのする洗濯物を畳むのは幸せです。

190	洗濯物 せんたくもの	名 laundry/洗过的衣服/đồ giặt
191	干す ほ	動1他 dry/晒/phơi
192	裏返す うらがえ	動1他 turn inside out, turn over/翻过来/lộn mặt sau
193	乾く かわ	動1自 be dried/干/khô
194	ⓦ 乾かす かわ	動1他 dry/烘干/làm cho khô, phơi khô
195	畳む たた	動1他 fold/叠/xếp, gấp

My hobby is doing laundry. When hanging out the laundry to dry, I turn my dark-colored clothes inside-out so the colors don't run. Be sure to take in dry laundry by the time the sun goes down. Folding laundry that smells the sun makes me happy./我的兴趣是洗衣服。晒洗过的衣服的时候，把深色衣服翻过来晒，就不会掉色。衣服干了后，要在日落前收进来。能叠有太阳味的衣服真是幸福。/Sở thích của tôi là giặt giũ. Khi phơi đồ, với những quần màu đậm, nếu lộn mặt sau ra để phơi thì sẽ không bị bay màu. Đồ đã khô thì hãy lấy vào trước khi mặt trời lặn. Xếp đồ giặt thơm mùi nắng thật hạnh phúc.

🔊 35

掃除用具はまとめて洗面所に置いてあります。

196	掃除用具 そうじようぐ	名 cleaning equipment/清洁用具/dụng cụ quét dọn
197	✚ 用具 ようぐ	名 equipment, tool/用具/dụng cụ
198	まとめる	動2他 put together, summarize/统一/gom lại, tóm tắt
199	ⓦ まとまる	動1自 be put together, be summarized/归纳/được gom lại, được tóm tắt
200	洗面所 せんめんじょ	名 washroom/卫生间/chỗ rửa tay, phòng rửa mặt

Cleaning equipment is all stored together in the washroom./清洁用具我都统一的收到卫生间里。/Dụng cụ quét dọn được gom lại để ở chỗ rửa tay.

◀)) 36

古くなった<u>タオル</u>は<u>雑巾</u>にします。タオルをミシンで<u>縫って</u>も
ふる　　　　　　　　ぞうきん　　　　　　　　　　　　　　　　　　ぬ
いいし、<u>針</u>と糸を使って自分で<u>縫って</u>もいいです。雑巾は、床
　　　はり　いと　つか　じぶん　ぬ　　　　　　　ぞうきん　　ゆか
を<u>拭く</u>ときなどに使うことができます。
　ふ　　　　　　　　つか

201	タオル	名 towel/毛巾/khăn
202	雑巾 ぞうきん	名 rag/抹布/giẻ lau
203	縫う ぬ	動1他 sew/缝/may, may vá
204	針 はり	名 needle/针/kim
205	拭く ふ	動1他 wipe/擦/lau

I use old towels as rags. You can sew the towels with a sewing machine, or you can sew them by yourself using a needle and thread. These rags can be used to wipe the floor./把旧的毛巾拿来制作成抹布。可以用缝纫机缝毛巾，也可以用针线自己缝。抹布可以拿来擦地板。/Những chiếc khăn cũ thì tôi làm giẻ lau. May khăn bằng máy may cũng được, mà dùng kim và chỉ tự mình may cũng tốt. Giẻ lau có thể được dùng để lau sàn nhà v.v.

◀)) 37

仕事が忙しくて<u>不規則な</u>生活が続いた。　食事は<u>インスタント食</u>
しごと　いそが　　　　ふきそく　　せいかつ　つづ　　　しょくじ　　　　　　　　　しょく
<u>品</u>ばかりで、部屋も<u>散らかった</u>ままだ。
ひん　　　　　　へや　　ち

206	不規則な ふきそく	ナ irregular, unsteadiness/不规律的/không điều độ
207	インスタント食品 しょくひん	名 instant food/即食食品/thực phẩm ăn liền
208	散らかる ち	動1自 be scattered/散乱/bừa bộn
209	⑩ 散らかす ち	動1他 scatter/弄乱/xả bừa bộn

I was busy with work as my irregular life continued. All I eat is instant food, and my room stays messy./工作太忙导致一直过着不规律的生活。吃饭也都是吃即食食品，房间也散乱着。/Công việc bận rộn, cuộc sống không điều độ cứ tiếp diễn. Ăn uống thì chỉ toàn thực phẩm ăn liền, phòng ốc cũng để nguyên trong bừa bộn.

みそ汁の作り方は簡単です。だしを取って、材料を入れて煮ます。
最後におたまでみそを溶いたら でき上がり です。
<small>しる つく かた かんたん / と / ざいりょう い / に / さい ご / と / あ</small>

210 □	材料 <small>ざいりょう</small>	名 ingredients, materials/材料/vật liệu
211 □	おたま	名 ladle/汤勺/cái vá
212 □	溶く <small>と</small>	動1他 melt/溶化/làm cho tan ra
213 □	でき上がり <small>あ</small>	名 finished, complete/完成/(sự) hoàn thành
214 □	+ でき上がる <small>あ</small>	動1自 be finished/做好/hoàn thành

Making miso soup is easy. Take the stock, add the ingredients and then cook it. Lastly, dissolve the miso using a ladle, and it's finished./味噌汤的做法很简单。熬高汤后，放进材料煮。最后用汤勺装味噌，溶化后就完成了。/Cách nấu súp miso rất đơn giản. Nấu nước dùng, cho nguyên vật liệu vào và nấu chín. Cuối cùng, dùng vá làm cho tương miso tan ra là hoàn thành.

A：少し体がだるいから、今からちょっと昼寝するよ。
<small>すこ からだ いま ひる ね</small>
B：アルバイトはどうするの？
A：それは行くから、3時に起こしてくれない？
<small>い じ お</small>
B：分かった。
<small>わ</small>
A：ちゃんと起こしてね。
<small>お</small>

215 □	だるい	イ sluggish/倦怠感/uể oải
216 □	昼寝[する] <small>ひる ね</small>	名 動3自 nap, take a nap/午觉[睡午觉]/giấc ngủ trưa, ngủ trưa
217 □	ちゃんと	副 properly/准确的/đàng hoàng

A: I'm feeling a little sluggish, so I'm going to take a short nap now. B: What are you going to do about your part-time job? A: I'll be going, so could you wake me up at 3 o'clock? B: Okay. A: Be sure to wake me up properly./A: 感觉身体有点倦怠感，现在想睡一下午觉。B: 打工怎么办呢？A: 我会去的，可以3点叫我起来吗？B: 好的。A: 要准确的叫醒我哦。/A: Con thấy uể oải trong người quá, bây giờ con đi ngủ trưa một chút đây. B: Vậy có đi làm thêm không? A: Con sẽ đi nên 3 giờ thức con dậy được không? B: Được rồi. A: Nhớ thức con đàng hoàng nhé

冷やしておいたビールを冷蔵庫から取り出し、飲みながらゆっ
(ひ)　　　　　　　　　(れいぞうこ)　　(と)(だ)　　　　(の)
くり食事をする。これが私の休日の喜びだ。
(しょく じ)　　　　　　　(わたし)(きゅうじつ)(よろこ)

218	冷やす (ひ)	動1他 chill, cool/冰冻/ướp lạnh, làm lạnh
219	取り出す (と)(だ)	動1他 take out/取出/lấy ra
220	休日 (きゅうじつ)	名 holiday/假日/ngày nghỉ
221	喜び (よろこ)	名 joy/欢乐/niềm vui

Taking out a chilled beer from the refrigerator and slowly eating a meal while drinking. This is my holiday joy./从冰箱取出冰冻的啤酒，边喝边慢慢用餐。这就是我假日的欢乐。/Lấy bia đã ướp lạnh sẵn từ trong tủ lạnh ra, vừa uống vừa thong thả dùng bữa. Đây là niềm vui trong ngày nghỉ của tôi.

◀》 41

コインランドリーは、家の洗濯機には入らないような大きなカー
(いえ)(せんたくき)(はい)　　　　　(おお)
ペットなどを洗ったり乾燥させたりできるので、大変便利だ。
(あら)　　(かんそう)　　　　　　(たいへんべん り)
欠点は、コインランドリーまで大きなカーペットを持っていく
(けってん)　　　　　　　　　(おお)　　　　　　(も)
のが大変だということだ。
(たいへん)

222	コインランドリー	名 coin laundromat/自助洗衣店/giặt ủi tự động
223	カーペット	名 carpet/地毯/tấm thảm
224	乾燥[する] (かんそう)	名 動3自 drying, dry/干[烘干]/sự khô, khô
225	欠点 (けってん)	名 disadvantage/缺点/khuyết điểm

Coin laundromats are very convenient because things like large carpets that can't fit in household washing machines can be washed or dried there. The disadvantage is that it's difficult to bring a large carpet all the way to the coin laundromat. /自助洗衣店可以洗放不进家里的洗衣机的大地毯，还能烘干。非常方便。缺点是需要把大地毯拿到自助洗衣店。/Giặt ủi tự động có thể giặt và sấy khô cả những thứ không thể cho vào máy giặt ở nhà như tấm thảm lớn v.v. nên vô cùng tiện lợi. Khuyết điểm là việc đem tấm thảm lớn đến nơi giặt ủi tự động thì khá là vất vả.

◀)) 42

私の<u>得意な</u>料理はステーキだ。<u>少々</u> <u>適当</u>な味付けでも、硬く
ならないように焼けば<u>オーケー</u>だ。

226 得意な とくい	ナ good at/专长的/sở trường, giỏi
227 少々 しょうしょう	副 a little/有点/chút chút
228 適当な てきとう	ナ careless, suitable/随便/sơ qua, đại khái
229 オーケー	感 okay/OK/được, OK

The dish I'm best at cooking is steak. Even with somewhat careless seasoning, it'll be okay so long as it's cooked so as not to be too tough./我最专长的料理就是牛排。就算调味有点随便，但只要煎的不硬，我就OK了。/Món ăn sở trường của tôi là bít-tết. Chỉ cần ướp một chút sơ qua và nướng sao cho không bị cứng là được.

◀)) 43

夫の趣味は料理だ。「料理は<u>化学</u>だ」と言っていて、調味料を
<u>加える</u> <u>順番</u>も気にしている。<u>包丁</u>の使い方もとてもうまいし、
料理家の<u>記事</u>もいつも熱心に読んでいる。

230 化学 かがく	名 chemistry/化学/hóa học
231 加える くわ	動2他 add/加/thêm vào
232 ⑩ 加わる くわ	動1自 join/加入/tham gia, trở nên tăng lên
233 順番 じゅんばん	名 order/顺序/thứ tự
234 包丁 ほうちょう	名 kitchen knife/菜刀/dao
235 記事 きじ	名 article/文章/bài báo

My husband's hobby is cooking. He says, "Cooking is chemistry," and even pays attention to the order in which seasonings are added. He's really good at using kitchen knives, and he always reads articles about cooking enthusiastically./丈夫的兴趣是料理。他说「料理是化学」，还很在意加调味料的顺序。菜刀用的也好，常常都很专注的在看料理家的文章。/Sở thích của chồng tôi là nấu ăn. Anh ấy nói "nấu ăn là hóa học" và để ý cả thứ tự thêm gia vị vào. Cách anh ấy dùng dao cũng rất thành thạo, và lúc nào cũng nhiệt tình đọc các bài báo của các chuyên gia nấu ăn.

🔊 44

私はワイシャツに<u>アイロン</u>をかけるのが苦手です。<u>どうしても</u>
（わたし）　　　　　　　　　　　　　　　　　（にが て）
うまくできないので、うちでは夫がアイロン<u>担当</u>です。夫に<u>不</u>
　　　　　　　　　　　　　　　（おっと）　　　　（たん とう）　　　（おっと）　（ふ）
<u>満</u>な様子は<u>全く</u>なく、楽しそうにやっています。今日も<u>ハンガー</u>
（まん）　（よう す）　（まった）　　　　　　　　　　　　　　　（きょう）
にきれいになったワイシャツがかかっていて、うれしいです。

236 ☐	アイロン	名 iron/熨／熨斗/việc là, bàn là
237 ☐	どうしても	副 no matter what/无论如何/làm thế nào cũng
238 ☐	担当[する] （たん とう）	名 動3他 being in charge of, be in charge of/负责[负责任]/sự phụ trách, phụ trách
239 ☐	＋担当者 （たん とう しゃ）	名 person in charge/责任者/người phụ trách
240 ☐	不満な （ふ まん）	ナ dissatisfied/不满的/bất mãn
241 ☐	全く （まった）	副 (not) at all, completely/完全/hoàn toàn
242 ☐	ハンガー	名 (clothes) hanger/衣架/móc áo

I'm no good at ironing dress shirts. Because I just can't do it well no matter what, my husband is in charge of ironing. He doesn't seem to be dissatisfied at all, and looks like he's having fun doing it. I'm glad to see another cleaned dress shirt on the hanger today too./我不擅长熨衬衣。无论如何都做不好，所以我们家是丈夫负责熨衣服。丈夫对此完全没有不满的样子，还做的很开心。今天衣架也挂着熨的很漂亮的衬衣。真开心。/Tôi không giỏi trong việc là áo sơ mi. Làm thế nào cũng không thể là cho đẹp nên ở nhà, chồng tôi phụ trách là. Chồng tôi hoàn toàn không có vẻ gì là bất mãn mà giúp tôi một cách vui vẻ. Hôm nay, những chiếc áo sơ mi thẳng thớm cũng được treo trên móc áo, tôi thật hạnh phúc.

🔊 45

家の<u>光熱費</u>を下げるために、使わない機器の<u>コード</u>をコンセン
（いえ）（こう ねつ ひ）（さ）　　　　（つか）　　（き き）
トから抜くようにしている。しかし、この<u>間歯磨き</u>をしながら
　　　（ぬ）　　　　　　　　　　　　　　（あいだ は みが）
歩いていたら、抜いたコードに引っかかってしまって<u>危な</u>かっ
（ある）　　　　（ぬ）　　　　　　　　　　　　　　　　　（あぶ）
た。コードを片付けるか、歯磨きをしながら歩かないようにす
　　　　　　（かた づ）　　（は みが）　　　　（ある）
るか、どちらがいいだろうか。

243 ☐	光熱費 （こう ねつ ひ）	名 utility costs/水电费/tiền điện nước ga

244 ☐	コード	名 cord/电线/dây điện, mã
245 ☐	歯磨き[する] は みが	名 動3自 tooth brushing, brushing one's teeth/刷牙[刷牙]/việc đánh răng, đánh răng
246 ☐	＋ 歯ブラシ は	名 toothbrush/牙刷/bàn chải đánh răng
247 ☐	＋ 歯磨き粉 は みが こ	名 tooth paste/牙膏/kem đánh răng

In order to lower utility costs at home, I've decided to pull the cords of devices I'm not using out of the power outlets. However, when I was walking around while brushing my teeth, I got caught in an unplugged cord, which was dangerous. I wonder which I should do, clean up the cords or stop walking around while brushing my teeth./为了省家里的水电费，我会把没用到的机器的电线从插座上拔掉。但是，上次我边刷牙边走路时，被拔掉的电线绊倒，好危险。看是要把电线收好，还是不能边刷牙边走路，哪一种比较好呢。/Để giảm bớt tiền điện nước ga trong nhà, tôi thường rút dây điện của những máy móc không sử dụng ra khỏi ổ cắm. Nhưng, mới đây, tôi vừa đánh răng vừa đi thì bị vấp vào sợi dây điện đã rút, thật nguy hiểm. Dọn dây điện gọn gàng lại hoặc không vừa đánh răng vừa đi, cái nào tốt nhỉ.

◀)) 46

ここ数日、年をとった母に付き合って、一緒に公園を散歩して
　　すうじつ　とし　　　はは　つ　あ　　　　いっしょ　こうえん　さんぽ
いる。毎日歩く母を偉いなあと思っていたが、最近は、私も自
　　　まいにちあるく　はは　えら　　　おも　　　　さいきん　　わたし　し
然に散歩に行きたいと思うようになってきた。
ぜん　さんぽ　い　　　おも

248 ☐	数日 すうじつ	名 副 several days/几天/vài ngày
249 ☐	＋ 数年 すうねん	名 副 several years/几年/vài năm
250 ☐	付き合う つ あ	動1自 accompany/陪着/dành thời gian, quen biết
251 ☐	偉い えら	イ great/佩服/giỏi, vĩ đại, tuyệt
252 ☐	自然な しぜん	ナ natural/自然的/một cách tự nhiên

Over the past few days, I've been accompanying my aging mother and walking in the park with her. I was thinking about how great it is that my mother walks every day, but recently, I too have started naturally wanting to go for walks./这几天我陪着年纪大的母亲，一起在公园散步。我很佩服母亲每天都走路。但最近，我也很自然的变得会想要去散步。/Vài ngày nay, tôi dành thời gian cho mẹ già để cùng mẹ đi dạo công viên. Tôi thấy mẹ thật giỏi khi đi bộ mỗi ngày nhưng gần đây, một cách tự nhiên, tôi cũng trở nên muốn đi dạo.

◀)) 47

A：<ruby>日本<rt>に ほん</rt></ruby><ruby>製<rt>せい</rt></ruby>の<ruby>炊飯器<rt>すいはん き</rt></ruby>って<ruby>海外<rt>かいがい</rt></ruby>でも<ruby>人気<rt>にん き</rt></ruby>があるらしいね。

B：お<ruby>米<rt>こめ</rt></ruby>がおいしく<ruby>炊<rt>た</rt></ruby>けるからね。それに、<ruby>料理<rt>りょう り</rt></ruby>もできるんだよ。
<ruby>材料<rt>ざいりょう</rt></ruby>を<ruby>入<rt>い</rt></ruby>れてボタンを<ruby>押<rt>お</rt></ruby>すだけで、<ruby>自動<rt>じ どう</rt></ruby>でできる。

A：へー、そうなんだ。

B：<ruby>忙<rt>いそが</rt></ruby>しい<ruby>主婦<rt>しゅ ふ</rt></ruby>には<ruby>助<rt>たす</rt></ruby>かるよね。<ruby>海外<rt>かいがい</rt></ruby>の<ruby>人<rt>ひと</rt></ruby>に<ruby>何<rt>なに</rt></ruby>か<ruby>贈<rt>おく</rt></ruby>るなら<ruby>炊飯器<rt>すいはん き</rt></ruby>だね！

253	～<ruby>製<rt>せい</rt></ruby>	接尾 ～ made/～制/hàng ～
254	<ruby>炊飯器<rt>すいはん き</rt></ruby>	名 rice cooker/电饭锅/nồi cơm điện
255	<ruby>自動<rt>じ どう</rt></ruby>	名 automatic/自动/sự tự động
256	＋ <ruby>自動的<rt>じ どうてき</rt></ruby>な	ナ automatic/自动的/tự động
257	<ruby>主婦<rt>しゅ ふ</rt></ruby>	名 housewife/主妇/người làm nội trợ, nội trợ nữ
258	＋ <ruby>主夫<rt>しゅ ふ</rt></ruby>	名 stay-at-home husband/主夫/nội trợ nam
259	<ruby>贈<rt>おく</rt></ruby>る	動1他 present, give a gift/送/gửi tặng, gửi
260	＋ <ruby>贈<rt>おく</rt></ruby>り<ruby>物<rt>もの</rt></ruby>	名 gift, present/礼物/món quà, quà tặng

A: Japanese rice cookers seems to be popular overseas. B: That's because you can cook delicious rice. Besides, you can cook with them too. You just put the ingredients and press the button and it does it automatically. A: Wow, really? B: It's a big help for busy housewives. If you want to give a gift to someone overseas, make it a rice cooker!/A: 日本制的电饭锅，听说在国外也很有人气。B: 因为能把米饭煮的很好吃。而且，还能烹饪呢。只要把材料放进去按按钮，就自动的煮好了。A: 哦~，是哦。B: 对忙碌的主妇来说，可是帮了大忙。如果要送外国人东西，就送电饭锅吧！/A: Có vẻ nồi cơm điện hàng Nhật cũng được ưa chuộng ở nước ngoài lắm nhỉ. B: Vì nấu ra cơm ngon mà. Với lại, còn có thể nấu thức ăn nữa. Chỉ cần bỏ nguyên vật liệu vào rồi bấm nút là tự động nấu. A: Ồ, thế à? B: Đỡ cho mấy người làm nội trợ bận rộn lắm. Nếu mà gửi tặng cái gì đó cho người ở nước ngoài thì là nồi cơm điện rồi!

ワイシャツを<u>インク</u>で<u>汚して</u>しまったので、<u>慌てて</u> <u>洗剤</u>をつけて洗った。

261 ☐	インク	名 ink/墨水/mực
262 ☐	汚す よご	動1他 stain, get dirty/脏/làm bẩn
263 ☐	慌てる あわ	動2自 be hurried, panic/赶紧/vội vàng
264 ☐	洗剤 せんざい	名 detergent/洗涤剂/bột giặt

I got ink on my dress shirt, so I hurriedly rubbed detergent on it and washed it./衬衣沾到墨水脏掉了，我赶紧用洗涤剂洗。/Vì tôi lỡ làm bẩn mực lên chiếc áo sơ mi nên vội vàng dùng bột giặt để giặt.

A：昨日、息子が学校でけがをしてしまって、先生が家まで連れて帰ってきてくださったんです。だから、「ぜひ<u>お上がりください</u>」って言ったんだけど「<u>お構いなく</u>」って遠慮されてしまって。

B：今は、先生は生徒の家にほとんど入らないよね。それに<u>賛成</u>する人も反対する人もいるけどね。

265 ☐	お上がりください あ	句 please come in/请进来/mời vào
266 ☐	お構いなく かま	句 please don't worry about me/不用在意/không sao
267 ☐	賛成[する] さんせい	名 動3自 agreement, agree/赞成[赞成]/sự tán thành, tán thành

A: Yesterday, my son was injured at school, and his teacher brought him back to our house. So I said, "Please come inside," but the teacher refused, saying, "Please don't worry about me." B: Nowadays, teachers rarely enter to students' homes. Some people agree with this, and some people don't./A: 昨天儿子在学校受伤了，是老师带他回来家里的。所以我对老师说「请进来」，但老师很客气的说「不用在意」。B: 现在的老师大部分都不进学生家里了。虽然有些人赞成，但也有些人反对。/A: Hôm qua, con trai tôi bị thương ở trường, cô giáo đã dẫn về tận nhà. Cho nên tôi đã nói "mời cô hãy vào nhà đi ạ" nhưng cô ấy giữ ý nói "không sao ạ". B: Bây giờ giáo viên hầu như không vào nhà học trò nhỉ. Có người tán thành mà cũng có người phản đối chuyện đó nhỉ.

🔊 50

おとといฟんだワインの瓶がとてもきれいだったので、内側を
の　　　　　　　　　　　　　　びん　　　　　　　　　　　　　　　うちがわ
きれいに洗って、花瓶として使うことにした。下にきれいなレー
あら　　　かびん　　　つか　　　　　　　　　した
スを敷くと、とてもいい雰囲気になった。我が家は年中花を生
し　　　　　　　　　ふんいき　　　　　　　わ　や　ねんじゅうはな　い
けているため、花瓶がたくさん必要なのだ。
かびん　　　　　　　ひつよう

268 ☐	おととい	名 副 day before yesterday/前天/hôm kia
269 ☐	瓶 びん	名 bottle/瓶子/cái chai
270 ☐	内側 うちがわ	名 inside/内侧/bên trong
271 ☐	↔ 外側 そとがわ	名 outside/外侧/bên ngoài
272 ☐	敷く し	動 1 他 lay/铺/trải
273 ☐	年中 ねんじゅう	名 all year round/经常/quanh năm

The bottle of the wine I drunk the day before yesterday was very beautiful, so I washed the
inside clean and used it as a vase. I laid a beautiful lace cloth below it and it really improved
the atmosphere. Because my house is full of flowers year-round, I need a lot of vases./前天喝
的红酒的瓶子好漂亮，所以把内侧清洗干净后拿来当花瓶了。下面铺上漂亮的蕾丝，就变成很
好的氛围。我们家经常都有插花，所以需要很多花瓶。/Vì chai rượu vang uống hôm kia rất
đẹp nên tôi rửa sạch bên trong rồi dùng nó làm bình cắm hoa. Trải tấm ren đẹp bên dưới là
có bầu không khí rất thích. Do nhà tôi cắm hoa quanh năm nên cần nhiều bình hoa.

🔊 51

野菜炒めを作るコツは、火が通りにくい材料だけ中火で炒め、
やさいいた　つく　　　　　　　ひ　とお　　　　　ざいりょう　　ちゅうび　いた
少しやわらかくなったら火を弱め、他の野菜を足して、そのま
すこ　　　　　　　　　　　ひ　よわ　　ほか　やさい　た
ま弱火で炒めることだ。すると、しゃきっとした野菜炒めがで
よわび　いた　　　　　　　　　　　　　　　　　　やさいいた
きるはずだ。

274 ☐	～炒め いた	接尾 ～ stir-fry, fried ~/炒~/món ~ xào
275 ☐	炒める いた	動 2 他 stir fry/炒/xào
276 ☐	弱める よわ	動 2 他 weaken/关小/vặn nhỏ (lửa), làm yếu đi

277 ☐	⑩ 弱まる よわ	動1自 be weakened/转弱/trở nên yếu đi
278 ☐	そのまま	副 as is/就这样/cứ như thế, để nguyên
279 ☐	すると	接続 and so/这样的话/thế là

The trick to making stir-fried vegetables is using medium heat for hard-to-cook ingredients and switching to low heat once they soften a little, then adding other vegetables, and continuing to cook it on low heat. Then, you should be able to make crispy stir-fried vegetables./制作炒青菜的窍门是，把不易熟的材料先用中火炒，等变软以后把火关小，再把其他青菜加进去，就这样用小火炒。这样的话，就能炒出脆脆的炒青菜了。/Bí quyết làm món rau xào là chỉ xào nguyên vật liệu khó chín bằng lửa vừa, sau khi mềm một chút rồi thì vặn nhỏ lửa, cho thêm các loại rau khác vào, và cứ thế xào với lửa nhỏ. Làm vậy thì chắc chắn có thể làm món rau xào giòn ngon.

◀)） 52

〈母親から子どもへのメモ書き〉昨日の夕ご飯の残りが紺色のお皿に入っているから、それをお昼に食べてね。レンジで１分ほど温めてね。

280 ☐	残り のこ	名 leftovers, remaining/剩下/thừa, phần dư
281 ☐	紺色 こんいろ	名 indigo, deep blue/深蓝色/màu xanh dương đậm
282 ☐	（電子）レンジ でんし	名 microwave/微波炉/lò vi sóng
283 ☐	温める あたた	動2他 heat up, warm/热/hâm nóng, làm ấm, sưởi ấm
284 ☐	⑩ 温まる あたた	動1他 be heated up, be warmed/温热/được làm nóng

A memo from a mother to her child: "The leftovers from yesterday's dinner is in the indigo dish, so eat it for lunch. Please warm it up for about one minute in the microwave."/母亲留给孩子的便条「昨天晚饭剩下的在深蓝色的盘子里，你中午可以吃。用微波炉热1分钟左右。」/Ghi chú mẹ viết cho con: "Cơm còn thừa tối qua ở trong cái đĩa màu xanh đậm, con lấy ăn trưa nhé. Hâm nóng khoảng 1 phút bằng lò vi sóng.

🔊 53

A：この袋に入っている緑色の粉、何？
　　（ふくろ）（はい）　　（みどりいろ）（こな）（なに）

B：ケールっていう野菜を、粉にしたものよ。
　　　　　　　　　　（やさい）　（こな）

A：ああ、健康にいいやつだね。
　　　　　（けんこう）

B：そうそう。お湯に溶かして飲むの。粉を固めて作った錠剤
　　　　　　　　（ゆ）（と）　　（の）　　（こな）（かた）　（つく）　（じょうざい）

　　もあるよ。

A：ちょっと飲んでみたいな。
　　　　　　（の）

B：今ちょうどわかしたお湯がやかんに入っているから、作って
　　（いま）　　　　　　　　（ゆ）　　　　　　（はい）　　　　　　　（つく）

　　あげるよ。

285 □	袋 （ふくろ）	名 bag/袋子/cái túi, cái bao
286 □	＋買い物袋 （か）（ものぶくろ）	名 shopping bag/购物袋/túi đi chợ
287 □	溶かす （と）	動1他 dissolve, melt/溶/hòa tan
288 □	⑩ 溶ける （と）	動2自 melt/溶化/tan, chảy
289 □	固める （かた）	動2他 make tough, make hard/凝固/nén lại
290 □	⑩ 固まる （かた）	動1自 harden/固化/cứng lại
291 □	やかん	名 kettle, teapot/水壶/cái ấm

A: What's this green powder in this bag? B: It's a powder made from a vegetable called kale.
A: Oh, it's good for health, isn't it? B: Yeah. You dissolve it in hot water and drink it. There are also tablets made from this powder. A: I want to try drinking a little. B: There's still some hot water in the kettle I just put on, so I'll make you some./A: 这袋子里面的绿色的粉是什么？
B: 是用一种叫羽衣甘蓝的蔬菜磨成的粉。A: 啊，对健康好的东西。B: 对对。用开水冲溶后喝的。还有把粉凝固后制成的锭剂。A: 我也想喝喝看。B: 现在水壶里刚好有烧开的热水，我冲给你喝。/A: Cái bột màu xanh lá cây trong cái túi này là gì vậy? B: Là cải xoăn làm thành bột đấy. A: À, cái loại tốt cho sức khỏe đấy nhỉ. B: Đúng đúng. Hòa tan trong nước ấm rồi uống. Có cả loại viên được làm bằng cách nén bột lại đó. A: Tôi muốn uống thử một chút. B: Vừa đúng lúc trong ấm có nước đã đun sôi, để tôi pha cho.

Topic 3

買い物
かもの

Shopping　购物　Mua sắm

No. 292-357

🔊 54

ドラッグストアに人の列ができていた。閉店するから、店内の商品が定価の2割引から半額で買えるらしい。

292	ドラッグストア	名 drug store/药妆店/cửa hàng thuốc
293	＋薬局 やっきょく	名 pharmacy/药店/tiệm thuốc
294	列 れつ	名 line/队/hàng
295	定価 ていか	名 retail price/定价/giá niêm yết
296	～割引 わりびき	接尾 ～ discount, ～ off/～折/giảm ～ (mươi) phần trăm
297	半額 はんがく	名 half off, half price/半价/một nửa giá

There was a line of people at the drugstore. It's going to close, so it seems that products in the store can be purchased at a discount of 20 percent to half off of the list price./药妆店有人在排队。因为要结束营业了，所以店内的商品都是定价减2成折扣到半价就可以买到。/Hàng người xếp dài ở cửa hàng thuốc. Nghe đâu vì cửa hàng đóng cửa nên có thể mua sản phẩm trong cửa hàng với giá giảm 20% hoặc một nửa giá niêm yết.

🔊 55

日本円に両替するときには、金額にかかわらず、手数料として余分な金額を支払わなければならない。

298	両替[する] りょうがえ	名 動3他 currency exchange, exchange (currency)/兑换[兑换]/sự đổi tiền, đổi tiền
299	金額 きんがく	名 amount (of money)/金额/số tiền
300	～料 りょう	接尾 ～ fee/～费/tiền ～
301	余分な よぶん	ナ extra/额外/dôi ra, dư thừa
302	支払う しはら	動1他 pay/支付/chi trả, thanh toán
303	＋支払い しはら	名 payment/付/sự chi trả, sự thanh toán

When exchanging to Japanese yen, you have to pay an extra amount as a fee, regardless of the amount you're exchanging./兑换日元时，不管兑换金额多少，还必须支付额外金额的手续费。/Khi đổi sang tiền yên Nhật, bất kể số tiền, phải trả số tiền dôi ra như là tiền lệ phí.

自動販売機でジュースを買おうと思ったのに、お札が使えなかっ
た。小銭だとあと 50 円足りない。諦めて他の自動販売機を探
した が、10000 円札が使えるのはなかった。

304	自動販売機 じ どうはんばい き	名 vending machine/自动贩卖机/máy bán hàng tự động
305	(お)札 さつ	名 (monetary) bill/纸钞/tiền giấy
306	足りる た	動2自 be enough/够/đủ
307	~札 さつ	接尾 ~ bill, ~ note/~纸钞/tờ (tiền) ~

I wanted to buy juice at a vending machine, but I couldn't use bills. If I have to only pay in
change, I'll be 50 yen short. I gave up and looked for another vending machine, but there
were none that take 10,000-yen bills./原本想在自动贩卖机买饮料的，但不能使用纸钞。零钱
又不够50日元。只好放弃，去找别的自动贩卖机。但都没有能使用10000日元纸钞的。/Tôi
định mua nước trái cây bằng máy bán hàng tự động thì máy không dùng tiền giấy được. Mà
tiền xu thì còn thiếu 50 yên. Tôi đành bỏ cuộc tìm máy bán hàng tự động khác nhưng không
có máy dùng được tờ tiền 10.000 yên.

うちの大学には 3 つの売店があります。そのうち、この売店で
は教科書の販売もしています。注文した教科書の代金はこのレ
ジで払うことができます。水曜日は定休日ですので、気をつけ
てくださいね。

308	売店 ばいてん	名 store/小卖部/cửa tiệm
309	代金 だいきん	名 payment, price/费用/tiền (trả)
310	定休日 ていきゅうび	名 regular holiday/定期休息日/ngày nghỉ định kì

My university has three stores. Among them, this shop also sells textbooks. The payment for
the ordered textbooks can be made at this cash register. Wednesday is a regular holiday, so
please be careful./我们的大学里有3家小卖部。其中，这里的小卖部还有贩卖课本。可以在这
里的收银台支付订购课本的费用。星期三是定期休息日，所以要注意哦。/Trường đại học của
chúng ta có 3 cửa tiệm. Trong đó, cửa tiệm này có bán cả giáo trình. Có thể trả tiền giáo trình
đã đặt ở quầy thu ngân này. Ngày thứ tư là ngày nghỉ định kỳ nên lưu ý nhé.

🔊 58

> A：レシートがあれば返品できるんじゃないの？
> へんぴん
>
> B：ですから、お客様、こちらは特売品のため、返品・交換が
> きゃくさま　　　　　　とくばいひん　　　　へんぴん　こうかん
> できません。

311 □	レシート	名 receipt/小票/biên lai

312 □	ですから	接続 as I said before, therefore/所以说/nhưng mà, vì vậy

313 □	特売 とくばい	名 bargain/特卖/khuyến mãi đặc biệt

A: Can't I return it if I have a receipt? B: As I said before, this is a bargain product, so it can't be returned or exchanged./A: 不是有小票就能退货吗? B: 所以说，客人，因为这是特卖品，所以不能交换，退货的。/A: Chẳng phải có biên lai thì trả hàng được sao? B: Nhưng mà thưa quý khách, đây là hàng khuyến mãi đặc biệt nên không trả hàng, đổi hàng được ạ.

🔊 59

> A：4月に社会人になったら、きちんと自分で将来の計画を立て
> がつ　しゃかいじん　　　　　　　　　じぶん　しょうらい　けいかく　た
> て貯金するのよ。
> ちょきん
>
> B：うん、大丈夫だよ、母さん。
> だいじょうぶ　　　かあ
>
> A：あと、預金通帳と印鑑はなくさないように、しっかり自分
> よきん　つうちょう　いんかん　　　　　　　　　　　　じぶん
> で管理してね。
> かんり

314 □	きちんと	副 properly/好好的/đàng hoàng

315 □	貯金[する] ちょきん	名 動3他 save money/存钱/tiền tiết kiệm, tiết kiệm tiền

316 □	預金[する] よきん	名 動3他 deposit, deposit/存款/tiền gửi, gửi tiền

317 □	通帳 つうちょう	名 bankbook/存折/sổ ngân hàng

A: Once you become a working adult in April, you will need to properly plan and save money on your own. B: Yeah, I'll be okay, Mom. A: Also, keep track of your bankbook and seal so you don't lose them./A: 从4月开始踏入社会后，要好好的立定将来的计划，好好存钱。B: 嗯，放心吧。妈妈。A: 还有，存折和印章不能弄丢，要自己保管好哦。/A: Từ tháng 4 ra đi làm rồi, phải tự mình lên kế hoạch tương lai đàng hoàng để mà tiết kiệm đi nhé. B: Ưm, con ổn mà mẹ. A: Còn nữa, tự mình quản lý kỹ để không làm mất sổ gửi tiền và con dấu đấy.

先月の携帯代が 10000 円を超えて、せっかくバイトで貯めたお
金がほとんどなくなった。プランを変えようかと思うが、携帯
電話の料金プランは複雑すぎてどれが得なのかよく分からない。
今月は飲み会ばかりで食費もかかるし、ピンチだ。

318	～代 だい	接尾 ～ bill/ ～費/tiền
319	貯める た	動2他 save/存/tích lũy, tiết kiệm
320	⑩ 貯まる た	動1自 be save up/费用/số tiền, tiền
321	料金 りょうきん	名 payment, charge/划算/có lời, hời
322	～費 ひ	接尾 ～ fee, ～ cost/ ～费/chi phí ～

Because my cell phone bill for last month was more than 10,000 yen, most of the money I
saved up from my part-time job is now gone. I want to change my plan, but mobile phone
payment plans are so complicated that I can't figure out which one is the better deal. I have
a lot of drinking parties this month making my food bill high, so I'm in a pinch./因为上个月
手机话费超过了10000日元，所以我打工存的钱几乎都没了。我想换方案，但手机的费用方
案实在太复杂，搞不清楚哪一种比较划算。这个月还一直在聚餐，又要花伙食费，陷入危机
了。/Tiền điện thoại tháng trước hơn 10.000 yên nên số tiền mà tôi đã cất công làm thêm tiết
kiệm được hầu như không còn. Tôi định đổi gói thuê bao nhưng gói tiền cước điện thoại di
động quá phức tạp, không biết loại nào có lợi. Tháng này còn tốn cả chi phí ăn uống vì toàn
đi nhậu, gay go quá.

今日は新聞の集金がある日なので、口座からお金を下ろして準
備しておこう。

323	集金[する] しゅうきん	名 動3自 collecting money, collect money/收钱[收钱]/ sự thu tiền, thu tiền
324	口座 こうざ	名 account/账户/tài khoản
325	下ろす お	動1他 withdraw/领钱/rút, cho xuống

Today is the day they come to collect newspaper subscription fees, so I should withdraw
some money from my account and get ready./今天是报纸费来收钱的日子，要从账户领钱出来
准备着。/Hôm nay là ngày người ta đến thu tiền báo, nên mình phải rút tiền từ tài khoản để
chuẩn bị sẵn.

🔊 62

3月までのプロジェクトだが、各支店での宣伝活動が思うよう
がつ　　　　　　　　　　　　　　かくしてん　　せんでんかつどう　　おも
に行かず、延長になりそうだ。予算を繰り越す手続きをして、
い　　　　えんちょう　　　　　　　　　　よさん　　く　こ　　てつづ
完成報告会の予約を取り消しておかなければならない。
かんせいほうこくかい　よやく　と　け

326 ☐	支店 してん	名 branch/分店/chi nhánh, đại lý
327 ☐	**+ 支社** ししゃ	名 branch office/分公司/chi nhánh công ty
328 ☐	宣伝[する] せんでん	名 動3他 advertising, advertise/宣传[做宣传]/sự tuyên truyền, quảng cáo
329 ☐	予算 よさん	名 budget/预算/dự toán, ngân sách
330 ☐	繰り越す く　こ	動1他 carry forward/转入/chuyển, chuyển lỗ, bù lỗ
331 ☐	**+ 越す** こ	動1他 exceed/越过/vượt qua
332 ☐	取り消す と　け	動1他 cancel/取消/xóa, hủy

I'm working on a project until March, but the advertising activity at each branch isn't going the way I had hoped, so it looks like the project might be extended. I have to file the paperwork to carry the budget over and cancel the reservation for the completion report meeting./这是到3月份的项目，但各个分店的宣传活动做的不理想，可能会延长。需要进行预算转入的手续，完成报告会的预约也得取消才行。/Tuy là dự án đến tháng 3 nhưng hoạt động quảng cáo ở các chi nhánh không như suy nghĩ, có lẽ sẽ kéo dài. Phải làm thủ tục chuyển ngân sách, hủy đặt trước buổi báo cáo hoàn thành.

🔊 63

若い頃はお金がなくて苦労した。近所の八百屋でいらないキャ
わか　ころ　　　かね　　　　　くろう　　　きんじょ　　やおや
ベツを段ボールにいっぱいもらって、野菜炒めばかり食べてい
だん　　　　　　　　　　　　　　やさいいた　　　　た
た。でも貧しい分、人の優しさにもたくさん触れられたと思う。
まず　　ぶん　ひと　やさ　　　　　　　　ふ　　　　　　おも

333 ☐	八百屋 やおや	名 grocery store/蔬菜店/tiệm rau quả
334 ☐	段ボール だん	名 cardboard/纸箱/thùng các-tông
335 ☐	貧しい まず	イ poor/贫穷/nghèo khó

When I was young, I had no money and had a hard time. I would get a cardboard box from the local grocery store that was full of cabbage they didn't need, and I would eat nothing but stir-fried vegetables. But as poor as I was, I was all the more affected by people's kindness./年軽时因为没有钱过得很苦。附近的蔬菜店给了我很多，整整一大纸箱不要的卷心菜。所以我老是在吃炒蔬菜。我觉得贫穷的反面，却能接触到更多人与人的温情。/Thời trẻ, tôi không có tiền nên rất vất vả. Tôi đã xin đầy thùng các-tông bắp cải mà tiệm rau quả gần nhà không cần nữa và ăn toàn rau xào. Nhưng tôi thấy mình được tiếp xúc nhiều với sự tử tế của con người thay cho phần nghèo khó.

🔊 64

通販でダイヤモンドのネックレスを買った。定価８万円のものがセールで５万円だったので得した気分だ。お金も振り込んだし、配達されるのが楽しみだ。

336	通販 つうはん	名 mail order/邮购/sự mua hàng qua mạng
337	ダイヤモンド	名 diamond/钻石/kim cương
338	セール	名 sale/特卖/bán giảm giá
339	得[する] とく	名 動3自 bargain, get a bargain/赚[了]/hời, được lời
340	↔ 損[する] そん	名 動3自 loss, take a loss/赔[了]/lỗ, thiệt, bị thiệt
341	振り込む ふ こ	動1他 send, deposit (a payment)/汇款/chuyển khoản
342	配達[する] はいたつ	名 動3他 delivery, deliver/送货/sự chuyển phát, chuyển phát hàng

I bought a diamond necklace by mail order. It feels like I got a bargain because it was on sale for 50,000 yen with a list price of 80,000 yen. I already sent the money, so I'm looking forward to getting the delivery./我邮购了钻石项链。定价8万元的东西，特卖才5万元。我觉得赚到了。也汇款过去了，好期待送货的时候。/Tôi đã mua sợi dây chuyền kim cương qua mạng. Vì sợi dây giá niêm yết 80 ngàn yên được bán giảm giá còn 50 ngàn yên nên tôi có cảm giác hời. Tiền thì cũng đã chuyển khoản rồi, giờ chỉ mong chờ hàng được phát đến thôi.

🔊 65

バーゲンのシーズンが来た。高くて買えなかった服が値下がり
していたら買うつもりだ。多めにお金を引き出しておこう。

343	バーゲン(セール)	名 bargain (sale)/促销[特卖]/(bán) giảm giá
344	値下がり [する]	名 動3自 price drop, lower the price/降价/sự giảm giá, giảm giá
345	↔ 値上がり [する]	名 動3自 price increase, increase the price/涨价/sự tăng giá, tăng giá
346	+ 値	名 value/价钱/giá cả, giá trị
347	引き出す	動1他 get out, withdraw/提/rút ra

Bargain's season has arrived. If they lower the prices, I'm going to buy all of the clothes that I couldn't get before because they were too expensive. I should withdraw a little extra money./到了促销的季节。贵到买不起的衣服如果降价了，我一定要买。还是多提一点钱吧。/Đã đến mùa bán hàng giảm giá. Tôi định mua bộ quần áo đã không mua được vì đắt nếu nó giảm giá. Tôi định sẽ rút tiền nhiều một chút.

🔊 66

A：税込み 3500 円です。
B：カードで。
A：お支払い方法はいかがいたしましょうか。
B：1 回払いでお願いします。

348	税込み	名 tax included/含税/bao gồm thuế
349	1 回払い	名 one-installment payment/1次性付清/trả 1 lần

A: That's 3,500 yen including tax. B: By card. A: What payment method would you like? B: In one installment, please./A: 含税3500元。B: 刷卡。A: 请问分几期付款？ B: 一次性付清。/A: 3.500 yên bao gồm thuế ạ. B: Bằng thẻ. A: Cách thanh toán thế nào ạ? B: Tôi trả 1 lần.

A：すみません、<u>クレジットカード</u>って使えますか。

B：申し訳ございません。<u>現金</u>のみになっております。

A：そうですか。あ、<u>領収書</u>お願いします。

B：かしこまりました。<u>レジ袋</u>はお付けしますか。

350 ☐	クレジットカード	名 credit card/信用卡/thẻ tín dụng
351 ☐	＋キャッシュカード	名 ATM card/提款卡/thẻ rút tiền mặt, thẻ ATM
352 ☐	現金 げんきん	名 cash/现金/tiền mặt
353 ☐	領収書 りょうしゅうしょ	名 receipt/收据/hóa đơn
354 ☐	レジ袋 ぶくろ	名 shopping bag, plastic bag/塑料袋/túi nylon, bao nylon

A: Excuse me, can I use a credit card? B: Sorry. We only accept cash. A: I see. Oh, please give me a receipt. B: Okay. Would you like a plastic bag?/A: 不好意思，可以使用信用卡吗? B: 非常抱歉，我们只收现金。A: 这样呀。啊，请付收据给我。B: 好的。请问需要塑料袋吗? /A: Xin lỗi, có sử dụng thẻ tín dụng được không? B: Thành thật xin lỗi. Chúng tôi chỉ dùng tiền mặt. A: Vậy à? À, cho tôi xin hóa đơn. B: Tôi hiểu rồi. Tôi lấy túi nylon cho quý khách nhé?

A：ねえねえ、これ、フリマアプリでいくらで<u>売れる</u>と思う?

B：商品代<u>プラス</u>送料で 1000 円なら買うかな。

355 ☐	売れる う	動2自 sell, be sellable/卖掉/bán được
356 ☐	プラス[する]	名 動3他 plus, add on/加[上]/cộng
357 ☐	送料 そうりょう	名 shipping cost/运费/tiền gửi, gửi tiền

A: Hey, how much do you think I can sell this for on a flea market app? B: Someone might buy it for 1,000 yen including shipping./A: 你觉得，这个在跳蚤市场APP上多少钱能卖掉? B: 如果商品价加上运费1000日元的话我可能会买。/A: Nè nè, cái này, bạn nghĩ mình bán được bao nhiêu tiền trên ứng dụng chợ trời? B: Nếu cộng cả tiền hàng và tiền gửi mà 1000 yên thì chắc là mua.

料理
りょうり

Cooking　料理　món ăn

鍋 なべ	pot / 锅子 / cái nồi
フライパン	frying pan / 炒菜锅 / cái chảo
強火 つよび	high heat / 大火 / lửa lớn
中火 ちゅうび	medium heat / 中火 / lửa vừa
弱火 よわび	low heat / 小火 / lửa nhỏ
ソース	sauce / 酱料 / nước sốt
ケチャップ	ketchup / 番茄酱 / tương cà
マヨネーズ	mayonnaise / 美乃滋 / sốt mayonnaise

Topic 4

ファッション

Fashion　服装　Thời trang

No. 358-452

🔊 69

A：髪の毛伸びたね。

B：うん、ずっと美容院行ってなくて。毎朝くしでとかして セッ
　　トするのも、毎晩ドライヤーで乾かすのも大変！

A：分かる！ 時間もかかるしね。

358	髪の毛 かみ　け	名 hair/头发/tóc, mái tóc
359	美容院 びよういん	名 hair salon/美容院/tiệm cắt tóc, tiệm làm đẹp
360	＋床屋 とこや	名 barbershop/理发室/tiệm hớt tóc
361	とかす	動1他 comb/梳/gỡ rối
362	セット[する]	名 動3他 set, set, do one's hair/发型[做发型]/bộ, làm, đặt, thiết lập
363	ドライヤー	名 hairdryer/吹风机/máy sấy tóc

A: Your hair got longer. B: Yeah, I haven't been to a beauty salon in long time. It's such a pain combing and putting it up every morning and drying it out with a dryer every night! A: I know what you mean! It takes so much time./A: 头发长长了。B: 嗯，一直没去美容院。每天早上我还得用梳子梳，做造型，每晚还要用吹风机吹干，好辛苦！A: 我能理解！还花时间。/ A: Tóc dài ra rồi nhỉ. B: Ừm, mãi không đi tiệm cắt tóc được. Dùng lược gỡ rối, làm tóc mỗi sáng, với sấy bằng máy sấy tóc mỗi tối đều cực! A: Tôi biết! Lại còn tốn thời gian nữa nhỉ.

🔊 70

眉毛を少し剃って、まつ毛にパーマをかけたら、まるで別人の
ようになった。

364	眉(毛) まゆ　げ	名 eyebrows/眉毛/lông mày
365	剃る そ	動1他 shave/剃/cạo
366	まつ毛 げ	名 eyelashes/睫毛/lông mi
367	パーマ	名 perm/烫/sự uốn cong, tóc uốn

When I shave my eyebrows a little and perm my eyelashes, it's like I become another person./ 剃了一点眉毛，烫了睫毛以后，好像换了一个人似的。/Tôi cạo lông mày một chút, vuốt cong lông mi thì thành ra như một người khác hoàn toàn.

A：「ファッションに<u>正解</u>はない」って言うけど、どう思いますか。

B：そうですね。私も若い頃はファッション雑誌を何冊か買っ
て<u>参考</u>にしながら、何が正解かを一生懸命探していました。
でも今は、好みも<u>体型</u>も人によって<u>それぞれ</u>なので、他の人
の目を気にしすぎず、自由にしてほしいなと思っています。

368	正解[する] せいかい	名 動3他 correct answer, answer correctly/正确答案[回答正确]/đáp án chính xác, trả lời đúng
369	参考 さんこう	名 reference/参考/sự tham khảo
370	体型 たいけい	名 body type/体型/vóc dáng
371	それぞれ	名 副 each, respectively/各有不同/khác nhau, từng, mỗi

A: They say, "there are no right answers in fashion," but what do you think? B: That's right. When I was younger, I used to buy and reference various fashion magazines and try my best to look for the right answers. But now, since preferences and body types differ from person to person, they try not to worry about the gaze of others too much and just want to be free./A: 虽然说「时装是没有正确答案的」，你觉得呢? B: 我也觉得。我年轻时也买了好几本时装杂志来参考，很努力的想找出正确答案。但现在我觉得，每个人的喜好和体型都各有不同，不要太在意别人的眼光，还是自由点就好。/A: Người ta nói "trong thời trang không có đáp án chính xác", bạn nghĩ sao? B: Đúng nhỉ. Lúc trẻ, tôi cũng mua mấy quyển tạp chí thời trang để tham khảo, ra sức tìm kiếm cái gì là đáp án chính xác. Nhưng bây giờ thì tôi muốn tự do mà không quá quan tâm đến mắt nhìn của người khác vì cả sở thích và vóc dáng cũng khác nhau tùy người.

🔊 72

<u>身長</u>が高いので、<u>シンプルな</u> <u>スタイル</u>を心がけている。

372	身長 しんちょう	名 height/身高/chiều cao
373	シンプルな	ナ simple/简单的/đơn giản
374	スタイル	名 style/样式/kiểu, phong cách

Since I'm tall, I make an effort to keep my style simple./因为身高很高，所以我着重穿简单的样式。/Vì cao nên tôi lưu ý phong cách đơn giản.

🔊 **73**

カラー<u>コンタクト</u>の<u>新</u> <u>色</u>をオンライン<u>ショップ</u>限定で売り出し
　　　　　　　　　　　しんしょく
たところ、SNSで話題になって、注文が何倍にも増えた。間
　　　　エスエスエス　わだい　　　　　ちゅうもん　なんばい　ふ
もなく<u>赤字</u>から回復するだろう。
　　　　あかじ　　かいふく

375 □	コンタクト（レンズ）	名 contact (lens)/隐形眼镜[隐形眼镜]/kính sát tròng
376 □	新～ しん	接頭 new ~/新～/~ mới
377 □	～色 しょく	接尾 ~ color/~ 色/màu ~
378 □	ショップ	名 shop/商店/cửa hàng
379 □	赤字 あかじ	名 deficit, in the red/亏损/đợt lỗ, lỗ
380 □	↔黒字 くろじ	名 surplus, in the black/盈利/lời

When a new color of the color contacts that was available only on our online shop went on sale, it became a topic on social media, and the number of orders increased several times over. It will soon be recovered from the deficit./把新色的彩色隐形眼镜放在网上商店限定销售，结果在SNS引起热潮，订单多了好几倍。这样很快就能从亏损恢复了。/Màu mới của kính sát tròng màu vừa được bán giới hạn trên cửa hàng trực tuyến thì trở thành chủ đề trên mạng xã hội, lượng đặt hàng tăng gấp mấy lần. Chẳng mấy chốc thì có thể thoát khỏi đợt lỗ.

🔊 **74**

<u>革</u>の<u>ベルト</u>や<u>ひも</u>でウエストを<u>マークする</u>ファッションが人気
かわ　　　　　　　　　　　　　　　　　　　　　　　　　　にんき
だ。

381 □	革 かわ	名 leather/皮/da
382 □	ベルト	名 belt/腰带/dây nịt
383 □	ひも	名 string/绳子/dây
384 □	マーク[する]	名 動3他 marking, mark/突出[突出]/dấu, đánh dấu, tạo điểm nhấn

Fashion styles that mark the waist with leather belts or cords are popular./用皮的腰带或绳子来突出腰间的搭配很流行。/Thời trang tạo điểm nhấn cho thắt lưng bằng dây nịt và dây bằng da đang được ưa chuộng.

A：最近スニーカーで来てるの？

B：うん、それでストッキングやめて、5本指ソックスにしてみたんだけど、すごく快適！

A：そうなんだ、私も試してみようかな。

385 ☐	スニーカー	名 sneakers/运动鞋/giày bata, giày thể thao
386 ☐	ストッキング	名 stockings/丝袜/vớ da
387 ☐	ソックス	名 socks/袜/vớ
388 ☐	試す	動1他 try/试试看/thử, làm thử
389 ☐	＋ 試し	名 trial, test/试用/sự thử, thử nghiệm

A: Have you been coming in sneakers recently? B: Yeah, and I stopped wearing stockings and have started wearing five-toed socks, and they're really comfortable! A: Really? Maybe I should try them too./A: 最近都穿运动鞋来的吗？ B: 嗯，所以我不穿丝袜，换穿五指袜后，好舒适哦！ C: 是哦，那我也想试试看。/A: Dạo này đi bằng giày bata đến à? B: Ừm, vì vậy nên tôi bỏ vớ da, thử vớ có 5 ngón, thoải mái vô cùng! A: Vậy à, chắc tôi cũng thử xem sao.

A：腕の毛、濃いね。

B：気にしてるんだから言わないでよ。

390 ☐	毛	名 hair/毛/lông, tóc
391 ☐	＋ 毛糸	名 woolen yarn/毛线/len
392 ☐	濃い	イ thick, rich/浓密/rậm, đậm, đặc
393 ☐	↔ 薄い	イ thin/稀疏/nhạt, lạt, mỏng
394 ☐	気にする	動3他 be conscious, be concerned/在意/quan tâm, để ý

A: Your arm hair sure is thick. B: Don't say that. I'm really self-conscious about it./A: 手臂的毛好浓密哦。B: 我很在意的，别说了。/A: Lông nơi cánh tay rậm nhỉ. B: Tôi đã để ý rồi nên đừng có nói mà.

🔊 77

> <u>なんとなく</u>入った店で見つけた<u>ジーンズ</u>があまりに気に入った
> ので、色違いで3<u>着</u>買った。兄が帰ってきたら<u>自慢しよう</u>。
> いろちが ちゃく か あに かえ じまん

395 ☐	なんとなく	副 on a whim, somehow/随意/không hiểu sao, chẳng hiểu sao (lý do không rõ ràng)
396 ☐	ジーンズ	名 jeans/牛仔裤/quần jeans, đồ jeans
397 ☐	＝ジーパン	名 jeans/牛仔裤/quần jeans
398 ☐	～着 ちゃく	接尾 ~ articles of clothing/～件/~ cái, ~ bộ (đếm quần áo)
399 ☐	自慢[する] じまん	名 動3他 pride, boast, be proud of/炫耀[炫耀]/khoe, sự tự hào, tự hào

I liked the jeans I found at a store I happened to wonder into so much, I bought three of them in different colors. I'm going to boast to my older brother when he comes back./在随意进去的店发现的牛仔裤让我太喜欢了。我买了3件不同色的。哥哥回来后我要跟他炫耀。/Vì quá thích loại quần jeans nhìn thấy ở cửa hàng tình cờ vào đại mà tôi đã mua 3 cái khác màu. Anh tôi mà về đến thì tôi sẽ khoe.

🔊 78

> A：シンプルなシャツを<u>お召しになる</u>ときには、<u>サングラス</u>や<u>ス</u>
> <u>カーフ</u>などの小物を<u>合わせて</u>、<u>アクセント</u>をつけるといいで
> こもの あ
> すよ。
> B：ああ、なるほど。難しそうですね…。
> むずか

400 ☐	お召しになる め	動1他 wear (honorific speech)/穿/diện, lên đồ, mặc (kính ngữ)
401 ☐	サングラス	名 sunglasses/太阳眼镜/kính râm, kính mát
402 ☐	スカーフ	名 scarf/丝巾/khăn choàng cổ
403 ☐	合わせる あ	動2他 combine/同时, 搭配/kết hợp, phối hợp
404 ☐	アクセント	名 accent/凸显/điểm nhấn, trọng âm

A: When wearing a simple shirt, you should combine accessories such as sunglasses and scarves to add an accent. B: Oh, I see. That sounds difficult . . ./A: 穿朴素的T恤时，可以同时用太阳眼镜或丝巾等的小配件来凸显穿搭比较好哦。B: 哦～，原来如此。好像很难的样子…。/A: Khi diện áo thun đơn giản thì nên kết hợp các phụ kiện nhỏ như kính mát hay khăn choàng v.v. để tạo điểm nhấn. B: À, ra là vậy. Có vẻ khó nhỉ.

A：机の上に布とはさみが置いてあったけど、どうしたの？
B：子ども服を作ったの。見て、これ。あとはこの部分にゴムを通せば完成するよ！
A：へえ、かわいいね。着せるのが楽しみだね。

Topic 4 ● ファッション

405 ☐	布 ぬの	名 cloth/布/vải
406 ☐	はさみ	名 scissors/剪刀/cây kéo
407 ☐	部分 ぶ ぶん	名 part/部分/phần, bộ phận
408 ☐	ゴム	名 elastic band, rubber band/松紧带/thun, cao su
409 ☐	完成[する] かんせい	名 動3自 completion, complete/完成[完成]/xong, sự hoàn thành, hoàn thành
410 ☐	着せる き	動2他 put on, make wear, have wear/穿上/cho mặc

A: There was a cloth and scissors on the desk, but what happened to them? B: I made some children's clothes. Look at this. I just have to put a rubber band through this part and it'll be finished! A: Wow, it's cute. I'm looking forward to having them wear it./A: 桌上放着布和剪刀，怎么了? B: 我在做孩子的衣服。你看这个。只要再把松紧带穿过这个部分就完成了! A: 是哦，好可爱哦。好期待待他穿上的时候。/A: Trên bàn có vải và kéo, có chuyện gì à? B: Em may đồ trẻ em. Nhìn này, đây. Còn lại là luồn thun vào phần này là xong đấy! A: Chà, dễ thương quá nhỉ. Mong để mặc cho bé nhỉ.

コートのベルトをリボンのように結ぶとお嬢さんっぽい雰囲気になる。

411 ☐	結ぶ むす	動1他 tie/绑/thắt, nối, buộc, cột
412 ☐	お嬢さん じょう	名 young lady/千金小姐/tiểu thư, quý cô
413 ☐	雰囲気 ふん い き	名 vibe, atmosphere/氛围/bầu không khí

Tying the belt of a coat like a ribbon gives you young lady-like vibes./把大衣的腰带绑成蝴蝶结，就会有千金小姐的氛围。/Nếu thắt dây thắt lưng của áo khoác như cái nơ thì sẽ có dáng vẻ kiểu tiểu thư.

🔊 81

A：今度、婚活パーティー行くんだけど、この服どう？ 似合う？
こんど　 こんかつ　　　　　　　　　　　　　　　　　　　　 に あ

B：うーん、なんか 上下 ばらばらな印象だけど…。
　　　　　　 じょうげ　　　　　　いんしょう

A：えーそう？ 流行を追いかけてみたんだけど。
　　　　　　 りゅうこう　 お

B：流行より、体型に合う服や清潔感のある服を身に付けるこ
　 りゅうこう　 たいけい　 あ　 ふく　 せいけつかん　　　 ふく　 み　 つ
　との方が大事だと思うけど。
　　　ほう　 だいじ　 おも

414 ☐	似合う にあ	動1自 look good on, suit/合适/hợp, phù hợp
415 ☐	上下 じょうげ	名 top and bottom, up and down/上下/trên dưới
416 ☐	+ 左右 さゆう	名 left and right/左右/trái phải
417 ☐	+ 前後 ぜんご	名 before and after/前后/trước sau
418 ☐	ばらばらな	ナ not matching, separate/凌乱/rời rạc
419 ☐	流行[する] りゅうこう	名 動3自 trend, fad, be popular/流行[流行]/mốt, sự thịnh hành, lưu hành
420 ☐	追いかける お	動2他 follow, chase/赶/chạy theo, đuổi theo
421 ☐	身に付ける み つ	動2他 wear/穿/mặc, mang trên người

A: I'm going to a matchmaking party, so what do you think about these clothes? Do they look good on me? B: Hmm, I get the feeling that the top and bottom don't match. A: What, really? I tried following the latest trends. B: I think that it's more important to wear clothes that fit your body type and feel neat than to follow trends./A: 下次我要去参加相亲派对，这件衣服如何？合适吗？B: 嗯～，感觉上下很凌乱…。A: 诶～会吗？我只是试着赶流行看看。B: 我觉得，赶流行还不如穿适合自己体型的衣服或穿有清洁感的衣服比较重要。/A: Lần tới, tôi sẽ đi dự tiệc tìm bạn đời nhưng bộ đồ này thế nào? Hợp không? B: Ừm, sao mà ấn tượng trên dưới rời rạc … A: Hả, vậy sao? Tôi đã thử chạy theo mốt đấy. B: Tôi thì nghĩ thay vì chạy theo mốt, mặc áo quần hợp với vóc dáng hay áo quần có cảm giác sạch sẽ mới là quan trọng.

🔊 82

営業の仕事をしていると、お客様と会話する場面が多いので、
えいぎょう　 しごと　　　　　　　　 きゃくさま　 かいわ　　 ばめん　 おお

服装には気をつかう。特に、ジャケットは明るい色を選ぶよう
ふくそう　　　 き　　　　 とく　　　　　　　　　　　　 あか　 いろ　 えら

にしている。

422	場面	
☐	ばめん	名 scene/场合/tình huống

423	服装	
☐	ふくそう	名 clothing/服装/phục sức, trang phục

424	ジャケット	
☐		名 jacket/西装外套/áo khoác

Working in sales, I have a lot of settings in which to talk with customers, so I end up being mindful about my clothes. In particular, I make sure to go with a jacket in a bright color./做销售的工作，有很多和客户谈话的场合。所以我很注重服装。特别是西装外套，我会特别选亮一点的颜色。/Khi làm công việc bán hàng thì nhiều tình huống nói chuyện với khách hàng, nên phải giữ ý trong trang phục. Đặc biệt, cố gắng chọn màu sáng cho áo khoác.

🔊 83

A：このシャツって、男性用ですか。
　　　　　　　　　だんせいよう
B：はい、もともとは男性用なんですが、最近大きめのサイズの
　　　　　　　　　だんせいよう　　　　　　さいきんおお
　　シャツを着るのがはやっているので、女性のお客様でもお
　　　　　　き　　　　　　　　　　　　じょせい　　きゃくさま
しゃれに着ていただけますよ。
　　　　き
A：うーん、私が着るとパジャマっぽくなりそうで…。
　　　　わたし き

425	～用	
☐	よう	接尾 for ～/～用/dùng cho ～, chuyên ～

426	サイズ	
☐		名 size/尺寸/cỡ, kích thước

427	おしゃれな	
☐		ナ stylish/时尚的/điệu đàng, làm điệu

428	パジャマ	
☐		名 pajamas/睡衣/đồ bộ, đồ ngủ

A: Is this shirt for men? B: Yes, it is originally for men, but recently, wearing large-sized shirts is in fashion, so women can also wear it and look stylish. A: Hmm, if I wear it, it'll probably look like pajamas on me . . . /A: 这件T恤是男士用的吗？ B: 是的。原本是男士用的，但最近很流行穿大尺寸的T恤，所以女士穿也可以很时尚的。A: 嗯～我穿起来会像睡衣吧…。/A: Cái áo thun này, dành cho nam à? B: Vâng, vốn là dành cho nam giới nhưng gần đây vì có trào lưu mặc áo thun cỡ rộng một chút nên khách hàng nữ cũng mặc để làm điệu ạ. A: Ừm, tôi mà mặc thì xem ra giống đồ bộ ...

◀)) 84

A：どうしたの、その 唇 。
_{くちびる}

B：新しい口紅つけてみたの！ どう？
_{あたら} _{くちべに}

A：うーん、ちょっときらきらしすぎて、不自然と言うか…浮い
_{ふ しぜん い} _う

て る感じがする。
_{かん}

B：えー、せっかく買ったのに。
_か

429 唇 _{くちびる}	名 lips/嘴唇/môi, đôi môi
430 口紅 _{くちべに}	名 lipstick/口红/son môi
431 きらきらする	動3自 be sparkly/闪耀/lấp lánh, tỏa sáng
432 不～ _ふ	接頭 un~/不～/không ～, bất ～
433 浮く _う	動1自 be out of place, float/格格不入/nổi, nổi lên

A: What's that on your lips? B: I tried wearing a new lipstick! How is it? A: Hmm, it's a little too sparkly and I'd say unnatural . . . or out of place. B: Aw, but I already bought and paid for it./A: 嘴唇怎么了? B: 我擦了新口红! 怎么样? A: 嗯~, 感觉太亮了, 要说不自然…有点格格不入的感觉。 B: 诶~害我还买了呢。/A: Môi bị sao vậy? B: Tôi thử đánh son mới! Thấy sao? A: Ừm, hơi lấp lánh quá, không tự nhiên, nói sao nhỉ… cảm giác như là nổi ấy. B: Ơ, cất công mua rồi vậy mà...

◀)) 85

実は最近、ピアスをする若者が減っている。自分の体に穴を開
_{じっ さいきん わかもの へ じ ぶん からだ あな あ}

け るのが嫌だというのが理由らしい。
_{いや りゅう}

434 実は _{じっ}	副 actually/其实/thật ra
435 ピアス	名 piercing, earrings/耳钉/hoa tai
436 穴 _{あな}	名 hole/洞/cái lỗ

Actually, the number of young people getting piercings has been decreasing recently. It seems that it's because they don't want to open holes in their bodies./其实最近, 戴耳钉的年轻人在减少。理由好像是不喜欢在自己的身体开洞。/Thật ra, gần đây người trẻ đeo hoa tai đang giảm đi. Hình như lý do là họ không thích xỏ lỗ trên người mình.

誕生日に彼から<u>ネックレス</u>と<u>イヤリング</u>をもらったが、<u>個性的</u>
なデザインで<u>着ける</u>機会がない。

437 ☐	ネックレス	名 necklace/项链/vòng cổ, dây chuyền
438 ☐	イヤリング	名 earrings/耳环/hoa tai
439 ☐	個性的な	ナ unique/独特/có cá tính
440 ☐	＋個性	名 uniqueness/独特性/cá tính
441 ☐	着ける	動 2 他 wear/戴/đeo, mang

I got a necklace and earrings from my boyfriend on my birthday, but it's such a unique design that I have no opportunity to wear them./生日时，男友送了我项链和耳环，但样式太有独特性，都没有戴的机会。/Tôi được bạn trai tặng sợi dây chuyền và hoa tai ngày sinh nhật nhưng mẫu mã cá tính quá nên tôi không có cơ hội đeo chúng.

せっかくいい<u>デザイン</u>の<u>ブーツ</u>があったのに、<u>試着</u>すると<u>ファスナー</u>が閉まらなかった。

442 ☐	デザイン[する]	名 動 3 他 design, design/样式[设计]/mẫu mã, thiết kế
443 ☐	＋デザイナー	名 designer/设计师/nhà thiết kế
444 ☐	ブーツ	名 boots/长靴/giày bốt, giày cao cổ
445 ☐	ファスナー	名 zipper/拉链/dây kéo, dây khóa

Even though there were some boots with a nice design, the zipper wouldn't close when I tried them on./好不容易有双样式很好看的长靴，结果一试穿，拉链拉不上。/Đã có đôi giày cao cổ mẫu mã đẹp vậy mà khi mang thử thì không gài được dây kéo.

Topic 4 ● ファッション

A：あ、お母さん、制服のシャツのボタンが取れちゃって…。付けてくれない？

B：いいけど、どこのボタン？　ああ、右の袖ね。ボタン用の糸、あったかな？

446 ☐	制服 せいふく	名 uniform/制服/đồng phục
447 ☐	取れる と	動2自 come off/脱落/bị sút, lấy được
448 ☐	付ける つ	動2他 put on, attach/缝/đính, gắn vào
449 ☐	袖 そで	名 sleeve/袖子/tay áo
450 ☐	＋長袖 ながそで	名 long sleeves/长袖/tay (áo) dài
451 ☐	＋半袖 はんそで	名 shirtsleeves/短袖/tay (áo) ngắn
452 ☐	糸 いと	名 yarn/线/chỉ, sợi chỉ

A: Oh, Mom, one of my uniform shirt buttons came off . . . Can you put it back on? B: Sure, but which button? Oh, the right sleeve. Do we have thread for the button?/A: 啊, 妈妈, 制服衬衣的纽扣脱落了…。可以帮我缝吗? B: 好是好, 哪里的纽扣? 啊～右边袖子的。缝扣子的线不知道还有吗? /A: À, mẹ ơi, nút áo đồng phục bị sút mất rồi … Mẹ đính lại giùm con được không? B: Được nhưng mà nút ở đâu? Àà, tay áo bên phải hà. Chỉ dùng để đính nút có không ta?

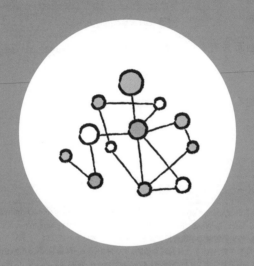

テクノロジー

Technology　科技　Công nghệ

No. 453-600

◀)) 89

A：昨日スマホ落としちゃって、画面 割れた。修理も無理だって。
　　　きのう　　　　　　　　　お　　　　　　　がめん　わ　　　しゅうり　む　り
ショックだよー。
　おー

B：え、カバー付けてなかったの？
　　　　　　　　　つ

A：今度から付けるようにする。
　　　こんど　　　つ

453	画面 がめん	名 screen/画面/màn hình
454	＋ 画面共有 がめんきょうゆう	名 screen sharing/共享画面/sự chia sẻ màn hình
455	割れる わ	動2自 break/裂开/bị vỡ, bị bể
456	⑩ 割る わ	動1他 be broken/打破/cắt, chia, làm vỡ
457	修理[する] しゅうり	名 動3他 repairs, repair/修理[修理]/sự sửa chữa, sửa chữa
458	ショック	名 shock/打击/sốc, sự bất ngờ
459	カバー	名 cover/套子/đồ bọc, che

A: Yesterday, I dropped my smartphone and broke the screen. They said it's impossible to repair. I'm in shock. B: What, didn't you put a cover on it? A: I'll be sure to put one on the next time./昨天把智慧型手机弄掉了，画面裂开了。说是也不能修理，让我大受打击。B: 诶，你没装套子吗？ A: 下次开始我会装的。/A: Hôm qua, tôi lỡ làm rơi điện thoại thông minh, màn hình bị vỡ rồi. Lại không sửa được. Sốc quá đi. B: Ơ, không gắn đồ bọc à? A: Từ lần tới là tôi sẽ gắn.

◀)) 90

化学の実験の授業で、学生が死亡するという事故があった。大
か　がく　じっけん　じゅぎょう　　がくせい　し　ぼう　　　　　　じ　こ　　　おお
きな騒ぎになった。
　　さわ

460	実験[する] じっけん	名 動3他 experiment, do an experiment/实验[做实验]/thí nghiệm, làm thí nghiệm
461	死亡[する] しぼう	名 動3自 death, die/死亡[死亡]/sự tử vong, tử vong, chết
462	騒ぎ さわ	名 uproar/骚动/vụ ồn ào, náo loạn

There was an incident where a student died during a chemistry experiment in class. There was a big uproar about it./曾经在化学实验课上，发生了学生死亡的意外。引起很大的骚动。/Đã có vụ tai nạn học sinh tử vong trong giờ thí nghiệm hóa học. Vụ ồn ào lớn lắm.

資料は以下のアドレスにアップしましたので、ダウンロードしてください。紙の資料が欲しい人は、自分で印刷してください。
かみ　しりょう　ほ　ひと　じぶん　いんさつ

463 資料 しりょう	名 materials, document/资料/tài liệu
464 アドレス	名 address/网址/địa chỉ
465 アップ（ロード） [する]	名 動3他 uploading, upload/上传[上传]/sự tải lên, tải lên
466 ダウンロード[する]	名 動3他 downloading, download/下载[下载]/sự tải xuống, tải xuống
467 印刷[する] いんさつ	名 動3他 printing, print/打印[打印]/sự in ấn, in ấn, in

The materials have been uploaded to the following address, so please download them. If you would like paper materials, please print them yourself./资料已经上传到下列的网址，请下载。想要纸质资料的人，请自己打印。/Tôi đã tải tài liệu lên địa chỉ dưới đây, vui lòng tải xuống. Người nào muốn có tài liệu bằng giấy thì vui lòng tự mình in ra.

「携帯電話」という名前だが、主にアプリを使っている。通話す
けいたいでんわ　なまえ　おも　つうわ
るとお金がかかるので、友人との会話は全てチャットを使って
かね　ゆうじん　かいわ　すべ　つか
いる。

468 主に おも	副 mainly/主要/chủ yếu, chính
469 通話[する] つうわ	名 動3自 calling, call/通话/nói chuyện điện thoại
470 かかる	動1自 take, cost/花/tốn
471 全て すべ	名 副 all/全/tất cả, toàn bộ

It may be called a "mobile phone," but I mainly use apps. Making calls costs money, so all of my conversations with friends are over chat apps./虽然被称为「移动电话」，但我主要是拿来使用APP。因为通话要花钱，所以和朋友联系时全都是用即时通讯软件。/Tên gọi là "điện thoại di động" nhưng chủ yếu là sử dụng ứng dụng. Nếu nói chuyện điện thoại thì sẽ tốn tiền nên tôi sử dụng chat cho tất cả các cuộc nói chuyện với bạn.

🔊 93

> A：私、<u>スケジュール</u>はスマホじゃなくて、<u>手帳</u>で管理してるな。
> 自由に書けるし。
> B：あ、私はそれもスマホでやってる。なんか<u>アイコン</u>で自由
> に<u>印</u>つけられるから、<u>カラフル</u>で楽しいよ。

472 ☐	スケジュール	名 schedule/行程表/thời khóa biểu
473 ☐	手帳 てちょう	名 notebook/记事本/sổ tay
474 ☐	アイコン	名 icon/图标/biểu tượng
475 ☐	印 しるし	名 mark/记号/đóng dấu, con dấu
476 ☐	カラフルな	ナ colorful/色彩缤纷/nhiều màu sắc

A: I manage my schedule in a notebook rather than on a smartphone. I can write freely. B: Oh, I do that with a smartphone too. It's colorful and fun because you can freely place stamps with an icon./A: 我不是用手机管理行程表，而是用记事本。因为可以随意的写。B: 啊，那个我也是用手机写。还可以用图标来随意的做记号，色彩缤纷的很好玩呢。/A: Tôi quản lý thời khóa biểu bằng sổ tay chứ không phải điện thoại thông minh. Vì có thể viết tự do. B: À, tôi viết cái đó bằng điện thoại thông minh. Vừa có thể tự do đóng dấu biểu tượng, lại nhiều màu sắc, vui lắm đấy.

🔊 94

> この<u>マイク</u>は<u>ピン</u>で服に止めて使います。この<u>スイッチ</u>を押す
> と<u>電源</u>が入ります。あとは普通に話せば、声がマイクに入ります。

477 ☐	マイク	名 microphone/话筒/mic
478 ☐	ピン	名 pin/卡子/ghim
479 ☐	スイッチ	名 switch/开关/công tắc
480 ☐	電源 でんげん	名 power/电源/điện, nguồn điện

This microphone is a pin microphone and is attached to clothing. Press this switch to turn on the power. After that, just speak normally, and your voice will be picked up by the microphone./这个话筒可以用卡子夹在衣服上使用。按了这个开关，电源就开了。之后只要普通的说话，话筒就能收声。/Cái mic này có thể gắn trên áo bằng ghim để sử dụng. Bấm công tắc này là có điện. Sau đó, nói bình thường là tiếng nói sẽ đi qua mic.

待ち合わせの日時は以下の通りです。あと、場所は分かりにくいので、マップで示します。リンク先を見てください。

481	待ち合わせ	名 meeting/约定/sự hẹn gặp, chờ nhau
482	＋待ち合わせる	動2他 meet with, have a meeting/约好/hẹn gặp, chờ nhau
483	日時	名 date and time/日期时间/ngày giờ, thời gian
484	マップ	名 map/地图/bản đồ, sơ đồ
485	リンク先	名 link destination/链接地址/đường dẫn
486	＋リンク[する]	名 動3自他 link, link to/链接[链接]/sự dẫn, dẫn đến, kết nối

The date and time of the meeting is as follows. Also, the location is difficult to understand, so I will show it on a map. Please see the link./下列便是约定的日期时间。还有，因为地方比较难找，所以附有地图。请看链接地址。/Ngày giờ hẹn gặp như sau đây. Còn nữa, địa điểm hơi khó hiểu nên tôi sẽ hiển thị bằng bản đồ. Hãy xem đường dẫn.

A：あれ、ここ電波悪い？ なんか全然表示されないんだけど。
B：ん？ こっちは問題ないけど。
A：あ、しまった。今月通信量が多くて、速度制限かかったんだった。動画見すぎたよ。

487	電波	名 reception, signal/信号/sóng (điện thoại)
488	速度	名 speed/速度/tốc độ
489	制限[する]	名 動3他 limit, limit/限制[限制]/sự giới hạn, hạn chế, giới hạn

A: Huh, reception is bad here. Nothing is being displayed at all. B: What? I'm not having any problems. A: Oh, my mistake. I had a lot of communication traffic this month, and they put a speed limit on my phone. I watched too many videos./A: 诶，这里信号不好？ 好像根本显示不出来。B: 嗯？我这里没问题呀。A: 啊，糟糕。这个月流量用太多，已经被限制速度了。看太多视频了。/A: Ủa, sóng ở đây yếu hả? Sao mà chẳng hiển thị gì hết. B: Hử? Bên tôi đâu có vấn đề gì. A: À, thôi rồi. Tháng này lượng truyền tin nhiều, bị hạn chế tốc độ. Tại xem video nhiều quá.

◀) 97

A：あ、ごめん、もう<u>充電</u>切れそう。

B：え、まだお昼だよ。そんなことある？

A：いやー、夜に充電したつもりだったんだけど、<u>コンセント</u>から<u>ケーブル</u>が<u>抜けて</u>て。

490 ☐	充電[する] じゅうでん	名 動3他	charging, charge (a battery)/充电[充电]/sự sạc pin, sạc pin, sạc điện
491 ☐	コンセント	名	(power) outlet/插头/ổ cắm
492 ☐	ケーブル	名	cable/线/dây cáp, dây điện
493 ☐	抜ける ぬ	動2自	be pulled out, be removed/掉了/bị sút, bị rụng
494 ☐	⊕ 抜く ぬ	動1他	pull out, remove/拔掉/rút ra, nhổ ra

A: Oh, I'm sorry, it looks like my battery is already about to run out. B: What? But it's only the afternoon. How is that possible? A: I meant to charge it (last) night, but the plug came out of the outlet./A: 啊，抱歉，快没电了。B: 诶，才中午耶。会这样的吗？ A: 不是，我以为晚上有充电，结果插头的线拔掉了。/A: Á, xin lỗi, sắp hết pin rồi. B: Ơ, mới trưa mà. Làm sao có chuyện đó? A: Không, tôi cứ tưởng đã sạc pin hồi khuya rồi mà dây cáp bị sút ra khỏi ổ cắm.

◀) 98

<u>容量</u>がすぐになくなるので、<u>無駄な</u> <u>データ</u>や使わない <u>ファイル</u>はなるべく消すようにしている。

495 ☐	容量 ようりょう	名	capacity/内存/dung lượng
496 ☐	無駄な む だ	ナ	useless/没必要/không cần thiết, lãng phí
497 ☐	データ	名	data/数据/dữ liệu
498 ☐	ファイル	名	file/文件/tệp

Since I (always) run out of storage space so quickly, I try to delete as much unneeded data and files as I can./内存马上就满了，所以我尽量在删除没必要的数据和没在用的文件。/Vì dung lượng hết ngay nên tôi luôn cố gắng xóa các dữ liệu không cần thiết hoặc các tệp không sử dụng.

メールアドレスを間違って、他の人にメールを送らないように
注意しないといけない。うっかり本人に悪口を書いたメールを
送ったら、最悪だ。

499	メールアドレス	名 email address/电子邮箱/địa chỉ e-mail
500	間違う ま ちが	動 1 他 make a mistake/弄错/sai, nhầm
501	＋間違い ま ちが	名 mistake/错误/sự sai, chỗ sai
502	うっかり	副 inadvertently/不小心/sự lãng trí
503	本人 ほんにん	名 actual person/当事人/đương sự, người đó
504	悪口 わるぐち	名 bad words/坏话/sự nói xấu
505	最悪な さいあく	ナ worst/糟糕/tiêu, tệ nhất, tối tệ

You must be careful not to get email addresses wrong and send emails to other people.
Carelessly sending an email bad-mouthing the actual person you're sending it to is the worst./
要注意不能把电子邮箱弄错，寄给别人了。如果不小心寄出写着当事人坏话的邮件，那就糟糕
了。/Phải lưu ý để không nhầm địa chỉ e-mail rồi gửi e-mail cho người khác. Nếu mà lỡ gửi
e-mail nói xấu người đó thì tiêu.

私のパソコンはモニターを2台使用している。さまざまなアプ
リを同時に表示できるので、便利だ。

506	モニター	名 monitor/显示器/màn hình
507	使用［する］ し よう	名 動 3 他 usage, use/使用[使用]/sự sử dụng, sử dụng, dùng
508	さまざまな	ナ various/各式各样的/nhiều loại khác nhau
509	同時 どう じ	名 simultaneous/同时/cùng lúc

My personal computer uses two monitors. It is convenient because I can view various apps
simultaneously./我的电脑使用两台显示器。可以同时显示各式各样的APP，很方便。/Máy
tính của tôi sử dụng 2 màn hình. Vì có thể hiển thị cùng lúc các ứng dụng khác nhau nên rất
tiện lợi.

Topic 5 ●テクノロジー

🔊 101

最近の<u>翻訳</u>アプリは<u>音声入力</u>で話した<u>言葉</u>を<u>次々と</u> <u>訳して</u>くれ
る。しかも、よく使う<u>表現</u>は<u>保存できる</u>。これで<u>無料</u>というの
が信じられない。

510 ☐	翻訳[する] ほんやく	名 動3他 translation, translate/翻译[翻译]/dịch thuật, biên dịch
511 ☐	音声 おんせい	名 voice/声音/giọng nói
512 ☐	次々(と) つぎつぎ	副 continuously/陆续/lần lượt, liên tục
513 ☐	訳す やく	動1他 translate/翻译/dịch
514 ☐	＋ 訳 やく	名 translation/翻译/sự dịch, việc dịch
515 ☐	保存[する] ほぞん	名 動3他 saving, save/保存[保存]/sự lưu, lưu, bảo tồn
516 ☐	無料 むりょう	名 free/免费/miễn phí
517 ☐	↔ 有料 ゆうりょう	名 paid, not free/有偿/tốn phí

Recent translation apps can continuously translate the words spoken into them. Moreover, often-used expressions can be saved. I can't believe something like this is free./最近的翻译APP只要用声音输入，就能够陆续的翻译出来。而且，还可以保存常用的表达方式。真不敢相信这还是免费的。/Ứng dụng dịch thuật gần đây liên tục dịch những từ đã nói cho chúng ta bằng cách nhập giọng nói. Chưa kể, còn có thể lưu các cách diễn đạt thường dùng. Như vậy mà miễn phí thì không thể tin được.

🔊 102

A：<u>パスワード</u>ってさ、<u>数字</u>があるものとか、<u>文字</u>だけのものと
かいろいろあって覚えるのが<u>大変</u>じゃない？ しかも<u>数回間</u>
違えたら、<u>ロックされる</u>し。
B：<u>それなら</u>パスワード<u>管理</u>アプリを<u>インストール</u>するといいよ。

518 ☐	パスワード	名 password/密码/mật khẩu
519 ☐	数字 すうじ	名 number/数字/chữ số
520 ☐	文字 もじ	名 letter/文字/mẫu tự, chữ cái

521 ☐	数回 すうかい	名 副 several times/几次/vài lần
522 ☐	ロック[する]	名 動3他 lock, lock/锁[锁住]/sự khóa, khóa
523 ☐	それなら	接続 in that case/如果是这样/nếu vậy thì
524 ☐	インストール[する]	名 動3他 installation, install/安装[安装]/sự cài đặt, cài đặt

A: Isn't it really difficult to remember passwords when you've got some with numbers and some with only letters or something? What's more, if you get it wrong several times, your account will be locked. B: If that's the case, then you should install a password management app./A: 我说密码有数字的，又有只有文字的，有各式各样的真的很难记对吧？而且错了几次还会被锁住。B: 如果是这样，你可以安装管理密码的APP呀。/A: Mật khẩu ấy, nào là có chữ số, nào là chỉ có chữ cái, phải nhớ đủ thứ vất và quá. Chưa kể, nhầm vài lần là bị khóa luôn. B: Nếu vậy thì nên cài đặt ứng dụng quản lý mật khẩu đi.

◀))103

スマホを替えようと思ってカタログを見ているけど、違いが分からない。最新型は私には必要ないかな。
(か)(おも)(み)(ちが)(わ)(さいしん)(がた)(わたし)(ひつよう)

525 ☐	替える/代える/ 換える (か)(か)(か)	動2他 exchange, replace, change/换，换，换/đổi, thay, thay thế
526 ☐	●替わる/代わ る/換わる (か)(か)(か)	動1自 exchange, replace, change/替换，替代，交换/được đổi, thay cho, được thay
527 ☐	カタログ	名 catalog/目录/catalô
528 ☐	違い (ちが)	名 difference/不同/sự khác nhau, điểm khác nhau
529 ☐	最新 (さいしん)	名 latest/最新/mới nhất
530 ☐	～型 (がた)	接尾 ~ model/～型/kiểu ~, đời ~

I want to get a new smartphone, so I'm looking at a catalog, but I can't tell the difference. I don't think I need the latest model./我想换手机，所以在看目录，但我不知道有什么不同。我可能不需要最新型的。/Định đổi điện thoại thông minh nên tôi xem catalô nhưng không hiểu được sự khác nhau của chúng. Máy đời mới nhất chắc không cần với tôi.

🔊 104

この<u>円</u>グラフは、日本人がスマホを使って何をしているかを<u>表</u>
したものである。<u>平均して</u>1日に4時間スマホを使っていて、
その約50<u>パーセント</u>が<u>SNS</u>の利用である。<u>ホームページ</u>や<u>ブ</u>
<u>ログ</u>を見る時間は減ってきている。

531 ☐	円 えん	**名** circle/饼图，圆/hình tròn, tiền yên
532 ☐	平均[する] へいきん	**名 動3他** average, average/平均[平均]/sự bình quân, tính trung bình
533 ☐	パーセント	**名** percent/百分比/phần trăm
534 ☐	SNS エスエヌエス	**名** social media/社交媒体/mạng xã hội
535 ☐	ホームページ	**名** home page/网页/trang chủ
536 ☐	ブログ	**名** blog/博客/blog

This pie chart shows what Japanese people do when using a smartphone. On average, people
use their phones about four hours a day, and about 50 percent of that time is spent on social
media. Time spent looking at home pages and blogs is decreasing./这个饼图显示的是日本人
用手机做了什么。平均1天用4小时的手机，约50百分比是使用社交媒体。而看网页和博客的
时间渐渐减少。/Biểu đồ hình tròn này thể hiện việc người Nhật dùng điện thoại thông minh
để làm gì. Tính trung bình người Nhật dùng điện thoại thông minh 4 tiếng 1 ngày, khoảng
50% đó là sử dụng mạng xã hội. Thời gian xem trang chủ hay blog đang giảm đi.

🔊 105

<u>検索</u>するときは、この<u>矢印</u>が書かれているところに文字を入れ
ます。<u>ローマ字</u>でも検索できます。

537 ☐	検索[する] けんさく	**名 動3他** search, search/搜寻/sự tìm kiếm, tìm kiếm
538 ☐	矢印 やじるし	**名** arrow/箭头/dấu mũi tên
539 ☐	ローマ字 じ	**名** Roman letters/罗马字/chữ Latin

When doing a search, put the characters in the place where this arrow is written. You can
even search using Roman letters./搜寻时，在显示这个箭头的地方输入文字。罗马字也可以
搜索。/Khi tìm kiếm, nhập chữ vào chỗ có viết dấu mũi tên này. Cũng có thể tìm kiếm bằng
chữ Latin.

<u>デジタル</u> <u>技術</u>の発達によって、スマートフォンで簡単に<u>録音し</u>
<u>たり</u> <u>撮影</u>したりできるようになった。

540 ☐	デジタル	名 digital/数码/kĩ thuật số
541 ☐	↔ アナログ	名 analog/模拟/tín hiệu liên tục, analog
542 ☐	技術	名 technology/技术/kĩ thuật, công nghệ
543 ☐	録音[する]	名 動3他 recording, record/录音[录音]/sự thu âm, thu âm, thu tiếng
544 ☐	撮影[する]	名 動3他 filming, film/录像[录像]/sự ghi hình, ghi hình, chụp ảnh, quay phim

The development of digital technology has made it easy to record sound or video with smartphones./因为数码技术的发达，现在很容易就可以用手机录音，录像。/Nhờ sự phát triển của công nghệ kỹ thuật số mà chúng ta có thể thu âm, quay hình một cách dễ dàng bằng điện thoại thông minh.

<u>今日</u>は<u>祝日</u>だったのに、<u>目覚まし</u>をいつも通りにセットしてしまい、朝の6時に<u>アラーム</u>が鳴ってしまった。

545 ☐	祝日	名 public holiday/国定假日/ngày nghỉ lễ
546 ☐	目覚まし（時計）	名 alarm clock/闹钟/(đồng hồ) báo thức
547 ☐	アラーム	名 alarm/闹钟/chuông

Even though today was a public holiday, I set my alarm in the morning as always, and the alarm went off at 6 o'clock in the morning./今天是国定假日，结果我和平常一样设了闹钟。早上6点闹钟就响了。/Hôm nay là ngày nghỉ lễ vậy mà tôi lại đặt báo thức như mọi khi, 6 giờ sáng là chuông reo.

🔊 108

A：ウェブサイトの広告って本当に嫌い。なんか画面のあちこち
　　に出てきて、うっかりクリックしそうになる。

B：そういう工夫はしてほしくないよね。

548 ☐	ウェブサイト	名 website/网页/trang web
549 ☐	＋ウェブ	名 web/万维网/trang web, web
550 ☐	広告 こうこく	名 advertisement/广告/quảng cáo
551 ☐	＋広告会社 こうこくがいしゃ	名 advertising company/广告公司/công ty quảng cáo
552 ☐	あちこち	名 副 everywhere, here and there/各个地方/đây đó, chỗ này chỗ kia
553 ☐	＝あちらこちら	名 副 everywhere, here and there (polite speech)/到处/đây đó, chỗ này chỗ kia
554 ☐	クリック[する]	名 動3他 click, click/点击[点击]/nhấp, click
555 ☐	工夫[する] く ふう	名 動3他 design, scheme/工夫[下功夫]/sự công phu, bỏ công, tìm tòi

A: I really hate advertisements on websites. They just pop up all over the screen, and I always almost carelessly click on them. B: I wish they wouldn't design them like that./A: 网页的广告真的很讨厌。会出现在画面的各个地方，差点会不小心点击到。B: 真不希望他们下这种工夫。/A: Thật ghét mấy cái quảng cáo trên trang web. Sao mà cứ xuất hiện hết chỗ này đến chỗ kia trên màn hình, cứ suýt lỡ tay nhấp vào. B: Mấy cái công phu đó thật không mong họ làm nhỉ.

🔊 109

インストールするときに、一緒に変なプログラムも追加するア
プリがある。また、勝手に個人情報を送信するアプリもあるの
で、インストール前には注意が必要だ。

556 ☐	プログラム	名 program/程序/chương trình
557 ☐	追加[する] つい か	名 動3他 addition, add/追加[追加]/sự bổ sung, bổ sung, thêm vào
558 ☐	勝手な かって	ナ without permission/擅自/tùy tiện, tự ý

559 ☐	個人情報 こ じん じょうほう	名 personal information/个人信息/thông tin cá nhân
560 ☐	✚ 情報 じょうほう	名 information/信息/thông tin
561 ☐	送信[する] そうしん	名 動3他 transmission, transmit/传送[传送～]/sự gửi (tin), gửi tin, gửi thư
562 ☐	↔ 受信[する] じゅしん	名 動3他 receiving, receive/接收[接收～]/sự nhận (tin), nhận tin, nhận thư

There are applications that also add strange programs without permission when installing them. In addition, there are also apps that send personal information without permission, so take care before installing them./安装时，会一起追加安装奇怪的程序。而且，还会有擅自传送个人信息的APP，安装前必须多加注意。/Khi cài đặt, có những ứng dụng bổ sung cả những chương trình kỳ cục với nhau. Ngoài ra, còn có cả ứng dụng tùy tiện gửi thông tin cá nhân nên cần chú ý trước khi cài đặt.

🔊 110

A: チャットの通知がどんどん来るのが気になるんだけど。大し
　　たことじゃないときもあるし。
B: 通知停止すればいいじゃん。名前のところ長押しして。
A: なるほどー。みんなそうしてたんだ。

563 ☐	チャット[する]	名 動3自 chat, chat/聊天[聊天]/sự trò chuyện trên mạng, chat
564 ☐	通知[する] つう ち	名 動3他 notice, give notice/通知[通知]/sự thông báo, thông báo
565 ☐	停止[する] てい し	名 動3他 stopping, stop/关了[关了]/sự dừng, dừng, ngừng
566 ☐	長押し[する] なが お	名 動3他 holding, long press, press (for a long time), hold down/长按[长按着]/sự bấm lâu, bấm lâu
567 ☐	なるほど	句 I see/原来如此/ra là vậy

A: I'm worried about these chat notifications that keep coming. Sometimes it's not even something important. B: You should turn off notifications. Press and hold on their name. A: I see. So that's what everyone does./A: 一直有聊天信息的通知，我都很在意，不过有时候根本没什么事。B: 你关了通知呀。只要长按名字的地方。A: 原来如此～。大家都是这么做的呀。/A: Tôi cứ phải để ý mấy cái thông báo chat xuất hiện liên tục. Cũng có khi chẳng có chuyện gì to tát. B: Thì chỉ cần ngừng thông báo là được mà. Bấm lâu chỗ tên á. A: Ra là vậy. Mọi người đã làm thế à.

◀》111

A：マウスがときどき動かなくなるんですよ。

B：無線のマウスだったらたぶん電池が切れかけています。交換すれば直りますよ。

568	マウス	名 mouse/鼠标/con chuột máy tính
569	無線	名 wireless/无线/không dây
570	↔ 有線	名 wired/有线/có dây
571	電池	名 battery/电池/pin
572	＋ 乾電池	名 dry cell/干电池/pin khô
573	交換[する]	名 動3他 exchange, exchange/交换[换]/sự thay, trao đổi, thay

A: My mouse stops moving sometimes. B: If it's a wireless mouse, the batteries are probably running out. If you replace them, it should work fine./A: 鼠标有时候都不会动。B: 如果是无线鼠标的话，可能是电池快没电了。换了以后就会好的哦。/A: Con chuột máy tính đôi khi không nhúc nhích gì cả. B: Nếu là chuột không dây thì có lẽ sắp hết pin. Thay pin là hết ngay.

◀》112

先日、落とし物をしたら、拾って届けてくれた人がいた。神様みたいな人だと思った。私もこれから他人に親切にしよう。

574	落とし物	名 dropping something/遗失物品/đồ đánh rơi
575	神様	名 god/神仙/thần thánh
576	＝ 神	名 god/神/thần linh
577	他人	名 (other) person, stranger/他人/người khác, người dưng

The other day, I had a dropped something, and someone picked it up and delivered it to me. I thought that person was like a god. I will also try to help others from now on./前几天，我遗失物品，但有人捡了还送还给我。我觉得这个人犹如神仙一般。今后我也要善待他人。/Hôm trước tôi đánh rơi đồ thì có người nhặt đem trả. Tôi cứ nghĩ như thần thánh vậy. Từ đây tôi cũng sẽ đối xử tử tế với người khác.

ある国の<u>一流</u>企業の<u>製品</u>であっても、<u>中身</u>の<u>部品</u>は別の国の小
さな<u>会社</u>で<u>製造</u>されていることがある。

578 ☐	一流 いちりゅう	名 top, top tier/一流/hàng đầu
579 ☐	製品 せいひん	名 product/产品/sản phẩm
580 ☐	中身 なかみ	名 inside, content/内部/bên trong, nội dung
581 ☐	部品 ぶひん	名 part/零件/linh kiện, bộ phận
582 ☐	製造[する] せいぞう	名 動3他 manufacturing, manufacture/制造[制造～]/sự chế tạo, sản xuất, chế tạo

Even though a product may be a leading company of one country, there are times when the parts inside are manufactured at small companies in another country./就算是某国的一流企业的产品，有时候，内部的零件也是别的国家的小公司制造的。/Dù là sản phẩm của doanh nghiệp hàng đầu của một nước thì cũng có khi linh kiện bên trong được chế tạo ở công ty nhỏ của nước khác.

文字だけの<u>発言</u>は<u>誤解</u>されることも多い。だからこそ、<u>親近感</u>
を<u>表す</u>ために、<u>絵文字</u>や<u>スタンプ</u>が使われる。

583 ☐	発言[する] はつげん	名 動3自 message, transmission, send a message, speak/发言[发言]/sự phát ngôn, phát ngôn, tuyên bố
584 ☐	誤解[する] ごかい	名 動3他 misunderstanding, misunderstand/误会[误会]/sự hiểu lầm, hiểu lầm
585 ☐	～感 かん	接尾 feeling of ~/～感/cảm giác ~
586 ☐	絵文字 えもじ	名 emoji/表情包/chữ kiểu tranh (emoji)
587 ☐	スタンプ	名 stamp/贴图/con dấu

Transmissions that only use letters are often misunderstood. So, in order to express a feeling of familiarity, things like emojis and stamps are used./只用文字发言有很多时候会被误会。所以为了表达亲近感，才会使用表情包和贴图。/Việc phát ngôn bằng chữ nhiều khi cũng bị hiểu lầm. Chính vì vậy, để thể hiện cảm giác thân mật, chữ kiểu tranh (emoji) và con dấu được sử dụng.

Topic 5 ●テクノロジー

A：メールの<u>件名</u>、全然変えない人がいるけど、許せないんだよね。

B：え、でも、<u>返信</u>のときは変えない。変えたら失礼じゃない？

A：でも、返信や<u>転送</u>が続くと、記号が増えて長くなるでしょ。<u>最大</u>20文字ぐらいになるようにしてるな。

588	件名 けんめい	名 subject/主题/tên chủ đề
589	返信[する] へんしん	名 動3他 reply, reply (to an email)/回复[回复]/phản hồi, gửi trả lời
590	転送[する] てんそう	名 動3他 forwarding, forward (an email)/转发[转发]/sự gửi chuyển tiếp, gửi chuyển tiếp
591	最大 さいだい	名 maximum/最多/tối đa
592	↔ 最小 さいしょう	名 minimum/最少/tối thiểu

A: Isn't it unforgivable how there are some people who don't change the subjects of their email at all? B: But I don't change it when replying. Wouldn't it be rude if you did? A: But as it continues to be replied to or forwarded, the number of symbols increases, and the subject gets longer. I make sure it's never more than 20 characters./A: 我无法原谅有些人都不改邮件的主题。B: 诶，可是我回复的时候是不改的。改了不是很失礼吗？A: 但是，一直回复或转发，记号就会一直增加变得长呀。我最多只能忍受20个字左右。/A: Có người hoàn toàn không đổi tên chủ đề trong e-mail, thật không thể tha thứ được nhỉ. B: Ơ, nhưng, khi phản hồi thì không đổi. Chẳng phải đổi thì thất lễ sao? A: Nhưng, nếu cứ tiếp tục phản hồi hay gửi chuyển tiếp thì ký hiệu tăng lên, dài ra đúng không. Tôi thì cố gắng trong khoảng tối đa 20 chữ.

紙の<u>アルバム</u>の中の写真を<u>スキャンして</u>、インターネットに<u>移した</u>。

593	アルバム	名 album/相册/tập ảnh
594	スキャン[する]	名 動3他 scanning, scan/扫描[扫描]/sự quét, quét, scan
595	移す うつ	動1他 transfer, move/移到/chuyển, dịch chuyển, làm lây

596	ⓐ 移る うつ	動1自 be transferred, be moved/移动/được chuyển, bị dịch chuyển, lây

I scanned the pictures in my paper album and transferred them to the internet./扫描相册里的纸质照片，然后移到互联网上。/Tôi đã quét ảnh trong tập ảnh bằng giấy và chuyển lên mạng internet.

A：<u>アンケート</u>に答えたら回答者にプレゼントが当たるっていう
　　　　　　　　　こた　　　かいとうしゃ　　　　　　　　　　あ
　　の、あるでしょ。あれ、本当に当たるのかな。
　　　　　　　　　　　　　　　ほんとう　あ

B：子どものとき、漫画雑誌のアンケートでスマホの<u>ケース</u>当たっ
　　こ　　　　　　　まんがざっし　　　　　　　　　　　　　　　あ
　　たことあるよ。１位はゲーム機だったけど、それは当たった
　　　　　　　　　　い　　　　　　き　　　　　　　　　　　　　あ
　　人には会ったことないなあ。
　　ひと　あ

597	アンケート	名 survey/问卷调查/khảo sát
598	～者 しゃ	接尾 ~ person/~者/người ~
599	ケース	名 case/套/vỏ bọc
600	～機 き	接尾 ~ console, ~ machine/机/máy ~

A: You know how there are surveys where you could win a present if you answer them? I wonder if you can really win anything. B: When I was a kid, I won a smartphone case from a survey in a manga magazine. First place was a game console, but I've never met anyone who's won one./A: 不是有那种回答问卷调查后，回答者可以抽礼物的。那个真的会中奖吗? B: 我小时候，在漫画杂志的问卷调查中了手机套呢。虽然第一名是游戏机，但我还没遇到过中那个的人。/A: Có phải có mấy cái vụ trả lời khảo sát là người trả lời trúng quà không. Cái đó, có thật không nhỉ? B: Lúc nhỏ, tôi từng trúng vỏ bọc điện thoại thông minh trong khảo sát của tạp chí manga đấy. Hạng 1 là máy game nhưng tôi chưa từng gặp người nói trúng cái đó.

数字
すうじ

Numbers　数字　chữ số

100	百 ひゃく
1,000	千 せん
10,000	一万 いちまん
100,000	十万 じゅうまん
1,000,000	百万 ひゃくまん
10,000,000	千万 せんまん
100,000,000	一億 いちおく
1,000,000,000	十億 じゅうおく
10,000,000,000	百億 ひゃくおく
100,000,000,000	千億 せんおく
1,000,000,000,000	一兆 いっちょう

Topic 6

流行
りゅう こう

Trends　流行　Sự lưu hành/phổ biến

No. 601-706

🔊 118

私の好きな俳優が初めて来日してインタビューされていた。し
わたし　す　はいゆう　はじ　らいにち
かし、記者の質問のレベルが低くてがっかりした。
きしゃ　しつもん　ひく

601	俳優 はいゆう	名 actor/演员/diễn viên, diễn viên nam
602	＋ 女優 じょゆう	名 female actor, actress/女演员/diễn viên nữ
603	来日[する] らいにち	名 動3自 visiting Japan, visit Japan/访日[访日]/sự đến Nhật, đến Nhật
604	インタビュー[する]	名 動3他 interview, interview/采访[做采访]/buổi phỏng vấn, phỏng vấn
605	記者 きしゃ	名 reporter/记者/phóng viên
606	がっかりする	動3自 be disappointed/感到失望/thất vọng

My favorite actor came to Japan for the first time and was interviewed. However, I was disappointed at the low level of reporter's questions./我喜欢的男演员第一次访日还被采访。但，记者访问的内容好肤浅，让我很失望。/Diễn viên mà tôi yêu thích lần đầu đến Nhật và được phỏng vấn. Nhưng, trình độ câu hỏi của phóng viên thấp quá nên thật thất vọng.

🔊 119

A：リメイク作品は、音楽は昔のものを使ってほしい。
さくひん　おんがく　むかし　つか
B：分かる。曲が流れただけで、懐かしくなって涙が出そうに
わ　きょく　なが　なつ　なみだ　て
なる。

607	リメイク[する]	名 動3他 remake, remake/翻拍[翻拍]/làm lại, làm lại
608	作品 さくひん	名 work/作品/tác phẩm
609	曲 きょく	名 melody, music/歌曲/ca khúc, khúc nhạc
610	流れる なが	動2自 flow/播放/(nhạc) vang lên, trôi, chảy
611	懐かしい なつ	イ nostalgic/怀念/hoài nhớ, lưu luyến
612	涙 なみだ	名 tears/眼泪/nước mắt

A: For works that are remakes, I want them to use the old music. B: I know what you mean. Just hearing the song being played will make it feel nostalgic and make you feel like crying./A: 我还是希望翻拍作品能使用以前的音乐。B: 我懂。只要一播放歌曲，就怀念到眼泪都快要流出来了。/A: Tôi muốn người ta sử dụng lại nhạc xưa trong tác phẩm làm lại. B: Tôi hiểu. Chỉ cần ca khúc vang lên là cảm thấy hoài nhớ, nước mắt chực trào ra.

最近のライトノベルは、まず<u>オンライン</u>の小説サイトに掲載され、それから本になることが多い。<u>タイトル</u>が長く、タイトルだけで<u>内容</u>が分かることが<u>共通</u>している。本の<u>表紙</u>にはかわいいキャラクターが描かれているが、タイトルのせいで見にくかったりする。

613 □	オンライン	名 online/线上/trực tuyến
614 □	タイトル	名 title/书名/tiêu đề
615 □	＝題名 だいめい	名 title/标题/tựa đề
616 □	＝題 だい	名 title/标题/tựa đề
617 □	内容 ないよう	名 content/内容/nội dung
618 □	共通[する] きょうつう	名 動3自 having in common, have in common, share/共通[共通点]/sự chung, dùng chung, cùng chung
619 □	表紙 ひょうし	名 cover/封面/bìa

Recent light novels are often first published on online novel sites and then become books. It is common that the titles are long, and you can figure out the content just by the title alone. Cute characters are drawn on the covers of the books, but they may difficult to see because of the title./最近的轻小说，大部分都是先刊登在线上的小说网，然后才会出书。共通点在于书名都很长，只看了书名就能理解大概的内容。书本封面的角色都画的很可爱，但被书名挡着都看不清楚。/Tiểu thuyết nhẹ gần đây, phần lớn trước tiên là được đăng tải trên các trang tiểu thuyết trực tuyến, sau đó là thành sách. Điểm chung là tiêu đề dài, chỉ cần tiêu đề là có thể hiểu được nội dung. Bìa sách có vẽ các nhân vật dễ thương nhưng vì tiêu đề mà có khi khó coi.

Topic 6 ● 流行

🔊 121

A：この前勧めてくれたドラマ、追いついたよ。
　　まえ　すす　　　　　　　　　　　　　　お

B：え、もう？　いつ教えたっけ。

A：先々週だから、2週間で20話ぐらい見たかな。今夜の話
　　せんせんしゅう　　　　　しゅうかん　　わ　　　　　　み　　　　　　こんや　　はなし
　　は予約済み。
　　　よやく　ず

620 ☐	勧める すす	動2他 recommend/推荐/giới thiệu, khuyến khích
621 ☐	＋おすすめ[する]	名 動3他 recommended, recommendation/推荐/sự khuyến khích, khuyên dùng
622 ☐	ドラマ	名 drama/电视剧/phim truyền hình
623 ☐	追いつく お	動1自 catch up/追上/theo kịp, đuổi đến
624 ☐	先々週 せんせんしゅう	名 副 week before last/上上个星期/hai tuần trước
625 ☐	～済み ず	接尾 finished ~/已经~好了/đã ~ xong

A: I got caught up in that drama that recommended to me the other day. B: What? Already? When did I tell you about it again? A: The week before last, so I watched 20 episodes in about two weeks. I've already set a reservation for tonight's episode./A: 前一阵子，你推荐我看的电视剧，我终于追上了。B: 诶？这么快？我什么时候推荐你来着。A: 上上个星期，所以2个星期我就看了20集左右呢。今晚那一集我已经预约好了。/A: Tôi đã theo kịp bộ phim truyền hình mà cậu giới thiệu hôm trước đấy. B: Ơ, xem rồi á? Tôi chỉ cậu lúc nào vậy? A: Hai tuần trước nên 2 tuần xem được 20 tập. Tập tối nay cũng đã đặt xong.

🔊 122

A：これ、私が小学生のときの劇のビデオです。
　　　　　わたし　しょうがくせい　　　　　げき

B：え、どこに映ってるの？
　　　　　　　うつ

A：ああ、木の手前にいる、リボンをつけた子が私です。
　　　　　き　てまえ　　　　　　　　　　　　　　　　　こ　わたし

626 ☐	劇 げき	名 play/舞台剧/kịch
627 ☐	＋劇場 げきじょう	名 theater/剧场/rạp hát, nhà hát
628 ☐	手前 てまえ	名 in front/前面/trước mặt, phía trước
629 ☐	リボン	名 ribbon/蝴蝶结/cái nơ

A: This is a video of a play from when I was in elementary school. B: Oh, where are you? A: Umm, I'm the kid in front of the tree wearing a ribbon./A: 这是我小学时，演舞台剧的录像带。B: 诶，哪里有拍到你？A: 啊～我在树的前面，戴着蝴蝶结的孩子就是我。/A: Đây là video kịch hồi tôi là học sinh tiểu học. B: Ơ, bạn ở đâu vậy? A: À, đứa nhỏ đeo nơ ở phía trước cái cây là tôi.

以前はよく<u>レンタル</u>ビデオ店にビデオや ＤＶＤ を借りに行った。しかし、今はインターネットでレンタルすることができる。まず会員<u>登録し</u>、それから好きな金額を<u>チャージする</u>。チャージした金額分、自由にレンタルすることができる。このやり方は一つの<u>発明</u>だと思う。私はサイトを<u>お気に入り</u>に登録している。

630	レンタル[する]	名 動3他 rental, rent/租借[租借]/sự thuê, thuê
631	登録[する] とうろく	名 動3他 registration, registering/注册[注册]/sự đăng ký, đăng ký
632	チャージ[する]	名 動3他 charging, charge/充值[充值]/sự nạp vào, nạp vào, sạc
633	発明[する] はつめい	名 動3他 invention, invent/发明[发明]/sự phát minh, phát minh
634	お気に入り き い	名 favorite/我的最爱/yêu thích

In the past, people rented videos and DVDs at rental video stores. But now, you can rent things on the internet. First, register as a member and then charge whatever amount you like. You can freely rent things with the charged amount. I think this method is one invention. I've registered the site to my favorites./以前常常会去录像出租店租借录像带和DVD。但现在可以在线上租借。先注册会员，然后看要充值多少钱。只要是在充值范围内，都可以自由的租借。我认为这是一个发明。我还把网页加到我的最爱里。/Trước đây, chúng ta thường đi đến tiệm cho thuê băng video để thuê băng video và DVD. Nhưng bây giờ thì có thể thuê qua internet. Trước tiên, đăng ký hội viên, sau đó, nạp mức tiền mình thích. Có thể tự do thuê theo phần tiền đã nạp. Tôi cho rằng cách làm này là 1 phát minh. Tôi đã đăng ký trang web vào mục yêu thích.

◀)) 124

最初はみんな、この<u>アニメ</u>を<u>仲良し</u>の女の子が変身して<u>戦う</u>だ
さいしょ　　　　　　　　　　　　　なか よ　　　　おんな こ へんしん　　　たたか
けの<u>話</u>だと<u>思</u>っていた。しかし、<u>第3話</u>で一人のキャラが<u>殺され</u>、
はなし　　おも　　　　　　　　　　だい わ　　ひとり　　　　　　　　ころ
みんなショックを<u>受</u>けた。
う

635	アニメ（ーション）	名 anime/动画片/phim hoạt hình
636	仲良し なか よ	名 good friend/要好/thân thiết, hòa thuận, quan hệ tốt
637	戦う たたか	動1自 fight/战斗/chiến đấu
638	＋戦い たたか	名 fight/战斗/cuộc chiến
639	第～ だい	接頭 ~th/nd/rd/第～/thứ ~
640	殺す ころ	動1他 kill/杀/giết

At first everyone thought that the anime was only about girls who were friends and would change form and fight. However, one character was killed in the third episode, and everyone was shocked./一开始，大家都以为这部动画片只是很要好的女孩变身战斗的故事。但是，看到第3集有一位角色被杀，大家都受到了打击。/Lúc đầu, mọi người nghĩ phim hoạt hình này chỉ là các cô gái thân thiết biến hình để chiến đấu. Nhưng, trong tập thứ 3, một nhân vật bị giết, mọi người đều bị sốc.

◀)) 125

この会社のアニメは、<u>前半</u>がどんな<u>話</u>でも、<u>後半</u>は<u>必ず宇宙</u>に
かいしゃ　　　　　　　ぜんはん　　　　　　はなし　　　こうはん　　かなら　う ちゅう
<u>飛び出す</u>。
と だ

641	前半 ぜんはん	名 副 first half/前半部/nửa phần đầu, hiệp đấu
642	後半 こうはん	名 副 second half/后半部/nửa phần sau, hiệp sau
643	宇宙 う ちゅう	名 space/宇宙/vũ trụ
644	飛び出す と だ	動1他 launch out, jump out/冲出/phóng ra, bay ra

No matter what happens in the first half of the anime from that company, they always fly off to space in the second half./这个公司的动画片，不管前半部是什么故事，后半部一定会冲出宇宙。/Phim hoạt hình của công ty này bất kể nửa phần đầu là chuyện thế nào đi nữa thì nửa phần sau chắc chắn sẽ bay vào vũ trụ.

<u>少年</u>漫画で何が<u>はやって</u>いるかは、小さな子どもたちを見れば
しょうねんまんが　が　　なに

分かる。彼らはすぐに言葉や<u>技</u>を<u>まねする</u>から。
わ　　かれ　　　　　　　　ことば　わざ

645 □	少年 しょうねん	名 boy/青少年/thiếu niên
646 □	↔ 少女 しょうじょ	名 girl/少女/thiếu nữ, cô gái
647 □	はやる	動1自 be popular/流行/thịnh hành, mốt
648 □	✚ はやり	名 trend, fad/流行/sự thịnh hành, mốt
649 □	技 わざ	名 skill/招数/kĩ năng, kĩ xảo, chiêu thức
650 □	まね[する]	名 動3他 imitation, imitate/模仿[模仿]/sự bắt chước, làm theo

You can tell what young boy's comics are popular by looking at young children. This is because they immediately imitate their words and techniques./只要看小孩子们，就知道青少年漫画在流行什么。因为他们马上就会模仿语言和招数。/Có thể nhìn bọn trẻ nhỏ là biết cái gì đang thịnh hành trong truyện tranh thiếu niên. Vì bọn trẻ sẽ bắt chước ngay lời nói và kĩ xảo trong đó.

Topic 6 ● 流行

◄)) 127

A：<u>ミステリー</u>のドラマってだいたい<u>ハンサムな</u>役者が<u>犯人</u>だよ
やくしゃ　　はんにん

な。

B：<u>おい</u>、そんなこと言うのやめろよ。
い

651 □	ミステリー	名 mystery/推理/trinh thám, huyền bí, bí ẩn
652 □	ハンサムな	ナ handsome/英俊的/đẹp trai
653 □	犯人 はんにん	名 criminal/凶手/thủ phạm
654 □	おい	感 hey/喂/này

A: In mystery dramas, the criminal is usually the handsome actor, right? B: Hey, stop saying things like that./A: 推理电视剧里，大概都是英俊的演员是凶手呢。B: 喂，别说这种话啦。/ A: Phim trinh thám, đại khái diễn viên đẹp trai đều là thủ phạm nhỉ. B: Này, đừng có nói như thế chứ.

🔊 128

恋愛と友情は、人間にとって最も重大なテーマだ。だからこそ、
れんあい ゆうじょう にんげん もっと じゅうだい
歴史の中でたくさんの物語が作られてきた。現代の曲の歌詞に
れきし なか ものがたり つく げんだい きょく かし
も多く登場する。
おお とうじょう

655 ☐	恋愛[する] れんあい	名 動3自 love, love/恋爱[谈恋爱]/tình yêu, yêu
656 ☐	友情 ゆうじょう	名 friendship/友情/tình bạn
657 ☐	重大な じゅうだい	ナ serious/重大的/quan trọng, trọng đại
658 ☐	テーマ	名 theme/主題/đề tài
659 ☐	物語 ものがたり	名 story/故事/truyện kể
660 ☐	歌詞 かし	名 lyrics/歌词/lời (bài hát)

Love and friendship are the most significant themes for humans. That's why there have been a lot of stories in history. Many appear in the lyrics of modern songs too./恋爱和友情对人类来说是最重大的主题。所以在历史中才会有那么多的故事。也有很多被写在现代歌曲的歌词里。/Tình yêu và tình bạn đối với con người là đề tài quan trọng nhất. Chính vì vậy, trong lịch sử có rất nhiều truyện kể được tạo ra. Và xuất hiện nhiều trong cả lời của các ca khúc hiện đại.

🔊 129

この作者の漫画は面白いけど、ところどころ変だ。最初女の子
さくしゃ まんが おもしろ へん さいしょおんな こ
だったキャラが、いつの間にか男の子になっていた。ストーリー
ま おとこ こ
にも波があり、調子がいいときは読んでいてどきどきするが、
なみ ちょうし よ
調子が悪いときは本当に面白くない。
ちょうし わる ほんとう おもしろ

661 ☐	作者 さくしゃ	名 author/作者/tác giả
662 ☐	ところどころ	名 副 here and there/到处/đôi chỗ, đây đó
663 ☐	いつの間にか ま	副 at some point/不知不觉中/tự lúc nào
664 ☐	波 なみ	名 wave/起伏/trồi sụt, sóng biển
665 ☐	調子 ちょうし	名 condition/状态/phong độ, tình trạng

| 666 ☐ | どきどき [する] | 名 動3自 exciting, get excited/紧张[紧张]/sự hồi hộp, hồi hộp |

This author's manga are interesting, but there are some strange parts here and there. One character who was a girl at first at some point became a boy. There are waves in the story, and when the condition is good, I read it and get excited, but when it's not good, it's really uninteresting./这个作者的漫画很有趣，但到处都有奇怪的地方。一开始是女生的角色，在不知不觉中变成了男生。故事也有起伏，状态好的时候，读起来好紧张，但…状态不好的时候真的很无趣。/Truyện tranh của tác giả này thú vị nhưng có đôi chỗ kỳ cục. Ban đầu, nhân vật là bé gái thì chẳng biết từ lúc nào đã thành bé trai. Câu chuyện cũng có trồi sụt, khi phong độ tốt thì đọc thấy hồi hộp nhưng khi phong độ không tốt thì thật sự chẳng thú vị gì.

🔊 130

A：この映画は、観客にカードのプレゼントがあるから、4回見に行かないと。

B：そんなに見たら飽きない？

A：カードだけもらう人もいるけど、私は見る。最初、あれ？って思ったところが、2回目に見ると意味が分かったりするから。

667 ☐	観客 かんきゃく	名 audience/观众/khán giả, quan khách
668 ☐	カード	名 card/卡片/thẻ
669 ☐	飽きる あ	動2自 get tired/腻/chán, ngán
670 ☐	あれ？	感 Huh?/咦?/Ủa?

A: This movie has a card present for the audience, so I have to go four times. B: Won't you get tired of watching it so much? A: Some people get only the cards, but I watch it. I can better understand some of the things that made me go "huh?" the first time I watched it when watching it for the second time./A: 这个电影会送观众卡片，要去看4次才行。B: 看那么多不腻吗？A: 也有人只去拿卡片，但我要看。有时候一开始我觉得「咦？」的地方，看第2次我就能理解意思了。/A: Bộ phim này có quà là thẻ cho khán giả, phải đi xem 4 lần mới được. B: Xem như thế mà không chán sao? A: Cũng có người chỉ nhận thẻ nhưng tôi thì xem. Vì có những chỗ mà lúc đầu thấy "Ủa?" thì khi xem lần thứ 2 sẽ hiểu ý nghĩa.

🔊 131

私はアイドルには<u>少しも</u>興味が<u>なかった</u>。しかし、友人に誘わ
わたし　　　　　　　　すこ　　　　きょうみ
れて、<u>コンサート</u>に行ってから、ファンになった。彼らが<u>登場</u>
　　　　　　　　　　い　　　　　　　　　　　　　　　かれ　　　とうじょう
<u>した</u>ときの会場の空気は忘れられない。とても感動<u>的</u>で、終わ
　　　　　　かいじょう　くうき　わす　　　　　　　かんどうてき　　　お
る頃には泣いていた。
　ころ　　な

671	少しも～ない すこ	句 not at all ~/一点都没有/một chút cũng không ~
672	コンサート	名 concert/演唱会/buổi hòa nhạc, chương trình ca nhạc
673	＋ライブ	名 live show/演唱会/biểu diễn nhạc sống
674	登場[する] とうじょう	名 動3自 appearance, appear/登场[登场]/sự xuất hiện, xuất hiện
675	～的 てき	接尾 ~ish/很~/mang tính ~, một cách ~

I didn't used to be interested in idols at all. However, I was invited by a friend to a concert and have been a fan ever since. I'll never forget the vibe in the venue the moment they appeared. It was really moving, and I cried when it was over./我对爱豆一点兴趣都没有。但自从朋友找我去看了演唱会，我就变粉丝了。我无法忘记他们登场时，会场的那种氛围。让我很感动，结束时我还哭了。/Tôi chẳng có chút hứng thú nào với thần tượng. Nhưng sau khi được bạn rủ đi xem một buổi hòa nhạc thì thành người hâm mộ. Tôi không thể nào quên không khí của hội trường khi họ xuất hiện. Rất mang tính cảm động và tôi đã khóc khi kết thúc.

🔊 132

来週、私の好きな漫画家の最新<u>作</u>が<u>スタート</u>します。私は小さ
らいしゅう　わたし　す　　まんがか　　さいしんさく　　　　　　　　わたし　ちい
い頃、<u>お小遣い</u>をためて、その人の全作品を<u>そろえて</u>いました。
　ころ　　こづか　　　　　　　　　ひと　ぜんさくひん
新しい作品は、<u>過去</u>の作品の<u>続き</u>のストーリーです。
あたら　さくひん　　かこ　　さくひん　つづ

676	～作 さく	接尾 ~ work/~作/do ~ sáng tác, tác phẩm ~
677	スタート[する]	名 動3自 start, start/开始[开始]/sự bắt đầu, bắt đầu
678	（お）小遣い こづか	名 pocket money/零用钱/tiền tiêu vặt
679	そろえる	動2他 collect, arrange together/买齐/tập hợp đầy đủ
680	ⓓ そろう	動1自 be collected, be arranged together/齐全/tập hợp đầy đủ

681 ☐	＋おそろい	名 complete set, matching/一对/(đồ, áo) cặp, giống nhau
682 ☐	過去 か こ	名 past/以前/quá khứ
683 ☐	続き つづ	名 continuation/延续/tiếp tục

Next week, the latest work from my favorite manga artist will be starting. When I was younger, I used to save up my pocket money, and I had collected all of their works. Their new work is a continuation of the story of their past work./下个星期，我喜欢的漫画家的最新作要开始了。小时候，我把我的零用钱存起来，然后把他的作品全买齐了。新作品是延续以前作品的故事。/Tuần sau, tác phẩm mới nhất của họa sĩ manga mà tôi yêu thích sẽ bắt đầu. Lúc nhỏ, tôi đã để dành tiền tiêu vặt để tập hợp đầy đủ tất cả tác phẩm của người đó. Tác phẩm mới là câu chuyện tiếp theo của tác phẩm trong quá khứ.

🔊 133

A：展覧会とか行ったことないんだよね。どれに行ったらいいか
　　てんらんかい　　　　　　　　　　　　　　い
　　分からないし。
　　わ

B：最初はなんでもいいんだよ。適当に行って、何かの絵が気に
　　さいしょ　　　　　　　　　　てきとう　い　　　　なに　　え　　き に
　　入ったら、それを描いた画家のことを調べる。そうしている
　　はい　　　　　　　　か　　　がか　　　　しら
　　うちにだんだん詳しくなるよ。
　　　　　　　　くわ

Topic 6 ● 流行

684 ☐	展覧会 てんらんかい	名 exhibition/展览会/buổi triển lãm
685 ☐	気に入る き い	動1他 to like/喜欢/thích, vừa ý
686 ☐	画家 が か	名 painter/画家/họa sĩ
687 ☐	詳しい くわ	イ knowledgeable, detailed/越懂越多/rành, cụ thể, chi tiết

A: I have never been to an exhibition. I wouldn't even know which one to go to. B: Anything is okay at first. Just go when you feel like it, and if you see a painting you like, check out the painter who painted it. You'll grow more knowledgeable as you do that./A: 我没去过展览会呢。我都不知道该去哪一个比较好。B: 一开始不管什么都行。就随便去，然后如果喜欢某一幅画，就查关于画那幅画的画家。这样就会渐渐越懂越多了。/A: Tôi chưa từng đi buổi triển lãm nào hết. Tôi chưa từng đi buổi triển lãm nào hết. Cũng chẳng biết đi cái nào thì được. B: Lúc đầu thì gì cũng được. Cứ đi vậy thôi rồi nếu thích bức tranh nào đó thì tìm hiểu về hoạ sĩ đã vẽ bức tranh đó. Cứ làm vậy thì dần dần trở nên rành thôi.

🔊 134

> コンサートのチケットは<u>夜中</u>に<u>発売された</u>のに、アクセスが<u>集</u>
> <u>中</u>し、<u>たった</u>1分で売り切れた。
> よなか　はっぱい　　　　　　　　　　　しゅうちゅう　　　　ぶん　う　き

688	夜中 よなか	名 副 in the night/半夜/nửa đêm, giữa khuya
689	発売[する] はつばい	名 動3他 selling, go on sale/发售[发售]/sự bán ra, bán ra, phát hành
690	＋ 新発売 しんはつばい	名 now on sale/新发售/sự bán ra, bán ra, phát hành mới
691	集中[する] しゅうちゅう	名 動3自 concentrating, concentrate/集中/sự tập trung, tập trung
692	＋ 集中力 しゅうちゅうりょく	名 concentration/集中力/sức tập trung
693	たった	連 only/オ/vòn vẹn, chỉ, duy nhất, mỗi

The tickets for the concert went on sale during the night, but access was concentrated, and they sold out in just one minute./演唱会门票是在半夜发售的，结果访问量太集中，才1分钟就售光了。/Vé của buổi hòa nhạc đã được bán ra lúc nửa đêm vậy mà truy cập tập trung, vòn vẹn 1 phút là bán hết.

🔊 135

> これは、少年が妹を守るために、父親である<u>王</u>を<u>倒す</u>物語です。
> しょうねん　いもうと　まも　　　　　ちちおや　　　　おう　たお　ものがたり
> そのために、少年はいろいろな<u>犯罪</u>も犯します。でも、<u>ラスト</u>
> しょうねん　　　　　　　はんざい　おか
> は本当に<u>感動的</u>で、<u>見終わった</u>ときは<u>拍手しました</u>。
> ほんとう　かんどうてき　　みお　　　　　　はくしゅ

694	王 おう	名 king/君王/nhà vua, vua
695	＝ 王様 おうさま	名 king/殿下/đức vua, nhà vua
696	＝ 国王 こくおう	名 king/国王/quốc vương, vua một nước
697	倒す たお	動1他 defeat/打倒/đánh đổ, làm ngã
698	犯罪 はんざい	名 crime/犯罪/tội lỗi
699	ラスト	名 ending, finale/结局/cuối cùng
700	拍手[する] はくしゅ	名 動3目 applause, clap, applauded/拍手[拍手]/sự vỗ tay, vỗ tay

This is a story of a boy that defeats the king who is also his father to protect his sister. To that end, the boy also commits a variety of crimes. But the ending was really moving, and I clapped when it ended./这是少年为了保护妹妹，要打倒身为君王的父亲的故事。为了达到目的，少年做了犯了很多罪。但是，结局真的很感人。我看完时不禁地拍了手。/Đây là truyện kể một thiếu niên để bảo vệ em gái đã đánh đổ nhà vua là cha mình. Vì vậy, thiếu niên cũng phạm rất nhiều tội lỗi khác nhau. Nhưng cuối cùng thật sự rất cảm động, khi xem xong tôi đã vỗ tay.

◄》 136

テレビを見ている人も参加できる<u>クイズ</u>番組があった。 私はいつも、スマホを<u>操作している途中</u>で<u>締め切られて</u>しまっていた。答えは全部分かっていて、もうちょっとで商品がもらえたのに、<u>惜しかった</u>。

Topic 6
● 流行

701 □	クイズ	名 quiz/问答/câu đố
702 □	操作[する] そうさ	名 動 3 他 manipulation, manipulate/操作[操作]/sự điều khiển, thao tác
703 □	途中 とちゅう	名 副 on the way/途中/giữa chừng
704 □	締め切る しき	動 1 他 close up/截止/hết giờ, hết hạn
705 □	＋締め切り しき	名 deadline/截止/hạn chót
706 □	惜しい お	イ frustrating, regrettable/可惜/tiếc

There were quiz programs where people watching on TV can participate too. They always ended while I was busy using my smartphone. I knew all of the answers, and I was almost able to get a prize, so it was frustrating./有让看电视的人也一起参加的问答节目。但我每次都还在操作手机的途中，就截止了。答案我全都知道，差一点就可以拿到奖品了。真可惜。/ Có chương trình đố vui mà người xem tivi cũng có thể tham gia. Tôi luôn bị hết giờ khi đang thao tác điện thoại thông minh giữa chừng. Vì tôi biết tất cả các câu trả lời nên chỉ thêm chút nữa là có thể nhận sản phẩm vậy mà tiếc ghê.

覚えよう！
おぼ

図形と線
ず けい せん

Shapes and Lines　图形与线　hình học và đường thẳng

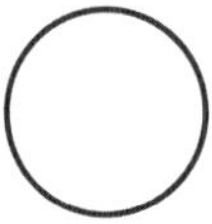

丸／円
まる　えん

circle

�圆形

hình tròn

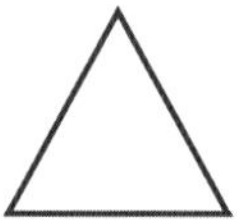

三角（形）
さんかく けい

triangle

三角形

hình tam giác

四角（形）
し かく けい

square

四角形

hình tứ giác

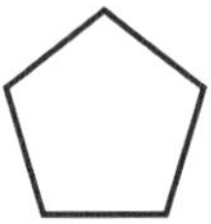

五角形
ご かくけい

pentagon

五角形

hình ngũ giác

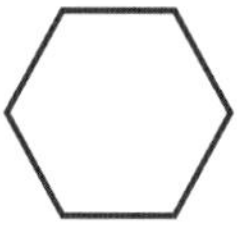

六角形
ろっかくけい

hexagon

六角形

hình lục giác

球
きゅう

ball

球

hình cầu

────── **直線** straight line / 直线 / đường thẳng
ちょくせん

·········· **点線** dotted line / 点线 / đường điểm chấm
てんせん

102

人づきあい
ひと

Social Life　交際　Giao tiếp xã hội

No. 707-774

◀» 137

<u>久しぶりに</u>中国人の<u>友人</u>が来日した。<u>母親</u>が「ようこそ、よく
ひさ　　　　　ちゅうごくじん　ゆうじん　らいにち　　　はは おや
いらっしゃいました」と言うと、友人は「<u>ご無沙汰しています</u>」
　　　　　　　　　　　　い　　　ゆうじん　　　　ぶ さ た
とあいさつした。

707	久しぶりに ひさ	副 for the first time in a while/久违/lâu ngày
708	友人 ゆうじん	名 friend/朋友/bạn thân
709	母親 ははおや	名 mother/母亲/người mẹ, mẹ
710	↔ 父親 ちちおや	名 father/父亲/người cha, cha
711	ようこそ	句 welcome/欢迎/chào mừng
712	よくいらっしゃ いました	句 thank you for coming/欢迎你的来访/Chào mừng anh/ chị đã đến.
713	ご無沙汰[する] ぶ さ た	名 動3自 long silence, not see talk to each other for a while/好久不见[好久没见]/sự lâu ngày, lâu ngày không gặp

A Chinese friend of mine came to Japan for the first time in a while. When my mother said,
"Welcome, I'm glad you made it," my friend greeting her by saying, "Long time no see."/久违
的中国人朋友来日本了。我母亲打招呼说「欢迎你的来访」，而朋友则回答「好久不见」。
/Lâu ngày người bạn Trung Quốc đến Nhật. Mẹ tôi nói "chào mừng cháu đã đến với chúng
tôi" và bạn tôi chào "lâu ngày mới được gặp bác ạ".

◀» 138

友人が中国へ帰るので、空港まで<u>見送った</u>。<u>後日</u>、友人から<u>小</u>
ゆうじん　ちゅうごく　かえ　　　くうこう　　　み おく　　　　ご じつ　　ゆうじん　　　こ
<u>包</u>が届いた。<u>便箋</u>には「<u>お世話になりました</u>。<u>どうか お元気で</u>」
づつみ　とど　　　びんせん　　　　　　　せ わ　　　　　　　　　　　　　げん き
と書かれていた。
　か

714	見送る み おく	動1他 send off/目送/tiễn, đưa
715	＋ 見送り み おく	名 send off/目送/sự tiễn đưa
716	後日 ご じつ	名 副 a few days later, at a later date/过几天/ngày sau
717	小包 こ づつみ	名 parcel/包裹/bưu phẩm nhỏ, gói nhỏ
718	便箋 びんせん	名 letter paper, stationary/信纸/thư, giấy viết thư

719	お世話になりました	句 thank you for helping me./承蒙照顾/Cảm ơn rất nhiều. / Tôi đã được giúp đỡ
720	どうか	副 please/请/rất mong, vui lòng
721	お元気で	句 take care/保重/giữ sức khỏe, mong bạn mạnh khỏe

My friend returned to China, so I saw him off to the airport. Later, a package arrived from my friend. The letter on it read "Thank you for looking after me. Please take care."/朋友要回中国了。我去机场目送他离开。过几天，收到了朋友寄来的包裹。信纸上写着「承蒙照顾。请保重。」/Vì bạn tôi sẽ về Trung Quốc nên tôi đã tiễn đến sân bay. Mấy ngày sau, có một bưu phẩm nhỏ được gửi đến từ bạn tôi. Trong thư có viết "Cảm ơn bạn rất nhiều. Mong bạn mạnh khỏe".

🔊 139

<u>親戚</u>の家を<u>訪問</u>したら、<u>おじさん</u>がいた。あいさつをし、「<u>ところで</u>、<u>おばさん</u>は」と聞くと、<u>別々に</u>暮らしているらしい。<u>そういえば</u>、今年の<u>年賀状</u>におばさんの名前がなかった。

722	親戚 しんせき	名 relative/亲戚/người bà con
723	訪問[する] ほうもん	名 動3他 visiting, visit/拜访[拜访]/sự thăm viếng, đến thăm
724	おじ（さん）	名 uncle/伯父/chú, bác, cậu, bác trai
725	ところで	接続 by the way/对了/nhân tiện, mà này
726	おば（さん）	名 aunt/伯母/cô, dì, bác gái
727	別々に べつべつ	副 separately/分开/riêng biệt
728	そういえば	句 speaking of which/说起来/nhắc mới nhớ
729	年賀状 ねんがじょう	名 New Year's card/贺年卡/thiệp năm mới

I went to visit a relative's house, and my uncle was there. I greeted him and asked "By the way, where's my aunt?," and it seems that they're now living separately. Speaking of which, this year's New Year's card didn't have my aunt's name on it./拜访亲戚家时，伯父也在。我打了招呼后，问说「对了，伯母呢?」，听说他们好像已经分开住了。说起来，今年收到的贺年卡里好像没有伯母的名字。/Khi tôi đến thăm nhà người bà con thì có bác trai. Tôi chào và hỏi "ả mà bác gái đâu ạ?" thì hình như họ sống riêng biệt. Nói mới nhớ, thiệp năm mới năm nay không có tên bác gái.

105

◀)) 140

<u>長女</u>は<u>生意気</u>だが、<u>目上</u>の人に会うときちんと<u>おじぎする</u>。そ
ちょうじょ　なまいき　めうえ　ひと　あ
れが<u>長所</u>だ。
ちょうしょ

730	長女 ちょうじょ	名 eldest daughter/长女/trưởng nữ, con gái đầu
731	＋ 次女 じじょ	名 second daughter/次女/thứ nữ, con gái thứ
732	生意気な なまいき	ナ sassy/桀骜不驯/tinh nghịch, xấc láo
733	目上 めうえ	名 older (people), elder/长辈/(vị trí cao hơn, trên
734	↔ 目下 めした	名 younger (people), junior/晚辈/(vị trí thấp hơn, dưới
735	おじぎ[する]	名 動3自 bowing, bow/鞠躬敬礼[鞠躬敬礼]/sự cúi chào, cúi chào
736	長所 ちょうしょ	名 strong point/优点/ưu điểm, sở trường
737	↔ 短所 たんしょ	名 weak point/缺点/khuyết điểm, sở đoản

My eldest daughter is sassy, but when meeting older people, she bows. That's her strong point./长女很桀骜不驯，但见到长辈时会鞠躬敬礼。这是她的优点。/Con gái đầu của tôi rất tinh nghịch nhưng gặp người trên là cúi đầu chào. Đó là ưu điểm của con bé.

◀)) 141

<u>中学生</u>の<u>姪</u>とは<u>仲</u>がいい。日が<u>暮れたら</u> 3 年<u>ぶり</u>に<u>花火</u>をしよ
ちゅうがくせい　めい　なか　ひ　く　ねん　はなび
うと<u>約束</u>した。しかし、ライターを<u>切らして</u>いて、できなかった。
やくそく　き
私は「<u>すまない</u>ね」と<u>謝った</u>。
わたし　あやま

738	姪 めい	名 niece/侄女/外甥女/cháu gái (gọi chú, cô)
739	↔ 甥 おい	名 nephew/侄子/外甥/cháu trai (gọi chú, cô)
740	仲 なか	名 relationship/关系/tình cảm, mối quan hệ
741	暮れる く	動2自 get dark/日暮/(mặt trời) lặn, hoàng hôn xuống, về cuối
742	～ぶり	接尾 in ~ (timespan)/时隔 ~/cách ~
743	花火 はなび	名 fireworks/烟花/pháo hoa

744 □	切らす き	動1他 run out/没有/hết, đứt
745 □	すまない	句 remorseful/抱歉/có lỗi, xin lỗi

I'm close with my niece who is a junior high school student. When the sun went down, I promised to light some fireworks for the first time in three years. However, my lighter was empty and I couldn't light them. I told her I was sorry./我和中学生的侄女关系很好。我和她约好日暮后，一起放时隔3年的烟花。但刚好没有打火机，所以就放不了了。所以我只好跟她道歉，说对不起。/Tôi rất thân với cháu gái là học sinh cấp hai. Tôi đã hứa khi mặt trời lặn thì sẽ chơi pháo hoa sau 3 năm không chơi. Nhưng bật lửa hết ga, không chơi được. Tôi đã nói "xin lỗi cháu nhé".

◀) 142

田中先生の研究室を<u>ノックした</u>が、<u>留守</u>のようだ。今日は大学を<u>お休みになっている</u>のかもしれない。<u>伝言</u>メモに、「<u>お目にかかって</u>、先生の本を<u>拝見したい</u>と思っています。明日また<u>訪ねます</u>」と書いた。<u>氏名</u>を書くのも忘れなかった。

746 □	ノック[する]	名 動3他 knocking, knock/敲门[敲门]/sự gõ cửa, gõ cửa
747 □	お休みになる やす	動1自 be absent (honorific)/请假/nghỉ (kính ngữ)
748 □	伝言[する] でんごん	名 動3他 message, send a message/留言[留言]/tin nhắn, sự truyền đạt lại, nói lại
749 □	お目にかかる め	動1自 see, meet (humble)/瞻仰/thấy mặt, gặp (kính ngữ)
750 □	拝見[する] はいけん	名 動3他 seeing, see (humble)/拜读[拜读]/việc xem, xem (từ khiêm nhường)
751 □	訪ねる たず	動2他 visit/拜访/đến, hỏi, thăm
752 □	氏名 しめい	名 full name/姓名/họ tên

I knocked (on the door of) Tanaka-sensei's laboratory, but it seemed that no one was there. He may be absent from university today. On a memo, I wrote, "I would like to meet with you and see your book. I will come by again tomorrow. " I also did not forget to write my name./我敲了敲田中老师研究室的门，但好像不在。今天他可能请假没来大学。我在留言的便条纸上写「我想瞻仰老师一面，拜读老师的书。明天我还会再来拜访。」也没忘记写我的姓名。/Tôi đã gõ cửa phòng nghiên cứu của thầy Tanaka nhưng hình như thầy đi vắng. Hôm nay có lẽ thầy nghỉ dạy ở trường đại học. Tôi đã viết lên giấy viết tin nhắn: "Em định xin gặp thầy để xem sách của thầy. Ngày mai em lại đến ạ." Tôi cũng không quên viết tên mình.

Topic 7 ● 人づきあい
ひと

◀)) 143

彼は<u>信じられる</u> <u>人間</u>だ。<u>秘密</u>を守り、<u>離れて</u>いても<u>頼み</u>を聞い
かれ　　しん　　　　　　にんげん　　　　ひみつ　　まも　　　はな　　　　　　　たの　　　　き
てくれる。彼はみんなから<u>尊敬されて</u>いる。
かれ　　　　　　　　　そんけい

753	信じる しん	動2他 trust, believe/相信/tin, tin tưởng
754	人間 にんげん	名 human/人/con người, người
755	秘密 ひみつ	名 secret/秘密/bí mật
756	離れる はな	動2自 separate/离开/rời xa, tách rời
757	頼み たの	名 favor, request/拜托/sự nhờ cậy
758	尊敬[する] そんけい	名 動3他 respect, respect/尊敬[敬仰]/sự kính trọng, kính trọng, tôn kính

He is a person people trust. He keeps secrets and listens to your favors even when he's away.
He is respected by everyone./他是个可以信赖的人。不仅会保守秘密，我有事想拜托他时，就
算离得很远也愿意帮忙。大家都很尊敬他。/Anh ấy là người có thể tin được. Sẽ giữ bí mật và
dù xa cách cũng lắng nghe những nhờ cậy. Anh ấy được mọi người kính trọng.

◀)) 144

<u>知り合い</u>は、私の友人を<u>バーベキュー</u>に<u>誘う</u> <u>ついでに</u>、<u>私</u>を
し　あ　　　　　わたし　ゆうじん　　　　　　　　　　　　　さそ　　　　　　　　　わたし
<u>誘った</u>。私が「用事があって」と<u>断ったら</u>、グループチャット
さそ　　わたし　　ようじ　　　　　　　　ことわ
から<u>外された</u>。
はず

759	知り合い し　あ	名 acquaintance/认识的人/người quen
760	+ 知り合う し　あ	動1自 know someone/认识/biết nhau
761	バーベキュー	名 barbecue/烤肉/BBQ, thịt nướng ngoài trời
762	誘う さそ	動1他 invite/约/mời, rủ
763	+ 誘い さそ	名 invitation/约/lời mời, sự rủ rê
764	ついでに	副 at the same time/顺带/tiện thể, nhân tiện
765	断る ことわ	動1他 refuse, turn down/拒绝/từ chối

108

| 766 □ | 外す はず | 動1他 remove/踢出/tháo ra, gỡ ra |

An acquaintance invited my friend to barbecue and invited me as well. When I refused saying "I have some errands to do," I was removed from the group chat./认识的人要约我的朋友烤肉，也顺带的约了我。但我说「我有事」拒绝他后，我就被踢出了群聊。/Người quen nhân tiện mời bạn tôi đi BBQ nên đã mời tôi. Tôi từ chối "vì có việc" thì bị gỡ khỏi nhóm chát.

🔊145

彼女はデート中、ずっと不機嫌で、話しかけても黙っているので、全然楽しめなかった。その後、彼女との関係は自然と切れた。

767 □	彼女 かのじょ	名 girlfriend/女友/cô ấy, bạn gái
768 □	↔ 彼（氏） かれ し	名 boyfriend/男友/anh ấy, bạn trai
769 □	デート[する]	名 動3自 date, go on a date/约会[约会]/cuộc hẹn hò, hẹn hò
770 □	不機嫌な ふ き げん	ナ in a bad mood/不高兴的/không vui, khó chịu
771 □	話しかける はな	動2自 talk to/搭话/bắt chuyện
772 □	黙る だま	動1自 be silent/不说话/im lặng
773 □	楽しむ たの	動1他 have fun/尽兴/thưởng thức, vui thích
774 □	切れる き	動2自 be ended, be severed/断/cắt đứt, bị đứt

During our date, she was in a bad mood the whole time, staying silent even when I tried to talk to her, so I wasn't able to enjoy it at all. After that, my relationship with her organically ended./女友在约会时，一直都不高兴。我和她搭话，她也不说话。完全不能尽兴。之后，和女友的关系就自然而然的断了。/Trong lúc hẹn hò, cô ấy cứ khó chịu suốt, bắt chuyện cũng chỉ im lặng nên chẳng thể vui chút nào. Sau đó, mối quan hệ với cô ấy cũng tự nhiên cắt đứt.

家族
かぞく

Family　家族　gia đình

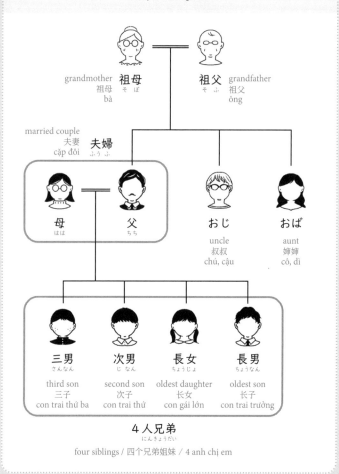

grandmother　祖母　祖母　bà
そ　ば

祖父　grandfather
そ　ふ　祖父　ông

married couple　夫妻　cặp đôi　夫婦
ふう ふ

母　父
はは　ちち

おじ
uncle
叔叔
chú, cậu

おば
aunt
婶婶
cô, dì

三男　次男　長女　長男
さんなん　じ なん　ちょうじょ　ちょうなん

third son
三子
con trai thứ ba

second son
次子
con trai thứ

oldest daughter
长女
con gái lớn

oldest son
长子
con trai trưởng

4人兄弟
にんきょうだい

four siblings / 四个兄弟姐妹 / 4 anh chị em

スポーツ

Sports　运动　Thể thao

No. 775-882

🔊 146

卓球の団体戦が行われて、中国が３対２で日本に勝利した。
たっきゅう だんたい せん おこな ちゅうごく たい にほん しょうり

775 ☐	**卓球** たっきゅう	名 table tennis/乒乓球/bóng bàn
776 ☐	**団体** だんたい	名 team, group/团体/tập thể, đoàn, đoàn thể
777 ☐	**〜戦** せん	接尾 〜 match/〜赛/trận đấu 〜
778 ☐	**〜対〜** たい	接頭 〜 to 〜/〜 比〜/〜 - 〜 (tỉ số), 〜 đối đầu 〜

A table tennis team competition was held, and China won over Japan 3 to 2./正在举行乒乓球的团体赛，中国以3比2赢了日本。/Trận đấu đồng đội môn bóng bàn diễn ra, Trung Quốc đã thắng Nhật Bản với tỉ số 3-2.

🔊 147

オリンピックの開会式の入場券が抽選で当たった。
かいかいしき にゅうじょう けん ちゅうせん あ

779 ☐	**オリンピック**	名 the Olympics/奥运会/Olympic
780 ☐	**開会**[する] かいかい	名 動 3 他 opening ceremony, have an opening ceremony/开会[开幕]/sự khai mạc, mở hội, khai mạc
781 ☐	↔ **閉会**[する] へいかい	名 動 3 他 closing ceremony, have a closing ceremony/闭会[闭幕]/sự bế mạc, kết thúc
782 ☐	**入場**[する] にゅうじょう	名 動 3 自 entrance, enter (a venue)/入场[入场]/sự tiến vào, bước vào (hội trường)
783 ☐	↔ **退場**[する] たいじょう	名 動 3 他 leaving, leave (a venue)/退场[退场]/sự đi ra, rút khỏi, rời khỏi (hội trường)
784 ☐	**券** けん	名 ticket/券/vé, phiếu
785 ☐	＝ **チケット**	名 ticket/票/vé
786 ☐	**当たる** あ	動 1 自 win (a lottery)/中/trúng

I won the lottery for tickets for the Olympic Opening Ceremony./我抽中了奥运会开幕式的入场券。/Tôi đã trúng vé vào cửa lễ khai mạc Olympic trong cuộc bốc thăm.

あの有名な水泳選手も、子どもの頃、浅い川で溺れたことがあ
るらしい。

787	選手 せんしゅ	名 athlete, player/选手/vận động viên, tuyển thủ
788	浅い あさ	イ shallow/浅/non, nông, cạn
789	溺れる おぼ	動2自 be lost in, drown/沉溺/say sưa, chìm, đuối nước

Even that famous swimmer once (almost) drowned in a river as a child./听说那位有名的游泳选手，小时候也在很浅的河里溺水过。/Nghe nói vận động viên bơi lội nổi tiếng đó lúc nhỏ cũng từng bị đuối nước ở con sông cạn.

グラウンドから派手な応援歌や選手の叫ぶ声が盛んに聞こえて
くる。

790	グラウンド	名 field (of play)/运动场/sân vận động
791	派手な は て	ナ loud, flashy/华丽的/sặc sỡ
792	応援[する] おうえん	名 動3他 cheering, cheer/助威/sự cổ vũ, cổ vũ, ủng hộ, cổ động
793	～歌 か	接尾 ～ song/～歌曲/bài hát ～
794	叫ぶ さけ	動1自 shout/叫/gào thét
795	盛んな さか	ナ frequent, lively/热闹/phấn khởi, thịnh hành

From the field, loud cheers and the shouts of the players can be actively heard frequently./从运动场传来很华丽的助威歌曲和选手热闹的叫声。/Có thể nghe được một cách phấn khởi tiếng hát cổ động sôi động từ sân đấu và tiếng hét của vận động viên vang lên

🔊150

<u>マラソン</u> <u>コース</u>の <u>両側</u>に <u>ロープ</u>が 張られ、道路の <u>中央</u>を走るようになっている。

796 ☐	マラソン	名 marathon/马拉松/chạy marathon
797 ☐	コース	名 course/路线/đường chạy, lộ trình, khóa
798 ☐	両側 りょうがわ	名 both sides/两边/hai bên
799 ☐	ロープ	名 rope/绳子/dây thừng, dây
800 ☐	中央 ちゅうおう	名 center/中央/chính giữa, trung tâm

Rope is put on both sides of the marathon course, and people are supposed to run in the center of the road./马拉松路线的两边都围有绳子，要跑在马路的中央。/Dây được căng ra ở hai bên đường chạy marathon, và mọi người chạy ở chính giữa đường.

🔊151

どんなに <u>才能</u>がある選手でも、 <u>トレーニング</u>を続けなければ、 <u>記録</u>を <u>伸ばす</u>ことはできない。

801 ☐	才能 さいのう	名 talent/才能/tài năng
802 ☐	トレーニング[する]	名 動3自 training, train/锻炼[锻炼]/sự tập luyện, huấn luyện
803 ☐	記録[する] きろく	名 動3他 record, record/记录/thành tích, kỉ lục, sự ghi chép, ghi chép
804 ☐	伸ばす の	動1他 improve, extend/提升/nâng cao, kéo dài
805 ☐	⑩ 伸びる の	動2自 be extended, be stretched/增长/dài ra, phát triển, tiến bộ

No matter how talented athletes may be, if they do not continue training, they won't be able to improve their records./不管多有才能的选手，不坚持锻炼，就无法提升记录。/Cho dù là vận động viên có tài năng như thế nào mà nếu không tiếp tục tập luyện cũng không thể nâng cao thành tích.

🔊 152

サッカーの世界一を決める<u>大会</u>がカリフォルニア<u>州</u>ロサンゼル
スで<u>行</u>われていて、<u>多</u>くの<u>人</u>が<u>注目</u>している。

806	大会 たいかい	名 tournament/大会/giải đấu, đại hội
807	州 しゅう	名 state/州/bang
808	注目[する] ちゅうもく	名 動3自 paying attention to, pay attention to/瞩目[瞩目]/sự tập trung, tập trung, chú ý vào

A tournament that determines the best in the world of soccer will be held in Los Angeles, California, and many people are paying attention to it./决定足球世界第一的大会在加州洛杉矶举办，万众瞩目。/Giải đấu quyết định số 1 thế giới môn bóng đá diễn ra ở Los Angeles bang California, thu hút sự chú ý của nhiều người.

🔊 153

オリンピックで<u>体操</u>の<u>日本代表</u>が<u>金</u>、<u>銀</u>、<u>銅</u>の<u>表彰台</u>を<u>独占</u>した。

809	体操[する] たいそう	名 動3自 gymnastics, do gymnastics/体操[做体操]/môn thể dục dụng cụ, thể dục, tập thể dục
810	代表[する] だいひょう	名 動3他 representative, represent/代表[代表]/đại diện, tiêu biểu cho
811	金 きん	名 gold/金/tiền, vàng
812	＋金色 きんいろ	名 gold (color)/金色/màu vàng kim
813	銀 ぎん	名 silver/银/bạc
814	＋銀色 ぎんいろ	名 silver (color)/银色/màu bạc
815	～台 だい	接尾 ~ stand, ~ podium/～台/bục ~, kệ ~, đài ~
816	独占[する] どくせん	名 動3他 monopoly, monopolize/独占[独占]/độc chiếm, chiếm lĩnh độc quyền

The Japanese national representative in gymnastics at the Olympics monopolized the gold, silver and bronze podium./在奥运会，日本体操代表独占了金，银，铜的颁奖台。/Tại Olympic, đại diện của Nhật Bản môn thể dục dụng cụ đã độc chiếm bục huy chương vàng, bạc, đồng.

🔊 154

体育の授業でバレーボールをやった。１セット目は点を取ることができたが、その後は一方的に負けてしまった。試合後、両チームで握手した。

817	体育 たいいく	名 physical education/体育/thể dục
818	＋体育館 たいいくかん	名 gymnasium/体育馆/nhà thi đấu thể thao
819	〜セット	接尾 ~ set/～局/sét ~
820	点 てん	名 point/分/điểm
821	両〜 りょう	接頭 both ~/两～/cả hai ~
822	握手[する] あくしゅ	名 動3自 shaking hands, shake hands/握手[握手]/sự bắt tay, bắt tay

We played volleyball in my physical education class. We scored some points in the first set, but after that, we lost one-sidedly. After the game, both teams shook hands./体育课上了排球。虽然在第1局拿了很多分，但之后就一边倒的输掉了。比赛后，两队都握手了。/Chúng tôi đã chơi bóng chuyền trong giờ thể dục. Tuy đã ghi điểm ở ván thứ 1 nhưng sau đó, chúng tôi đã thua không gỡ được điểm nào. Sau trận đấu, cả hai đội đã bắt tay nhau.

🔊 155

雨で中止の場合でも、大会当日にチケット代を払い戻すことはできません。

823	当日 とうじつ	名 副 actual day of/当天/ngày hôm đó
824	＋当日券 とうじつけん	名 ticket for today/当日券/vé đúng ngày
825	払い戻す はら もど	動1他 refund/退还/trả lại, thanh toán lại

Even in the event of cancellation due to rainy weather, you will not be able to get a refund for ticket fees on the day of the tournament./就算大会当天雨天中止，票费也不能退还。/Ngay cả trường hợp hủy vì trời mưa thì cũng không thể trả lại tiền vé vào đúng ngày thi đấu.

116

球場では多くの観客がグローブを手に<u>はめ</u>、ホームランの<u>ボール</u>を<u>捕ろ</u>うとしている。
きゅうじょう　おお　　かんきゃく　　　て　　　　　　　　　　　　　　　　と

826	はめる	動2他 fit into/戴着/đeo (găng) lồng vào, ghép vào
827	ボール	名 ball/球/bóng
828	＝球 たま	名 ball/球/quả bóng, trái cầu
829	捕る と	動1他 catch, take/接/bắt được

In the stadium, many spectators have gloves on their hands and are trying to catch home run balls./在球场里有很多人为了想接到全垒打的球，戴着棒球手套。/Ở sân đấu bóng chày, đông đảo khán giả đeo găng vào tay chực bắt lấy trái banh homerun.

◀》157

マラソン選手が１<u>着</u>で<u>ゴールする</u> <u>姿</u>を<u>見</u>て<u>感動した</u>。<u>たまたま</u> <u>録画して</u>いたので<u>何度も見</u>た。
せんしゅ　　　ちゃく　　　　　　　　すがた　み　　かんどう　　　　　　　ろくが　　　　　　　　なんど　み

830	～着 ちゃく	接尾 ~ place/第~ 名/về đích số ~, đến số ~
831	ゴール[する]	名 動3自 goal, score a goal/终点[~过终点]/bàn thắng, đích đến, đến đích
832	姿 すがた	名 appearance/身影/dáng
833	感動[する] かんどう	名 動3自 being moved, be moved/感动[感动]/sự cảm động, cảm động
834	たまたま	副 just happened to/刚好/tình cờ
835	録画[する] ろくが	名 動3他 recording, record/录像[录像]/sự thu hình, thu hình

I was moved seeing the marathon runner cross the goal in first place. I just happened to record it, so I watched it again and again./看到马拉松选手以第一名冲过终点的身影，我很感动。刚好我有录像，所以看了好几次。/Nhìn dáng vận động viên marathon về đích số 1 thật cảm động. Tình cờ tôi đã thu hình lại nên xem không biết bao nhiêu lần.

🔊 158

柔道の 48 キロ級の日本選手が試合中に肩を負傷したが、見事
に金メダルを獲得した。

836	~級 きゅう	接尾	~ class/~级/hạng ~, cấp ~
837	肩 かた	名	shoulder/肩膀/vai, đôi vai
838	負傷[する] ふ しょう	名 動 3 自	injury, be injured/受伤[受伤]/vết thương, sự tổn thương, bị thương
839	メダル	名	medal/牌/huy chương
840	獲得[する] かくとく	名 動 3 他	acquisition, acquire/获得[获得]/sự đạt được, lấy được, giành được

Judo's 48 kg-class Japanese athlete injured their shoulders during the match but still impressively won a gold medal./柔道的48公斤级的日本选手在比赛中肩膀受伤了。但还是很漂亮的获得了金牌。/Tuy vận động viên judo Nhật Bản hạng 48kg bị thương ở vai trong lúc thi đấu nhưng vẫn xuất sắc giành huy chương vàng.

🔊 159

私はランニングが苦手だ。しかしコーチが、ランニングの効果
は大きいと言ったので、走り続けている。

841	ランニング[する]	名 動 3 自	running, run/跑步[跑步]/sự chạy, chạy
842	苦手な にがて	ナ	not good at/不擅长/dở, không giỏi
843	コーチ	名	coach/教练/huấn luyện viên
844	効果 こうか	名	effect/效果/kết quả, hiệu quả

I'm no good at running. But my coach said that my running results were significant, so I keep running./我不擅长跑步，但教练说，跑步的效果很好，所以我一直有在跑。/Tôi không giỏi môn chạy. Nhưng huấn luyện viên nói hiệu quả của việc chạy rất lớn nên tôi vẫn tiếp tục chạy.

🔊 160

フリーキックの<u>天才</u>と呼ばれる選手がボールを<u>蹴った</u>。右に大きく<u>曲げよう</u>としたが、<u>回転しなかった</u>ので、まっすぐ飛んでいってしまった。

845 ☐	天才 てんさい	名 genius/天才/thiên tài
846 ☐	蹴る け	動1他 kick/踢/đá
847 ☐	曲げる ま	動2他 curve, bend/转弯/bẻ cong
848 ☐	回転[する] かいてん	名 動3自 rotation, rotate/旋转[旋转]/xoáy, quay, sự đổi hướng

The player called the free kick genius kicked the ball. She tried to curve the ball wide to the right, but the ball didn't spin, so it flew straight./被称为任意球天才的选手踢球了。本想从右边转弯过去的球，因为没有旋转，所以直直的飞过去了。/Vận động viên được gọi là thiên tài đá phạt tự do đã đá trái bóng. Nó như bẻ cong rộng về bên phải nhưng không xoáy nên đã bay thẳng.

🔊 161

手続きに<u>ミス</u>があって、予算が<u>カット</u>されてしまい、<u>次回</u>の大会に<u>出場できなく</u>なってしまった。

849 ☐	ミス[する]	名 動3自 mistake, make a mistake/失误[失误]/lỗi sai, nhầm, sai
850 ☐	カット[する]	名 動3他 cut, cut/减[扣除]/sự cắt, cắt
851 ☐	次回 じかい	名 next time/下次/lần tới
852 ☐	出場[する] しゅつじょう	名 動3自 participation, participate/出场/参加[出场/参加]/sự tham gia, tham gia, ra mắt

As there was a mistake in the procedure, the budget was cut and I will now no longer be able to participate in the next tournament./办手续时失误了，导致预算被扣除，结果无法参加下次的大会。/Do có lỗi sai trong thủ tục nên ngân sách đã bị cắt, không thể tham gia vào giải lần tới.

🔊 **162**

<u>プロ</u>野球では、７回をラッキー７と呼ぶ。ラッキー７の<u>攻撃</u>前には、<u>ファン</u>は<u>風船</u>を飛ばしたり、<u>ビニール</u>傘を使って応援したりする。

853	プロ 	名 professional/职业/chuyên nghiệp, chuyên gia
854	攻撃[する] こうげき	名 動3他 attack, attack/进攻[进攻]/sự tấn công, tấn công
855	ファン	名 fan/粉丝/người hâm mộ
856	風船 ふうせん	名 balloon/气球/bóng bay
857	ビニール	名 vinyl/塑料/nhựa vinyl
858	+ ビニール袋 ぶくろ	名 plastic bag/塑料袋/túi / bao nhựa

In professional baseball, the seventh inning is called lucky 7. Before their team goes to bat in the lucky 7, fans will do things like let loose balloons or cheer using vinyl umbrellas./在职业棒球中，第7局被称为幸运7。在幸运7的进攻前，粉丝会放气球，还会拿塑料伞加油。/Trong bóng chày chuyên nghiệp gọi lần 7 là số 7 may mắn. Trước khi tấn công số 7 may mắn, người hâm mộ thả bóng bay, dùng ô nhựa để cổ vũ.

🔊 **163**

<u>相撲</u>は<u>ルール</u>が簡単だ。<u>それに</u>　<u>結果</u>が分かりやすいので、人気がある。

859	相撲 すもう	名 sumo wrestling/相扑/sumo
860	ルール	名 rule/规则/qui tắc, luật lệ
861	それに	接続 in addition/而且/ngoài ra
862	結果 けっか	名 result/结果/kết quả

The rules of sumo wrestling are simple. In addition, the results are easy to understand, so it's popular./相扑的规则很简单。而且胜负的结果也很容易理解，所以有人气。/Sumo có luật đơn giản. Ngoài ra, kết quả lại dễ hiểu nên được yêu thích.

ボールを<u>追った</u>選手同士がかなりの<u>スピード</u>でぶつかった。ぶ
つかった<u>脚</u>はすぐに<u>動かさず</u>、<u>スプレー</u>をかけて冷やし、様子
を見た。

863	追う お	動1他 chase/追/đuổi theo
864	スピード	名 speed/速度/tốc độ
865	動かす うご	動1他 move/移动/di chuyển
866	スプレー	名 spray/喷剂/bình xịt

The players who were chasing the ball collided at a considerable speed. They kept their legs that had collided still, and they sprayed them to cool them and waited to see how things turned out./双方的选手追球时，以很快的速度撞上了。不能马上动撞到的腿，所以先喷冷却喷剂看看情形。/Các vận động viên cùng nhau đuổi theo trái bóng đã va chạm với tốc độ khá cao. Chúng tôi không cho cái chân bị va chạm dịch chuyển ngay mà xịt làm mát và theo dõi tình hình.

全く<u>点数</u>が入らず、選手は汗ばかり<u>かいて</u>いる。こんなときは
<u>ベンチ</u>からの<u>指示</u>が<u>重要</u>となる。

867	点数 てんすう	名 score/分数/điểm số
868	かく	動1他 perspire/流/toát, đổ (mồ hôi)
869	ベンチ	名 bench/板凳席/băng ghế, băng ghế huấn luyện

No one is scoring, and the players are covered in sweat. In cases like this, giving instructions from the bench is important./根本拿不到分，选手一直在流汗。这种时候，从板凳席传来的指示是很重要的。/Hoàn toàn không ghi được điểm nào, các vận động viên toát cả mồ hôi. Những lúc như thế này, chỉ đạo từ băng ghế huấn luyện trở nên quan trọng.

🔊 166

リーダーが本気になった。講習に申し込んで競争力を高めよ
うとしている。

870	リーダー	名 leader/队长/người dẫn đầu, lãnh đạo
871	本気な ほん き	ナ serious/认真/nghiêm túc thật sự, thật lòng
872	講習 こうしゅう	名 course/讲习/khóa học
873	申し込む もう こ	動1他 apply/报名/đăng ký
874	＋申し込み もう こ	名 application/报名/sự đăng ký
875	競争[する] きょうそう	名 動3自 competition, compete/竞争[竞争]/sự cạnh tranh, cạnh tranh
876	〜力 りょく	接尾 ~ ability/ ~力/sức ~, năng lực ~

The leader became serious. She is applying for courses and trying to increase her competitiveness./队长变得很认真。还报名去讲习想要提高竞争力。/Người dẫn đầu đã trở nên nghiêm túc thật sự. Anh định nâng cao năng lực cạnh tranh bằng cách đăng ký khóa học.

🔊 167

今回は予想が外れ、優勝したチームを当てることができなかっ
た。

877	優勝[する] ゆうしょう	名 動3他 victory, win/冠军[得冠军]/giải vô địch, vô địch
878	チーム	名 team/队伍/đội
879	当てる あ	動2他 guess (correctly)/猜/trúng

This time, my expectations were wrong, and I was unable to guess the winning team./这次的预想没中，没猜中获得冠军的队伍。/Lần này là dự đoán trật, tôi đã không thể đoán trúng đội vô địch.

<u>会費</u>を支払うことで、有名なサッカーチームのファン<u>クラブ</u>に
<u>参加</u>することができる。
かい ひ　 し はら　　　　　　　　　　　　　　　ゆうめい
さん か

880 ☐	会費 かい ひ	名 membership fee/会费/phí hội viên
881 ☐	クラブ	名 club/俱乐部/câu lạc bộ
882 ☐	参加[する] さん か	名 動3自 participation, participate/加入[参加]/sự tham gia, tham gia

By paying the membership fee, you can participate in the famous football team fan club./付了会费就可以加入有名足球队的粉丝俱乐部。/Bằng cách trả phí hội viên, bạn có thể tham gia vào câu lạc bộ người hâm mộ của đội bóng nổi tiếng.

動物

どう　ぶつ

Animals　动物　Động vật

No. 883-963

Topic 9 ● 動物
どうぶつ

◀)) 169

A：この金属の棒は何をするためのものですか。
きんぞく　ぼう　なに

B：ああ、これは動物の体重を確認するためのものですよ。
どうぶつ　たいじゅう　かくにん

A：へえ〜、これで測るんですね。
はか

B：あとで園長に許可をもらったら、試しに使ってみましょうか。
えんちょう　きょか　ため　つか

883	金属 きんぞく	名 metal/金属/kim loại
884	確認[する] かくにん	名 動3他 confirmation, confirm/确认[确认]/sự kiểm tra, xác nhận
885	許可[する] きょか	名 動3他 permission, permit/许可[许可]/sự cho phép, giấy phép, cho phép

A: What does this metal pole do? B: Oh, this is to check the weight of animals. A: Wow, you measure that with this. B: If we get permission from the head of the zoo later, why don't we try using it?/A: 这个金属的棒子是要做什么用的? B: 啊〜，这是要确认动物体重的东西。A: 是哦〜，用这个量呀。B: 等一下我取得园长的许可后，就来试用看看。/A: Thanh kim loại này dùng để làm gì? B: À, đây là thứ để kiểm tra cân nặng của động vật đấy. A: Ồ, cân bằng cái này ư? B: Lát nữa xin phép giám đốc rồi chúng ta sẽ dùng thử xem sao nhé.

◀)) 170

あのおじいさんは毎朝釣りに行く前に必ずこの公園に来て、7
まいあさ つ　い　まえ　かなら　こうえん　き
羽の鳩にバケツいっぱいの豆をやることを日課にしている。
わ　はと　まめ　にっか

886	釣り つ	名 fishing/钓鱼/sự đi câu
887	＋釣る つ	動1他 fish/钓/câu cá
888	〜羽 わ	接尾 counter for birds, etc./〜只/〜 con (đếm con vật có cánh)
889	バケツ	名 bucket/水桶/xô
890	豆 まめ	名 bean/豆子/hạt đậu, đậu
891	やる	動1他 give/喂/cho ăn, làm, tưới

Every morning, that old man always comes to this park before going fishing, and his daily routine is to give seven pigeons a whole bucket of beans./那位爷爷每天早上去钓鱼前，一定会来这个公园。喂整水桶的豆子给7只鸽子是他每天的习惯。/Ông lão ấy, luôn làm công việc mỗi ngày là mỗi sáng trước khi đi câu, nhất định đến công viên này, cho 7 con chim bồ câu ăn đấy một xô đậu.

126

A：小動物館が休館になってましたが、なんでしょうかね。

B：ああ、リスに続いて、昨夜、うさぎが死んでしまったみたいです。

A：そうですか。みんなでかわいがっていたのに、残念ですね。つらいことは重なるものですね。

892	～館 (かん)	接尾 ～ building/～馆/hội quán ～
893	なんで	副 why/为什么/tại sao
894	かわいがる	動1他 adore/疼爱/quý mến, cưng chiều
895	重なる (かさ)	動1自 happen one after the other, overlap/重复/chồng chất
896	⚈ 重ねる (かさ)	動2他 pile on/重叠/chồng lên nhau

A: The small animal building is closed, but I wonder why. B: Oh, I heard that a rabbit died last night followed by a squirrel. A: Really? That's a pity, since they were so adored by everyone. Bad things tend to happen one after the other./A: 为什么小动物馆在休馆呢? B: 啊～继松鼠后，昨晚又死了兔子。A: 是这样呀。大家都很疼爱它的。真可惜。伤心的事竟然会重复。/ A: Hội quán động vật nhỏ đóng cửa mất rồi, tại sao vậy nhỉ? B: À, hình như là tiếp theo sóc thì đêm qua, thỏ lại chết mất rồi. A: Vậy à? Mọi người quý mến như thế mà, tiếc nhỉ. Chuyện buồn cứ chồng chất nhỉ.

A：見て見て、あの猿、ちっちゃい枕を抱いてる。

B：そうそう、寝るときに枕を使うから、「ピロー」って名前らしいよ。

897	猿 (さる)	名 monkey/猴子/con khỉ
898	枕 (まくら)	名 pillow/枕头/cái gối
899	抱く (だ)	動1他 carry, hug/抱/ôm

A: Look, look. That monkey is carrying a tiny pillow. B: Yeah, it uses a pillow when it goes to sleep, so they named it Pillow./A: 你看，那只猴子，抱着小枕头。B: 对对，因为他睡觉都会用枕头，所以名字就叫「枕头」。/A: Nhìn kìa, con khỉ kia đang ôm cái gối bé xíu. B: Ừ đúng, hình như vì nó dùng gối khi ngủ nên tên gọi là "Pillow (gối)" đó.

🔊 173

A：あのからす、ずっとあの枝の上でじっとしているね。
　　　　　　　　　　　　えだ　うえ

B：ははは、あれ本物じゃないよ。
　　　　　　　　ほんもの

900 □	からす	名 crow/乌鸦/con quạ
901 □	枝 えだ	名 branch/树枝/cành cây
902 □	じっとする	動3自 be still/不动/im lặng, chăm chú
903 □	本物 ほんもの	名 real, real thing/真的/việc thật, người thật

A: That crow has been sitting still on that branch for a while. B: Hahaha, it's not real./A: 那只乌鸦，一直在那树枝上一动不动。B: 哈哈哈，那不是真的呀。/A: Con quạ kia, cứ đứng im trên cành cây kia suốt nhỉ. B: Hahaha, đó có phải quạ thật đâu chứ.

🔊 174

A：息子さん、成長したね。そのうち、お父さんの背も追い越
　　むすこ　　　せいちょう　　　　　　　　　　とう　せ　お　こ
　　しそうね。

B：そうなの。ちょっと前までは子どもだったのに、そのうち
　　　　　　　　　　　まえ　　　こ
　　就職や結婚で家を出る日が来るなんて、想像するだけで恐
　　しゅうしょく　けっこん　いえ　で　ひ　く　　　　　　そうぞう　　　　　おそ
　　ろしいわ。

A：あはは。冗談でしょ。かわいい子には旅をさせろって言うじゃ
　　　　　　じょうだん　　　　　　こ　　　たび　　　　　　　い
　　ない。

904 □	成長[する] せいちょう	名 動3自 growing, grow/长[成长]/sự trưởng thành, trưởng thành, lớn lên
905 □	追い越す お こ	動1他 be more than, overtake/追过/vượt qua
906 □	恐ろしい おそ	イ terrible/可怕/sợ, đáng sợ
907 □	冗談 じょうだん	名 joke/玩笑/lời nói đùa, chuyện đùa
908 □	＝ジョーク	名 joke/玩笑/nói đùa

A: Your son has grown. Pretty soon, he'll be even taller than his father. B: That's right. Though he was a child up until recently, now just thinking about the fact that he'll soon have to leave the house to find work and get married is terrifying. A: Ahaha. You're joking, right? Don't they say, if you love something, you have to let it go?/A: 儿子已经长这么高了。到时候就要追过爸爸的身高了吧。B: 是呀。前一阵子还是个小孩，光想像他马上就要就职，结婚离开家里，就感觉好可怕呀。A: 啊哈哈，真会开玩笑。不是都说爱子就要让他出去见世面吗。/A: Con trai anh trưởng thành rồi nhỉ. Chẳng mấy chốc mà cao hơn bố cho xem. B: Đúng vậy. Mới đây thôi còn là đứa trẻ vậy mà chẳng mấy chốc đến cái ngày tìm việc, lập gia đình, rời khỏi nhà, chỉ tưởng tượng thôi đã thấy sợ rồi. A: Ahaha. Anh nói đùa chứ gì. Chẳng phải có câu cho đứa trẻ đáng yêu đi đây đi đó à.

◀)) **175**

生物の授業で、真っ赤な羽に黒い模様がある虫の観察をした。
せいぶつ　じゅぎょう　ま　か　はね　くろ　もよう　むし　かんさつ
虫は苦手だったが、いろんな特徴をノートにまとめる作業が面
むし　にがて　とくちょう　さぎょう　おも
白くて、いつの間にか好きになっていた。
しろ　ま　す

909 □	生物 せいぶつ	名 biology/生物/sinh vật
910 □	真っ赤な ま　か	ナ deep red/全红/đỏ tươi
911 □	➕真っ青な ま　さお	ナ deep blue/苍白/xanh thẳm
912 □	模様 もよう	名 pattern/花纹/hoa văn
913 □	➕水玉模様 みずたま　も　よう	名 polka dot/水珠花纹/hoa văn chấm bi
914 □	虫 むし	名 insect/虫/con sâu
915 □	特徴 とくちょう	名 characteristic/特征/đặc điểm
916 □	なる	動 3 自 become/变/trở nên

In biology class, we observed an insect that had deep red wings with a black pattern. I was no good with insects, but it was interesting to write down their various characteristics in our notes and I soon came to like them./上生物课时，观察了有着全红的翅膀和黑花纹的虫。我本来很怕虫，但把各种特征总结在笔记本的作业很有趣。在不知不觉中，我变喜欢了。/Trong giờ học sinh vật, chúng tôi đã quan sát sâu có hoa văn đen ở cánh đỏ tươi. Tôi rất sợ sâu nhưng nhờ công việc tóm tắt vào vở các đặc điểm khác nhau của chúng rất thú vị nên tự lúc nào tôi trở nên thích rồi.

🔊 176

私は植物を見るのは好きだが育てるのは苦手だ。この間も、水
をやるのを忘れてしまって、観葉植物がすっかり枯れてしまっ
た。かわいそうなことをした。

917	植物 しょくぶつ	名 plant/植物/thực vật
918	枯れる か	動2自 wither/枯萎/khô, héo
919	かわいそうな	ナ poor, pitiful/可怜/đáng thương, tội nghiệp

I like to look at plants, but I'm not good at raising them. Just a while back, I forgot to water
my houseplant, and it completely withered away. That poor thing./我很喜欢观赏植物，但我不
擅长照顾。前一阵子也是忘记浇水，结果观叶植物就枯萎了。真是可怜。/Tôi thích ngắm thực
vật nhưng không giỏi nuôi dưỡng. Mới đây tôi quên tưới nước thế là cây kiểng lá khô héo
hoàn toàn. Tôi đã làm một việc đáng thương với cây.

🔊 177

動物を飼うことは命を預かることである。最後まで責任を持っ
て育てることができない人に動物を飼う資格はない。

920	飼う か	動1他 own (an animal)/饲养/nuôi (thú cưng, vật nuôi)
921	命 いのち	名 life/生命/sinh mạng
922	責任 せきにん	名 responsibility/责任/trách nhiệm
923	＋ 責任者 せきにんしゃ	名 person responsible/责任者/người chịu trách nhiệm
924	育てる そだ	動2他 raise/养育/nuôi dưỡng
925	∞ 育つ そだ	動1自 be raised/长大/lớn lên, trưởng thành

Owning an animal means being responsible for a life. People who cannot responsibly raise
one to the very end are not qualified to own an animal./饲养动物是承担生命的行为。不能
负责任养育到最后的人，根本没资格饲养动物。/Việc nuôi động vật là giữ một sinh mạng.
Người không có trách nhiệm nuôi dưỡng chúng đến cuối cùng thì không có tư cách nuôi
động vật.

日本は、世界の中でも<u>水族館</u>が多いことで有名だ。水族館では
たくさんの<u>種類</u>の魚たちを見ることができるだけでなく、イル
カのショーを見たり、ペンギンやサメに<u>餌</u>をやることもできる。

926 水族館 すいぞくかん	名 aquarium/水族馆/thủy cung
927 種類 しゅるい	名 type/种类/loài, chủng loại
928 餌 えさ	名 feed/饲料/mồi, thức ăn cho con vật

Japan is famous around the world for having many aquariums. At these aquariums, not only can you see many types of fish, but you can also watch dolphin shows and even feed penguins and sharks./就世界来说，日本以水族馆多而闻名。水族馆里不止能够看到很多种类的鱼，还可以看海豚秀，还能喂饲料给企鹅和鲨鱼。/Nhật Bản nổi tiếng là có nhiều thủy cung trên thế giới. Ở thủy cung không chỉ có thể ngắm nhiều loài cá mà còn có thể xem cá heo trình diễn, cho chim cánh cụt và cá mập ăn mồi.

🔊 179

A：わあ、部屋の中にカメムシがいる。
B：つぶすと<u>臭い</u>から、つぶさないように<u>ティッシュ</u>で<u>捕まえて</u>
窓の外へ出して。

929 臭い くさ	イ stink, odor/臭味/mùi hôi
930 ティッシュ （ペーパー）	名 tissue paper/纸巾/khăn giấy
931 ＋トイレット ペーパー	名 toilet paper/卫生纸/giấy vệ sinh
932 捕まえる つか	動2他 catch/抓住/bắt
933 ⑩ 捕まる つか	動1自 be caught/被抓/bị bắt

A: Oh no, there's a stink bug in the room. B: Crushing it only makes it stink, so catch it with a tissue without crushing it and throw it out the window./A: 哇～，房间里面有蝽虫。B: 捏扁就会有臭味，所以要用纸巾抓住小心不要捏扁直接丢到窗外去。/A: Ôi, trong phòng có con bọ xít. B: Đập nó sẽ có mùi hôi nên hãy bắt bằng khăn giấy sao cho không đập bẹp rồi thả ra ngoài cửa sổ đi.

🔊 180

A：どうしたんですか。大丈夫ですか。
だいじょうぶ

B：あ、すみません。立ち上がろうとした際に、突然目の前が
た　あ　　　　　さい　　　　とつぜん　め　まえ

真っ暗になって…。
ま　くら

A：えっと、まずはこの平らなところにそっと座ってください。
たい　　　　　　　　　　すわ

ゆっくりでいいですよ。今、救急車呼びますね。
いま　きゅうきゅうしゃ よ

934 ☐	立ち上がる た　あ	動1自 stand up/站起来/đứng dậy
935 ☐	⊕ 立ち上げる た　あ	動2他 build/站起来/bắt đầu, khởi đầu
936 ☐	際 さい	名 when, (in the) event/时候/khi
937 ☐	突然 とつぜん	副 suddenly/突然/thình lình, đột nhiên
938 ☐	平らな たい	ナ flat/平坦/bằng phẳng
939 ☐	そっと	副 quietly/轻轻/một cách nhẹ nhàng

A: What happened? Are you okay? B: I'm sorry. I tried to stand up, and suddenly everything went black . . . A: Well, first please slowly sit down on this flat surface. Just take your time. I'll call an ambulance right now./A: 你怎么了？没事吗？B: 啊，不好意思。我要站起来的时候，突然眼前一黑…。A: 嗯～，你先在这平坦的地方轻轻的坐下。慢慢来就好，我现在就叫救护车。/A: Anh sao vậy? Có sao không? B: À, xin lỗi. Khi định đứng dậy thì thình lình trước mặt tối đen … A: Nào, trước tiên anh nhẹ nhàng ngồi xuống chỗ bằng phẳng này nào. Từ từ thôi. Bây giờ tôi gọi xe cấp cứu nhé.

🔊 181

天井にカビが生えているのを発見して、思わず大きな声を出し
てんじょう　　　　　は　　　　　　　　はっけん　　　　おも　　　おお　　こえ　だ
てしまった。

940 ☐	天井 てんじょう	名 ceiling/天花板/trần nhà
941 ☐	生える は	動2自 grow/长/mọc lên, trổ ra
942 ☐	発見[する] はっけん	名 動3他 discovery, discover/发现[发现]/sự phát hiện, phát hiện

I found mold on the ceiling, and unintentionally screamed loudly./我发现天花板长了霉菌，忍不住大叫了一声。/Phát hiện trên trần nhà mọc nấm mốc, tôi buột miệng la to.

隣の家の子は<u>おとなしい</u>性格で、あまり<u>感情的な</u>ところを見た
ことがない。だけど、私に気がつくといつも<u>立ち止まって</u> <u>にっ</u>
<u>こりと</u>笑ってくれる。

となり　いえ　こ　　　　　　　　せいかく　　　　　かんじょうてき　　　　　　　み
わたし　き　　　　　　　　　　　　　た　ど
わら

943 □	おとなしい	イ gentle/文静/ngoan ngoãn, trầm tính
944 □	性格 せいかく	名 personality/个性/tính cách
945 □	感情的な かんじょうてき	ナ emotional/激动/mang tính cảm xúc
946 □	＋感情 かんじょう	名 emotion/感情/cảm xúc, tình cảm
947 □	立ち止まる た　ど	動1自 stop/停下脚步/đứng lại
948 □	にっこり（と）	副 sweetly, grinningly/莞然/nhoẻn (cười)

The child in the house next door has a gentle personality, and I haven't really seen them being that emotional. But whenever they notice me, they always stop and smile./隔壁家的孩子，个性很文静，我也没看过他激动时的样子。不过他每次看到我时，都会停下脚步对我微笑。/Đứa bé nhà hàng xóm trầm tính, tôi hầu như không thấy những lúc nó bày tỏ cảm xúc. Nhưng khi nhận ra tôi thì lúc nào cũng dừng lại nhoẻn miệng cười.

A：見て見て。象の親子が鼻を合わせて遊んでる。
B：本当だ。自由に鼻を動かせるんだね。
A：うん、象の鼻って骨がないらしいよ。

み　み　　ぞう　おやこ　はな　あ　　　あそ
ほんとう　　じゆう　はな　うご
ぞう　はな　　ほね

949 □	象 ぞう	名 elephant/大象/con voi
950 □	親子 おやこ	名 parent and child/亲子/cha mẹ và con cái
951 □	骨 ほね	名 bone/骨头/xương

A: Look, look. Adult elephants and its child putting their noses together and playing. B: Oh, you're right. They can move their noses so freely. A: Yeah, I hear elephant's noses don't have any bones./A: 你看看，亲子象在磨鼻子玩呢。B: 真的耶。象鼻真的能自由自在的动呀。A: 嗯，听说象鼻是没有骨头的。/A: Nhìn kìa. Voi mẹ và voi con đang đâu vòi chơi đùa. B: Ừ nhỉ. Chúng có thể cử động vòi tự do nhỉ. A: Ừm, hình như là vòi con voi không có xương mà.

Topic 9

動物

🔊 184

毎朝、愛犬の毛を<u>ブラシ</u>でとかして、<u>爪</u>を切っている。しっぽ
まいあさ　あいけん　け　　　　　　　　　　　　　つめ　き
を<u>振って</u>喜んでくれる姿がとてもかわいく、<u>心</u>が<u>癒</u>される。
　ふ　よろこ　　　　　　すがた　　　　　　　　こころ　いや

952 ☐	ブラシ		名 brush/梳子/bàn chải
953 ☐	爪 つめ		名 nail/指甲/móng
954 ☐	振る ふ	動1他 wag, shake/摇/vẫy, lắc	
955 ☐	心 こころ		名 heart/心/trái tim, tâm hồn

Every morning, I brush my pet's dog hair with a brush and cut its nails. Seeing its tail wag in happiness is so cute, and it warms my heart./每天早上，我会拿梳子帮爱犬梳毛，然后剪指甲。它摇着尾巴高兴的身影实在是太可爱，心都被疗愈了。/Mỗi sáng, tôi đều chải lông cho con chó cưng bằng bàn chải, và cắt móng cho nó. Cái dáng vẫy đuôi vui mừng của nó rất dễ thương, làm trái tim tôi được xoa dịu.

🔊 185

<u>幼児</u>は集団生活を通して、相手の気持ちを<u>理解</u>したり、<u>仲間</u>を
ようじ　しゅうだんせいかつ　とお　　あいて　きも　　りかい　　　なかま
<u>助ける</u>ことを学ぶ。
たす　　　　まな

956 ☐	幼児 ようじ		名 toddler/幼儿/trẻ mầm non
957 ☐	理解[する] りかい	名 動3他 understanding, understand/理解[理解]/sự hiểu, lý giải	
958 ☐	仲間 なかま		名 friend/伙伴/đồng bọn, bạn bè
959 ☐	助ける たす	動2他 help, save/帮助/giúp đỡ	
960 ☐	⓪ 助かる たす	動1自 be helped, be saved/得救/được giúp đỡ	

Through communal living, toddlers learn to understand other people's feelings and how to help them./幼儿是通过集体生活来学习理解对方的心情，还有帮助伙伴。/Thông qua sinh hoạt tập thể, trẻ mầm non học cách hiểu cảm xúc của người khác và cách giúp đỡ bạn bè.

A：最近、犬を飼いたいと思ってるんだけど。
B：そうなんだ。大型犬と小型犬、どっち？
A：うーん、育てやすい方がいいから小型犬かな。
B：案外、大型犬の方がおとなしくて育てやすく、小型犬の方が
よくほえるらしいよ。

961	大型 おおがた	名 large size/大型/cỡ lớn
962	小型 こがた	名 small size/小型/cỡ nhỏ
963	ほえる	動2自 bark/吠/sủa

A: I've been thinking about getting a dog recently. B: Really? Which kind, a large dog or a small dog? A: Hmm, maybe a small dog since I prefer one that's easy to raise. B: Large dogs are actually surprisingly quieter and easy to raise, and I hear small dogs tend to bark more./ A: 最近我想养狗。B: 是哦。大型犬和小型犬，哪一种？ A: 嗯～，我想要比较好养的，应该是小型犬。B: 意外的是，听说大型犬比较乖巧而且好照顾，小型犬很会吠呢。/A: Gần đây, tôi muốn nuôi chó nhưng mà… B: Vậy à? Chó cỡ lớn hay chó cỡ nhỏ, loại nào? A: Ừm, loại nào dễ nuôi nên chắc là chó cỡ nhỏ. B: Bất ngờ là chó cỡ lớn thì hiền dễ nuôi, chó cỡ nhỏ thường hay sủa đấy.

色
いろ

Colors　顔色　màu sắc

黒 くろ	black / 黑 / màu đen
白 しろ	white / 白 / màu trắng
赤 あか	red / 红 / màu đỏ
青 あお	blue / 蓝 / màu xanh
黄色 き いろ	yellow / 黄色 / màu vàng
緑 みどり	green / 绿 / màu xanh lá cây
茶色 ちゃいろ	brown / 咖啡色 / màu nâu
ピンク	pink / 粉红色 / màu hồng
オレンジ	orange / 橘色 / màu cam
紫 むらさき	purple / 紫色 / màu tím
紺 こん	indigo / 深蓝色 / màu xanh dương
水色 みずいろ	light blue / 天蓝色 / màu xanh nước biển
金色 きんいろ	gold / 金色 / màu vàng đồng
銀色 ぎんいろ	silver / 银色 / màu bạc

Topic 10

町
まち

Cities　城市　Phố xá

No. 964-1055

🔊 187

今住んでいるマンションのベランダは南向きで、日当たりがい
います   みなみ む   ひ あ
い。和室だけではなく、洋室も立派だ。しかもエントランスホー
  わしつ   ようしつ りっぱ
ル が広い。
    ひろ

964 ☐	マンション	名 apartment/公寓/căn hộ chung cư
965 ☐	ベランダ	名 balcony/阳台/ban công
966 ☐	~向き む	接尾 ~ facing/朝/~hướng ~
967 ☐	日当たり ひ あ	名 sunlight/日晒/(nơi có) nắng chiếu, hướng nắng
968 ☐	和室 わ しつ	名 Japanese-style room/日式房间/phòng chiếu kiểu Nhật
969 ☐	洋室 よう しつ	名 Western-style room/洋式房间/phòng kiểu Tây
970 ☐	立派な りっ ぱ	ナ splendid/宏伟/tuyệt vời
971 ☐	ホール	名 hall/厅/sảnh

The balcony of the apartment I'm living in now is south facing and sunny. Both its Japanese-style room and Western-style room are splendid. Moreover, the entrance hall is spacious./我现在住的公寓，阳台朝南，日晒很好。而且不止日式房间，洋式房间也很宏伟。而且门厅还很大。/Ban công của căn hộ chung cư mà tôi đang sống hiện nay là hướng Nam, có nắng chiếu vào. Không chỉ phòng chiếu kiểu Nhật mà cả phòng kiểu Tây cũng tuyệt vời. Chưa kể, sảnh lối vào cũng rộng.

🔊 188

家の壁の色を塗り直し、門の電球を取り替えたら、明るくなった。
いえ かべ いろ ぬ なお もん でんきゅう と か   あか

972 ☐	塗る ぬ	動 1 他 paint/涂/sơn, phết, bôi
973 ☐	門 もん	名 gate/大门/cái cổng
974 ☐	電球 でんきゅう	名 light bulb/灯泡/bóng đèn

I repainted the walls of my house and changed the light bulbs at the gate and it got brighter./我把家里墙壁的颜色重新涂过，又换了大门的灯泡后，变亮了。/Sơn lại màu của bức tường căn nhà, thay bóng đèn ở cổng là trở nên sáng sủa.

寮のリビングは狭く、ソファーを斜めにしか置けない。しかし、低家賃なので、わがままは言えない。我慢するしかない。

975	寮 りょう	名 dorm, dormitory/宿舍/ký túc xá
976	リビング	名 living room/客厅/phòng khách
977	ソファー	名 sofa/沙发/ghế sô-pha
978	斜め なな	名 diagonal/斜/sự nghiêng, xéo
979	低〜 てい	接頭 low 〜/低〜/便宜/〜 thấp
980	家賃 やちん	名 rent/房租/tiền nhà
981	わがまま	名 complaining/任性/đòi hỏi
982	我慢[する] がまん	名 動3他 bearing, enduring, bear, endure/忍耐[忍耐]/sự chịu đựng, chịu đựng, ráng nhịn

The dorm living room is cramped and the sofa can only be arranged diagonally. However, it's low rent, so I can't complain. I've no choice but to bear it./宿舍的客厅好小，沙发只能放斜的。但因为房租便宜，不能太任性了。只能忍耐。/Phòng khách của ký túc xá nhỏ chật, chỉ có thể đặt sô-pha xéo. Nhưng vì tiền nhà thấp nên không thể đòi hỏi gì. Chỉ còn cách chịu đựng.

この家は、大都市にも地方都市にも距離が近い。最高だ。

983	都市 とし	名 city/城市/đô thị
984	地方都市 ちほうとし	名 local city/地方城市/đô thị địa phương
985	＋地方 ちほう	名 region/地方/địa phương
986	距離 きょり	名 distance/距离/cự ly, khoảng cách
987	最高 さいこう	名 best/太棒/tuyệt vời, cao nhất

This house is close in distance to both a large city and the local cities. It's the best./这个家距离大城市和地方城市都很近。太棒了。/Ngôi nhà này có khoảng cách gần cả đô thị lớn và cả đô thị địa phương. Tuyệt vời.

Topic 10

町

🔊 191

> 出勤する途中、踏切の前で車が動かなくなった。近くに住民は
> しゅっきん　とちゅう　　ふみきり　まえ　くるま　うご　　　　ちか　　じゅうみん
> いない。確か、近くに消防署があったはずだ。のんびりしては
> 　　　たし　ちか　　しょうぼうしょ
> いられない。行ってみよう。
> 　　　　　い

988 ☐	**出勤**[する] しゅっきん	名 動3自 commuting to work, commute to work/上班 [上班]/sự đi làm, đi làm
989 ☐	**踏切** ふみきり	名 railroad crossing/平交道/thanh chắn đường ray
990 ☐	**住民** じゅうみん	名 resident/居民/cư dân
991 ☐	**確か** たし	副 sure, certain/好像/hình như là, chắc chắn, đáng tin
992 ☐	**消防署** しょうぼうしょ	名 fire department/消防局/sở PCCC
993 ☐	**+ 消防車** しょうぼうしゃ	名 fire engine/消防车/xe cứu hỏa
994 ☐	**+ 消防士** しょうぼうし	名 firefighter/消防队员/chiến sĩ PCCC
995 ☐	**のんびりする**	動3自 sit around, take it easy/悠闲/thong thả, từ tốn

While commuting to work, my car stopped moving right in front of a railroad crossing. There are no residents nearby. I'm sure there was a fire station nearby. I can't just sit around. Let's go and see./上班途中，车子在平交道前面不会动了。附近没有居民，但附近好像有一所消防局。不能再这么悠闲了，赶紧去看看吧。/Giữa đường đi làm, trước thanh chắn đường ray thì chiếc xe hơi không nhúc nhích. Không có cư dân ở gần đây. Hình như là có sở PCCC ở gần đó. Không thể thong thả được. Phải đi thử xem.

🔊 192

> 向かいの幼稚園はたびたび工事をする。うるさくて、休みの日
> む　　　ようちえん　　　　　こうじ　　　　　　　　　　やす　　ひ
> もリラックスして過ごせない。早く終了してほしい。
> 　　　　　　　　す　　　　　はや　しゅうりょう

996 ☐	**向かい** む	名 opposite/对面/đối diện, bên kia
997 ☐	**幼稚園** ようちえん	名 kindergarten/幼稚园/trường mẫu giáo
998 ☐	**たびたび**	副 frequently/常常/nhiều lần, thường xuyên
999 ☐	**工事**[する] こうじ	名 動3他 construction, undergo construction/施工[施工]/công trình, làm công trình

1000 □	**+ 工事現場** こう じ げん ば	名 construction site/施工现场/công trường xây dựng
1001 □	**リラックス**[する]	名 動3自 relaxing, relax/放松[放松]/sự thư giãn, thư giãn, thả lỏng
1002 □	**過ごす** す	動1他 spend/度过/trải qua, có một thời gian
1003 □	**終了**[する] しゅうりょう	名 動3自 end, finish/结束[结束]/sự kết thúc, kết thúc

The kindergarten on the other side of the street frequently undergoes construction. It's so loud I can't even relax on my days off. I hope its ends soon./对面的幼稚园常常在施工。吵到假日都没办法放松的度过。真希望能赶快结束。/Trường mẫu giáo đối diện nhiều lần làm công trình. Ồn ào, cả ngày nghỉ cũng không thể có thời gian thư giãn. Mong cho họ kết thúc sớm.

🔊193

この電車は発車時刻を過ぎても動かない。落ち着いてよく見ると、行き先も表示していないし、ライトも消えている。車庫に行くのだろうか。なかなか帰宅できない。

1004 □	**時刻** じ こく	名 time/时间/giờ, thời khắc
1005 □	**+ 時刻表** じ こくひょう	名 time table/时间表/bảng giờ tàu xe chạy
1006 □	**過ぎる** す	動2自 pass, exceed/过了/quá, đi qua
1007 □	**落ち着く** お つ	動1自 calm down/冷静下来/bình tĩnh
1008 □	**行き先** い さき	名 destination/目的地/nơi đến
1009 □	**ライト**	名 light/灯/đèn
1010 □	**車庫** しゃ こ	名 depot/车库/bãi (tàu xe)
1011 □	**帰宅**[する] き たく	名 動3自 going home, go home/回家[回家]/sự về nhà, về nhà

This train isn't moving even though it's past its departure time. After calmly looking around, I noticed that the destination wasn't even displayed and the lights were off. It might be going to the depot. I'm having a hard time getting home./这班电车过了开车时间也不动。冷静下来看清楚，才发现没有显示目的地，车灯也是灭的。大概是要开往车库的。回家真难。/Chiếc tàu điện này dù đã quá giờ tàu chạy cũng không chuyển động. Bình tĩnh nhìn kỹ thì thấy không có cả hiển thị nơi đến, đèn cũng tắt. Chắc là về bãi. Mãi không thể về nhà được.

🔊 194

都会 生まれの私の夢は、いつか 土地を買い、畑で近所の人に
とかい　う　　わたし　ゆめ　　　　　　　　　　とち　　　　はたけ　きんじょ　ひと
分けられる程度の野菜または果物を作ることだ。
わ　　　　　ていど　やさい　　　　くだもの　つく

1012	都会 とかい	名 urban/都市/đô hội, thành phố
1013	～生まれ う	接尾 ～ born/出生于～/sinh ra ở ～
1014	いつか	名 副 someday/有一天/một lúc nào đó
1015	土地 とち	名 land/土地/đất, đất đai
1016	畑 はたけ	名 field/田地/vườn, cánh đồng
1017	程度 ていど	名 enough, degree/程度/mức độ
1018	または	接続 or/或/hoặc là

Having been born in the city, it's my dream to someday buy some land and raise enough vegetables or even fruit to share with the people living nearby./出生于都市的我，梦想是希望有一天来买土地，然后在田地里种植蔬菜或水果。只要能分给附近的人的程度就够了。/Ước mơ của một người sinh ra ở thành phố như tôi là một ngày nào đó mua đất, trồng rau hoặc trái cây trong vườn ở mức độ có thể chia cho hàng xóm.

🔊 195

昨日の大雪のせいで、首都 高速道路の出入口で事故があった。
きのう　おおゆき　　　　　しゅと　こうそくどうろ　でいりぐち　じこ
パトカーや救急車が集まっている。けが人がいないことを願う。
きゅうきゅうしゃ　あつ　　　　　　　　にん　　　　　　　　ねがう

1019	大雪 おおゆき	名 heavy snow/大雪/tuyết lớn
1020	首都 しゅと	名 capital/首都/thủ đô
1021	高速道路 こうそくどうろ	名 highway/高速公路/đường cao tốc
1022	出入口 でいりぐち	名 exit and entrance/出入口/cửa ra vào
1023	パトカー	名 police car/警车/xe cảnh sát
1024	救急車 きゅうきゅうしゃ	名 ambulance/救护车/xe cấp cứu

1025 ☐	願う ねが	動 1 他 make a wish, hope for/希望/mong, cầu nguyện
1026 ☐	＋ 願い ねが	名 wish, hope/祈祷/điều mong muốn

Yesterday's heavy snow caused an accident at the on-ramp of the Tokyo Metropolitan Expressway. Police cars and ambulances have gathered there. I hope no one is hurt./因为昨天的大雪，首都高速公路的出入口发生了车祸。来了很多警车和救护车。希望没有人受伤。/Vì trận tuyết lớn hôm qua mà cửa ra vào đường cao tốc thủ đô có tai nạn. Xe cảnh sát và xe cấp cứu tập trung lại. Mong là không có người bị thương.

◀)) 196

私が住んでいる団地は坂の上にある。商店街がある大通りから外れたところに位置しているので、子どもがよく迷子になる。
わたし　す　　　　　だんち　さか　うえ　　　しょうてんがい　　おおどお
はず　　　　　　いち　　　　　　こ　　　まいご

1027 ☐	団地 だんち	名 housing complex/小区/chung cư nhà nước
1028 ☐	坂 さか	名 hill, slope/爬坡/đường dốc
1029 ☐	商店街 しょうてんがい	名 shopping street/商店街/khu phố buôn bán
1030 ☐	＋ 商店 しょうてん	名 store/商店/cửa hàng buôn bán
1031 ☐	大通り おおどお	名 main street, large street/大马路/đại lộ
1032 ☐	外れる はず	動 2 他 come off, be off/远离/cách xa, trật, tuột, sút ra
1033 ☐	位置[する] いち	名 動 3 自 position, locate, position/位置[位置于]/vị trí, nằm ở (vị trí)
1034 ☐	迷子 まいご	名 lost child/迷路/trẻ đi lạc

The housing complex where I live is at the top of a slope. It's located some distance away from the bigger streets around the commercial district, so the children often get lost./我住的小区就在爬坡上。因为位置远离有商店街的大马路，所以小孩子常常会迷路。/Khu chung cư nhà nước tôi ở nằm ở trên đường dốc. Vì ở vị trí là cách xa đại lộ có khu phố mua bán nên trẻ con thường đi lạc.

◀》197

郊外に暮らすと、アクセスが悪いというイメージがある。しかし、
こうがい　く
実際には地下鉄一本で通勤できる。
じっさい　　　ち　か　てついっぽん　つうきん

1035	郊外 こうがい	名 suburbs/郊外/ngoại ô
1036	暮らす く	動1自 live/生活/sinh sống
1037	+暮らし く	名 life, living/生活/cuộc sống, đời sống
1038	アクセス[する]	名 動3自 access, access/交通[通往]/đường đi lại, sự truy cập, truy cập
1039	イメージ[する]	名 動3他 image, imagine/印象[想象]/hình ảnh, sự hình dung, hình dung
1040	通勤[する] つうきん	名 動3自 commuting to work, commute to work/上班[上班]/sự đi làm, đi làm

People tend to imagine that living in the suburbs means having poor access, but I can actually commute to work with just one subway line./在郊外生活，都有交通不便的印象。但其实只要搭一班地铁就能上班了。/Tôi có hình dung là khi sống ở ngoại ô thì đường đi lại không tốt. Nhưng thực tế thì có thể đi làm bằng một chuyến tàu điện ngầm.

◀》198

公園の芝生に寝転がると、土の香りがした。蚊がいたので、扇
こうえん　しばふ　ね ころ　　つち　かお　　　　か　　　　せん
子でたたいた。
す

1041	芝生 しばふ	名 lawn, grass/草坪/bãi cỏ
1042	転がる ころ	動1自 roll around, roll over/翻滚/lăn ra, ngã, đổ
1043	⑩転がす ころ	動1他 roll/翻转/làm cho lăn, đẩy lăn, làm ngã
1044	土 つち	名 soil/土/đất
1045	香り かお	名 fragrance, smell/香味/mùi hương, hương thơm
1046	蚊 か	名 mosquito/蚊子/con muỗi
1047	扇子 せん す	名 fan/扇子/cái quạt giấy

144

When I laid out on the grass in the park, it smelled like soil. There was a mosquito, so I swatted it with a folding fan./躺在公园的草坪上翻滚时，闻到了土的香味。躺在公园的草坪上翻滚时，闻到了土的香味。因为有蚊子，所以用扇子拍了拍。/Khi nằm lăn ra bãi cỏ trong công viên, tôi ngửi được mùi hương của đất. Vì có muỗi nên tôi đập bằng cái quạt giấy.

🔊 199

私が生まれ育った場所の地名を言っても、誰も知らないだろう。商業が盛んな街で、いろいろな会社の事務所がある。住宅地の中に大型スーパーがあるので、食料品もすぐに買えるし、有名な書店もある。

Topic 10 ● 町

1048	地名 ちめい	名 place name/地名/địa danh
1049	商業 しょうぎょう	名 commerce, trade/商业/thương nghiệp
1050	街 まち	名 town, city/城市/thành phố
1051	～所 しょ	接尾 ～ place/～所/nơi ～
1052	住宅 じゅうたく	名 house/住宅/nhà ở
1053	食料品 しょくりょうひん	名 food products/食品/lương thực thực phẩm
1054	✛ 食料 しょくりょう	名 food/食物/thực phẩm, nguyên liệu thực phẩm
1055	書店 しょてん	名 bookstore/书店/tiệm sách

Even if I tell people the name of the place where I was born and raised, no one would probably know it. It is a city with a lot of commerce, and there are offices of various companies. There is a large supermarket in the residential area, so food products can be purchased right away, and there is also a famous bookstore./就算我说出我出生成长地方的地名，也不会有人知道。那是个商业繁华的城市，有各种公司行业的办公室。住宅区里面还有很大的超市，所以也能马上买到食品，还有有名的书店。/Dù có nói địa danh nơi tôi sinh ra và lớn lên, cũng không có ai biết. Đó là một thành phố thương nghiệp phát triển, có nhiều văn phòng của các công ty khác nhau. Vì trong khu vực nhà ở có siêu thị cỡ lớn nên có thể mua lương thực thực phẩm ngay, có cả tiệm sách nổi tiếng.

145

天気
てん　　き

Weather　天气　Thời tiết

No. 1056-1146

◀» 200

天気予報によると、大雨注意報が出ている。午後からにわか雨
てん き よ ほう　　　　　　　　おおあめ ちゅう い ほう　　　　　　ご ご
が降るので、早めに毛布とシーツを取り込まなければならない。
ふ　　　　　　はや　　　　もう ふ　　　　　　　　　　と こ

1056	予報[する] よ ほう	名 動3他 forecast, forecast/预报[预报]/sự dự báo, dự báo
1057	大雨 おおあめ	名 heavy rain/大雨/mưa lớn
1058	↔ 小雨 こ さめ	名 light rain/小雨/mưa nhỏ
1059	注意報 ちゅう い ほう	名 warning/警报/thông tin lưu ý
1060	+ 警報 けい ほう	名 alert/警报（比注意报更危险时，会发布警报）/cảnh báo
1061	にわか雨 あめ	名 shower (rain)/阵雨/mưa rào
1062	毛布 もう ふ	名 blanket/毛毯/chăn lông
1063	シーツ	名 bed sheet/床单/tấm trải

The weather forecast said that a heavy rain advisory is in effect. There could be sudden showers starting in the afternoon, so I have to bring in the blanket and sheets before that./天气预报说，现在出现大雨警报。下午开始会下阵雨，要早点把毛毯和床单收进来才行。/Theo dự báo thời tiết thì có thông tin chú ý mưa lớn. Từ chiều sẽ có mưa rào nên phải sớm đem chăn lông và tấm trải vào.

◀» 201

大陸が地球の上を移動して、現在の世界ができたという説が
たいりく　　ち きゅう　うえ　い どう　　　　　　げんざい　　せ かい　　　　　　　　　せつ
1912年に発表された。
ねん　　　はっぴょう

1064	大陸 たいりく	名 continent/大陆/lục địa
1065	地球 ち きゅう	名 the earth/地球/trái đất, địa cầu
1066	移動[する] い どう	名 動3他 moving, move/移动[移动]/sự di chuyển, di chuyển
1067	説 せつ	名 theory, reason/一说/thuyết

The theory that our present world is result of the movement of the continents over the earth was presented in 1912./据说大陆在地球上移动，才有了现在的世界这一说，是在1912年发表的。/Thuyết cho rằng lục địa di chuyển lên trên trái đất và hình thành thế giới hiện nay được phát biểu vào năm 1912.

海外と比較して、日本は防災の意識が強い。梅雨のシーズンだが、
今年は大きな被害が出ないことを祈っている。

1068	海外 かいがい	名 overseas/国外/nước ngoài, hải ngoại
1069	比較[する] ひかく	名 動3他 comparison, compare/相比[对比]/sự so sánh, so sánh
1070	防災 ぼうさい	名 disaster prevention/防灾/phòng chống thiên tai / thảm họa
1071	意識[する] いしき	名 動3他 consciousness, be aware of/意识[认识到]/nhận thức, ý thức
1072	梅雨 つゆ	名 rainy season/梅雨/mùa mưa
1073	祈る いの	動1他 pray/祈祷/mong, cầu nguyện
1074	＋ 祈り いの	名 prayer/祷告/sự cầu nguyện, lời cầu nguyện

Japan has a stronger awareness of disaster prevention in comparison to other countries. It is now the rainy season, and I pray that there will be no serious damage this year./和国外相比，日本防灾的意识很强。梅雨季节到了，祈祷今年不要有很严重的受灾。/So với nước ngoài, Nhật Bản mạnh về ý thức phòng chống thiên tai. Mùa mưa năm nay cầu mong là không có thiệt hại lớn.

今日は花粉がたくさん飛んでいる。目がかゆくて、鼻もむずむずするので、外出はやめておこう。

1075	花粉 かふん	名 pollen/花粉/phấn hoa
1076	＋ 花粉症 かふんしょう	名 hay fever/花粉症/chứng dị ứng phấn hoa
1077	かゆい	イ itchy/痒/ngứa
1078	外出[する] がいしゅつ	名 動3自 going out, go out/出门[外出]/sự ra ngoài, đi ra ngoài

There's so much pollen in the air today. My eyes are itchy and my nose tickles, so I'm not going to leave the house./今天有很多花粉在飘。眼睛好痒，鼻子也痒痒的。还是不出门吧。/ Hôm nay rất nhiều phấn hoa bay. Mắt ngứa, mũi thì sụt sịt nên thôi không đi ra ngoài nữa.

Topic 11 ● 天気

台風が近づいているので、大雨、強風、洪水の被害が心配である。
たいふう　ちか　　　　　　　　　　　おおあめ　きょうふう　こうずい　ひがい　しんぱい
電柱が倒れて、突然停電したり、断水したりするかもしれない。
でんちゅう　たお　　　　とつぜんていでん　　　　だんすい

1079	強風 きょうふう	名 strong wind/强风/gió mạnh
1080	洪水 こうずい	名 flood/洪水/lũ lụt
1081	電柱 でんちゅう	名 telephone pole/电线杆/cột điện, trụ điện
1082	＋ 電線 でんせん	名 electrical wire/电线/đường dây điện
1083	停電[する] ていでん	名 動3自 blackout, have a blackout/停电[停电]/sự cúp điện, cúp điện
1084	断水[する] だんすい	名 動3自 water outage, have a water outage/停水[停水]/sự cúp nước, cúp nước

A typhoon is approaching, so I'm worried about damage from heavy rain, strong wind, and flooding. There could be sudden power outages due to downed utility poles or the water could be cut off./台风接近了，好担心大雨、强风、洪水的受灾。电线杆一倒，就会突然停电。说不定还会停水。/Vì bão sắp đến gần nên thật quan ngại về thiệt hại do mưa lớn, gió mạnh, lũ lụt. Có thể cột điện bị ngã, cúp điện, hoặc cúp nước thình lình.

雨の日にレインコートを着て自転車に乗っていたら、タイヤが
あめ　ひ　　　　　　　　　　　　き　じてんしゃ　の
滑って転びそうになったが、何とか無事だった。
すべ　ころ　　　　　　　　　　　なん　　ぶじ

1085	レインコート	名 raincoat/雨衣/áo mưa
1086	タイヤ	名 tire/轮胎/bánh xe
1087	滑る すべ	動1自 slide/打滑/trơn trượt
1088	転ぶ ころ	動1自 crash, fall down/摔倒/ngã, vấp té
1089	無事な ぶじ	ナ safe, unharmed/平安无事的/bình an vô sự

I was wearing a raincoat as I rode my bike on a rainy day, the tires slipped and I almost crashed, but somehow made it through safe./我在雨天穿着雨衣骑着自行车，结果轮胎打滑差点摔倒。还好平安无事。/Ngày mưa, tôi mặc áo mưa đi xe đạp thì bánh xe bị trơn trượt, suýt ngã, bằng cách nào đó mà vô sự.

日本の夏は<u>湿度</u>が高くて<u>蒸し暑い</u>。<u>クーラー</u>や<u>扇風機</u>を使わな
かったら、すぐにのどが<u>からからに</u>なり、<u>息</u>ができなくなる。

1090	湿度 しつど	名 humidity/湿度/độ ẩm
1091	蒸し暑い む あつ	イ humid/闷热/nóng ẩm
1092	クーラー	名 cooler/空调/máy lạnh
1093	扇風機 せんぷうき	名 (electric) fan/风扇/quạt máy
1094	からからな	ナ thirsty, dry/很干/khô khốc
1095	息 いき	名 breath/呼吸/sự thở, hơi thở

Topic 11 ● 天気

With high humidity, summer in Japan is hot and muggy. Without air conditioning or a fan, you will find your throat so bone dry, you'll barely be able to breathe./日本的夏天湿度很高很闷热。如果不开空调或风扇，马上就会喉咙很干，不能呼吸。/Mùa hè Nhật Bản có độ ẩm cao nên nóng ẩm. Nếu không sử dụng máy lạnh hay quạt máy thì cổ họng sẽ khô khốc ngay lập tức, khó mà thở được.

<u>田舎</u>と<u>比べる</u>と、都会は<u>コンクリート</u>に<u>囲まれて</u>いるので、なかなか地面の<u>温度</u>が下がりにくい。

1096	比べる くら	動2他 compare/相比/so sánh
1097	コンクリート	名 concrete/水泥/bê tông
1098	囲む かこ	動1他 surround/包围/bao quanh
1099	温度 おんど	名 temperature/温度/nhiệt độ
1100	+ 温度計 おんどけい	名 thermometer/温度计/nhiệt kế

Compared to the countryside, the city is surrounded by concrete, so the temperature of the ground doesn't fall easily./和乡下相比，城市都被水泥包围着，所以地面的温度很难降下去。/So với nông thôn, thành phố bị bao bọc bởi bê tông nên nhiệt độ của mặt đất khó mà giảm thấp.

🔊 208

昨日、震度5強の地震があり、かなり<u>揺れた</u>。海岸の近くにいて、
さくじつ　しんど　きょう　じしん　　　　　　　　　　　　ゆ　　　　かいがん　　ちか
<u>今にも</u>津波が来そうだったので、<u>はだし</u>で走り、近くの家の<u>屋</u>
いま　　つなみ　き　　　　　　　　　　　　　　　　　はし　ちか　いえ　や
<u>根</u>の上に逃げた。
ね　うえ　に

1101 ☐	昨日 さくじつ	名 副 yesterday/昨天/hôm qua
1102 ☐	＋ 昨年 さくねん	名 副 last year/去年/năm ngoái
1103 ☐	震度 しんど	名 seismic intensity/震度/độ địa chấn
1104 ☐	揺れる ゆ	動2自 shake, quake, sway/摇晃/rung, rung lắc
1105 ☐	海岸 かいがん	名 coast/海岸/bờ biển
1106 ☐	今にも いま	副 at any moment, soon/马上就要/ngay lập tức
1107 ☐	はだし	名 barefoot/光脚/chân trần
1108 ☐	屋根 やね	名 roof/屋顶/mái nhà

Yesterday, there was an earthquake that registered a strong 5 of the Japanese seismic intensity scale. It shook a fair amount. I was near the coast, and it seemed a tsunami could come at any moment, so ran barefoot to the roof of a nearby house./昨天，发生了震度5强的地震，摇晃得很厉害。因为我在海岸附近，感觉海啸马上就要来，所以我光脚逃到附近屋子的屋顶上。/Hôm qua có trận động đất với độ địa chấn 5 độ, rung lắc khá mạnh. Vì tôi ở gần bờ biển, sóng thần như kéo đến ngay lập tức nên tôi đã chạy chân trần, trốn lên mái nhà của ngôi nhà gần đó.

🔊 209

地球温暖<u>化</u>の<u>影響</u>で最近の<u>気候</u>は<u>おかしい</u>。<u>森林</u>を切りすぎた
ちきゅうおんだん か　えいきょう　さいきん　きこう　　　　　　　　しんりん　き
ことは<u>無関係で</u>はなく、いろんなバランスが<u>崩れ</u>ているのだろ
むかんけい　　　　　　　　　　　　　　　　くず
う。

1109 ☐	～化 か	接尾 ~ change/～化/~ hóa
1110 ☐	影響[する] えいきょう	名 動3自 influence, influence/影响[受影响]/sự ảnh hưởng, ảnh hưởng
1111 ☐	気候 きこう	名 climate/气候/khí hậu

1112 ☐	おかしい	イ strange, weird/奇怪/kỳ lạ, kỳ quặc
1113 ☐	森林 しんりん	名 forest/森林/rừng
1114 ☐	無関係な む かんけい	ナ unrelated/没关联的/không liên quan
1115 ☐	崩れる くず	動2自 collapse/崩坏/sụp đổ
1116 ☐	⑩ 崩す くず	動1他 destroy, ruin/打乱/làm đổ, phá hỏng

The weather has been impacted lately by global warming. The overcutting of forests is not unrelated to this and has lead to the collapse of various types of balance./受了全球变暖的影响，最近的气候很奇怪。不能说和砍了太多森林没关联，但可能很多平衡都崩坏了。/Khí hậu gần đây thật kỳ lạ do ảnh hưởng của sự ấm lên của trái đất. Việc đốn chặt rừng thái quá không phải là không liên quan, và nhiều sự cân bằng bị sụp đổ.

🔊 210

子どもが初めて<u>マフラー</u>を巻いたが、うまく巻けず、<u>けっこう</u>
こ　　　はじ　　　　　　　　　　　　ま　　　　　　　　　ま
<u>めちゃめちゃだった</u>。顔を見ると、悔しくて涙を<u>こぼして</u>いた。
　　　　　　　　　　　　かお　み　　　　くや　　　　なみだ

1117 ☐	マフラー	名 scarf/围巾/khăn choàng cổ
1118 ☐	けっこう	副 quite/蛮/khá là, đủ, được
1119 ☐	めちゃめちゃな	ナ messy/糟糕的/lộn xộn
1120 ☐	こぼす	動2他 let slip, spill/出/溢出/buột miệng, tràn ra
1121 ☐	⑩ こぼれる	動2自 let slip, spill/出/溢出/tràn ra, buột miệng, tràn ra

The child tried to put her scarf on herself for the first time, but wasn't able to do it well so it looked quite messy. Looking at her face, she looked frustrated and teary-eyed./孩子第一次围围巾，但不太会，所以围得蛮糟糕的。一看他的表情，正流着不甘心的泪水。/Con tôi lần đầu tiên quấn khăn choàng cổ, nên quấn không đẹp, khá là lộn xộn. Nhìn mặt con, tôi thấy nó tức tối trào nước mắt.

🔊 211

津波は一瞬のうちに多くの命を奪ってしまう。被害を防ぐため
つなみ　いっしゅん　　　　　おお　　いのち　うば　　　　　　ひがい　ふせ
に、逃げる場所を確かめておいた方がいい。
　　　に　　　ばしょ　たし　　　　　　　　　　ほう

1122	津波 つなみ	名 tsunami/海啸/sóng thần
1123	一瞬 いっしゅん	名 副 (for a) moment/一瞬间/khoảnh khắc, tích tắc
1124	被害 ひがい	名 damage/受害/thiệt hại
1125	防ぐ ふせ	動 1 他 prevent/防止/phòng chống
1126	確かめる たし	動 2 他 confirm/确认/kiểm tra, xác nhận

A tsunami can extinguish many lives in the blink of an eye. You should confirm ahead of time where you will run to protect yourself in times of disaster./海啸在一瞬间会夺走很多生命。为了防止受害，一定要先确认避难场所。/Sóng thần cướp đi nhiều sinh mạng trong khoảnh khắc. Để phòng ngừa thiệt hại, nên xác nhận trước nơi chạy trốn.

🔊 212

ひどい雨で、服が濡れてしまった。家に着いてからも、風はど
　　　　あめ　　ふく　ぬ　　　　　　　　いえ　つ　　　　　　かぜ
んどん強くなり、雷も鳴りはじめた。窓ガラスがガタガタと震
　　　つよ　　　　かみなり　な　　　　　　まど　　　　　　　　　　ふる
えている。

1127	濡れる ぬ	動 2 自 get wet/湿了/ướt, bị ướt
1128	⊕ 濡らす ぬ	動 1 他 wet/弄湿/làm ướt, làm ẩm
1129	雷 かみなり	名 thunder/打雷/sấm
1130	震える ふる	動 2 自 tremble, shiver/发抖/run rẩy, run

My clothes got wet from the terrible rain. Even after I got home, the wind got stronger and stronger, and it started to thunder. The windowpane was rattling./雨实在太大了，衣服都被淋湿了。到家以后，风也越来越大，还开始打雷了。窗户的玻璃都被震到抖起来了。/Áo quần tôi ướt hết vì cơn mưa dữ dội. Cả sau khi vì đến nhà rồi, gió cũng dần thổi mạnh hơn, sấm bắt đầu rền vang. Kính cửa sổ cứ rung rắc rắc.

まだ<u>桜</u>が<u>散り</u>つつある４月<u>上旬</u>だが、<u>気温</u>が２５<u>度</u>もあるので、<u>汗</u>がたくさん<u>出る</u>。

1131 ☐	桜 さくら	名 cherry blossoms/櫻花/hoa anh đào
1132 ☐	散る ち	動1自 fall, scatter/凋落/rơi, rụng
1133 ☐	上旬 じょうじゅん	名 first 10 days of month/上旬/thượng tuần
1134 ☐	+ 中旬 ちゅうじゅん	名 middle 10 days of month/中旬/trung tuần
1135 ☐	+ 下旬 げじゅん	名 last 10 days of month/下旬/hạ tuần
1136 ☐	気温 きおん	名 temperature/气温/nhiệt độ
1137 ☐	～度 ど	接尾 ~ degrees/～度/~ độ
1138 ☐	汗 あせ	名 sweat/汗/mồ hôi

Although it's only early April and the cherry blossoms are still falling, at 25 degrees already, I'm sweating a lot./虽然还是樱花开始凋落的4月上旬，但气温已经有25度了，流了好多汗。/Tuy là thượng tuần tháng 4 hoa anh đào còn đang rơi mà nhiệt độ đến 25 độ, nên mồ hôi túa ra.

<u>今日</u>はとても<u>寒い</u>ので、<u>外</u>に<u>置いて</u>いた<u>旗</u>が<u>凍って</u>いる。でも、<u>日</u>が<u>照れ</u>ば、すぐに<u>元</u>に<u>戻る</u>だろう。

1139 ☐	旗 はた	名 flag/旗子/lá cờ
1140 ☐	凍る こお	動1自 freeze/冻住/đóng băng, đông lại
1141 ☐	照る て	動1自 shine/晒/chiếu, soi

Since it is very cold today, the flag that was placed outside is frozen. But once the sun shines on it, it will soon go back to the way it was./今天很冷，放在外面的旗子冻住了。但是太阳一晒，马上就会恢复原状吧。/Vì hôm nay trời rất lạnh nên lá cờ đặt ở ngoài đã đóng băng. Nhưng, nếu có nắng chiếu thì sẽ trở lại như cũ ngay thôi.

◀》215

A：旅行に行くなら、太陽が昇るところを楽しみたい。でも、
りょこう　い　　　　　　たいよう　　のぼ
夕日が沈むところもいいなあ。一度に両方は無理かな。
ゆうひ　しず　　　　　　　　　　いちど　りょうほう　むり
B：景色のいいところでテントを張って、キャンプするっての
けしき　　　　　　　　　　　　　は
はどう？

1142	太陽 たいよう	名 sun/太阳/mặt trời
1143	昇る のぼ	動1自 rise/升起/mọc, lên
1144	沈む しず	動1自 go down/落下/lặn, xuống, chìm
1145	一度に いちど	副 at the same time/一次性/trong một lần
1146	キャンプ[する]	名 動3自 camping, go camping/露营[露营]/sự cảm trại, cảm trại

A: If I'm going on a trip, I want to enjoy the sunrise. But, I sunsets are nice too. I wonder if I can do both. B: Why don't you pitch a tent someplace with nice scenery and camp out?/
A: 如果要去旅行，我想要去可以享受看日出的地方。但是日落也很好。不能同时享受这两样吗？B: 你可以在景色很好的地方搭帐篷露营呀，你觉得呢？/A: Nếu đi du lịch thì tôi muốn thưởng thức cảnh mặt trời mọc. Nhưng cảnh mặt trời lặn cũng thích nhỉ. Một lần được ngắm cả hai thì khó nhỉ. B: Hay mình dựng lều ở chỗ có cảnh đẹp rồi cảm trại ở đó?

旅行

りょ こう

Travel 旅行 Du lịch

No. 1147-1298

◀)) 216

A：ゴールデンウィークの連休はどこか行きますか。
　　　　　　　　　れんきゅう

B：ああ、旅行はしないで日帰りでピクニックに行きます。
　　　　　　りょこう　　　　　ひがえ　　　　　　　　　い

A：登山ですか。
　　とざん

B：そんな大げさなものじゃないです。ただ近くの山をぶらぶら
　　　　　　おお　　　　　　　　　　　　　　　ちか　　　やま
　する だけです。

1147	ゴールデン ウィーク	名 golden week/黄金周/tuần lễ vàng
1148	連休 れんきゅう	名 long holiday/连休/kỳ nghỉ dài ngày (liên tục)
1149	日帰り ひがえ	名 day trip/当天来回/đi về trong ngày, sáng đi chiều về
1150	ピクニック	名 picnic/郊游/picnic, dã ngoại
1151	登山[する] とざん	名 動3自 climbing mountain, climb mountain/爬山 [爬山]/sự leo núi, leo núi
1152	ただ	副 just, only/只是/chỉ là
1153	ぶらぶらする	動3他 hang around/去晃晃/đi loanh quanh, đi dạo

A: Are you going anywhere over the long holiday for Golden Week? B: Not really, I won't be traveling anywhere, just taking a day trip for a picnic. A: Are you going mountain climbing? B: That would be overstating it a bit. I'm just going to hang around in the mountains nearby./A: 黄金周的连休有要去哪里吗? B: 啊～不去旅行，只去当天来回的郊游。A: 爬山吗? B: 没有那么夸张，只是去附近的山晃晃而已。/A: Kỳ nghỉ dài ngày tuần lễ vàng bạn có đi đâu không? B: À, tôi không đi du lịch mà đi picnic đi về trong ngày. A: Leo núi à? B: Không to tát như thế đâu. Chỉ là lang thang ngọn núi gần nhà thôi.

◀)) 217

日本に温泉が多いのは、火山が多いからだ。温泉街はホテルだ
にほん　おんせん　おお　　　　　かざん　おお　　　　おんせんがい

けでなく、伝統的な旅館も多い。温泉は世界中の人に人気だが、
でんとうてき　りょかん　おお　おんせん　せかいじゅう　ひと　にんき

裸になったり、肌を見られたりするのを恥ずかしがる人もいる。
はだか　　　　　はだ　み　　　　　　　　　は　　　　　　ひと

旅館によっては部屋に自分だけの温泉があるところもある。
りょかん　　　　　へや　じぶん　　　　おんせん

| 1154 | 温泉
おんせん | 名 hot springs/温泉/suối nước nóng |

1155 ☐	火山 かざん	名 volcano/火山/núi lửa
1156 ☐	旅館 りょかん	名 Japanese inn/旅馆/lữ quán, khách sạn kiểu Nhật
1157 ☐	裸 はだか	名 naked/裸体/trần truồng
1158 ☐	肌 はだ	名 skin/肌肤/da thịt, da

Japan has many hot springs because it has many volcanoes. Towns around hot springs include not only hotels, but also more traditional Japanese inns. Although hot springs are popular with people all around the world, there are those who are embarrassed by the idea of being naked or showing skin. Some traditional inns have hot springs baths for private use in their guest rooms./日本有很多温泉，是因为有很多火山。温泉街不仅有酒店，还有很多传统的旅馆。虽然温泉在全世界都很有人气，但也有人害羞不敢赤身裸体，或者露出肌肤被别人看到。有些旅馆房间内还设有私人温泉。/Nhật Bản có nhiều suối nước nóng là do có nhiều núi lửa. Phố suối nước nóng không chỉ có khách sạn mà còn có nhiều lữ quán truyền thống. Suối nước nóng được nhiều người trên thế giới ưa chuộng nhưng cũng có người thấy xấu hổ khi phải trần truồng, bị thấy da thịt. Tùy lữ quán mà cũng có nơi có suối nước nóng chỉ của mình trong phòng.

🔊 218

私は芸術が好きだ。旅行に行ったときは、よく美術館や博物館
わたし　　げいじゅつ　　　す　　　　　　りょこう　　い　　　　　　　　　　　　　びじゅつかん　　はくぶつかん
に行く。
　い

1159 ☐	芸術 げいじゅつ	名 art/艺术/nghệ thuật
1160 ☐	美術館 びじゅつかん	名 art museum/美术馆/bảo tàng mỹ thuật
1161 ☐	➕ 美術 びじゅつ	名 art/美术/mỹ thuật
1162 ☐	博物館 はくぶつかん	名 museum/博物馆/bảo tàng

I love art. I often visit art and other museums when I travel./我很喜欢艺术。去旅游时我常常去美术馆或博物馆。/Tôi thích nghệ thuật. Khi đi du lịch tôi thường đi bảo tàng mỹ thuật và bảo tàng.

「間もなく、発車します」というアナウンスを聞いて、ホームの
ま　　　　はっしゃ
電車に飛び込んだ。ところが、その電車は特急で、降りる駅で
でんしゃ　と　こ　　　　　　　　　　　　でんしゃ　とっきゅう　　お　　えき
停車せず、通過してしまった。
ていしゃ　　つうか

1163	間もなく ま	副 soon, shortly/即将/sắp sửa, chuẩn bị
1164	発車[する] はっしゃ	名 動3自 departure, depart/发车[发车]/(xe, tàu) sự khởi hành, xuất phát
1165	ホーム	名 (train) platform/站台/sân ga
1166	= プラットホーム	名 platform/站台/sân ga
1167	飛び込む と　こ	動1自 jump in/跳进/nhảy vào, nhảy xuống
1168	ところが	接続 however/然而/thế nhưng
1169	停車[する] ていしゃ	名 動3自 stopping, stop/停车[停车]/(xe, tàu) sự dừng xe, dừng xe
1170	通過[する] つうか	名 動3他 passing, pass/通过[通过]/chạy qua, đi qua, thông qua

Hearing the conductor announce "We'll be departing soon," I jumped onto the train sitting at the platform. It turned out, however, that it was an express train and it went right past my station without stopping./我听到广播说「即将发车」，就从站台跳进了电车。然而，那班电车是特急，直接通过我下车的那一站，没有停车。/Nghe tiếng loa thông báo "Tàu sắp sửa xuất phát", tôi nhảy vào tàu điện trên sân ga. Thế nhưng, chiếc tàu điện đó là chuyến chạy nhanh, không dừng ở ga tôi phải xuống mà chạy qua luôn.

A：すみません、バス乗り場を探しているんですが。
　　　　　　　　の　ば　さが
B：バス乗り場は駅の反対側ですね。ここを左に行って、突き
　　　　の　ば　えき　はんたいがわ　　　　　　　ひだり　い　　　　つ
　当たりを左に曲がって、鉄道の線路を越えないといけませ
　あ　　　ひだり　ま　　　　てつどう　せんろ　こ
　ん。
A：ええと、最初に左に行って、線路を越えるんですか。
　　　　　　さいしょ　ひだり　い　　　せんろ　こ
B：私も途中まで行くので、一緒に行きましょう。ついて来て
　わたし　とちゅう　い　　　　いっしょ　い　　　　　　　　　き
　ください。

1171	突き当たり （つ）（あ）	名 end of the road/尽头/góc đường
1172	鉄道 （てつどう）	名 railroad, railway/铁路/đường sắt
1173	線路 （せんろ）	名 (railway) tracks/铁轨/đường ray
1174	越える （こ）	動2他 cross/过/băng qua, vượt qua
1175	ええと	感 so, umm…/嗯…/à vâng
1176	ついて来る （く）	動3自 follow, come along with/跟我来/theo sau, theo đến
1177	↔ついて行く （い）	動1自 go with/跟着去/đi theo

A: Excuse me, I'm looking for a bus stop. B: The bus platform is on the other side of the station. Go left here, then turn left at the end of the road, and you'll have to cross the railroad tracks. A: So, I go to the left first and then cross the tracks? B: I'll go part of the way, so let's go together. Please follow me./A: 请问，我在找公交车车站。B: 公交车车站是在车站的反方向。这里往左走，走到尽头左转，要过铁路的铁轨。A: 嗯…一开始先往左，然后铁轨是吗？B: 我也要到途中，我们一起走吧。你跟我来。/A: Xin lỗi, tôi đang tìm trạm xe buýt… B: Trạm xe buýt ở phía ngược lại nhà ga đấy. Đi về bên trái lối này, rẽ trái ngay góc đường, phải băng qua đường ray đường sắt. A: À, vâng, đầu tiên là đi về bên trái, rồi băng qua đường ray ạ? B: Tôi cũng đi đến giữa đường nên sẽ đi cùng. Anh theo sau tôi.

◄》221

最近は飛行機でも、新幹線でも、スマートフォンで簡単に日付
（さいきん）（ひこうき）（しんかんせん）（かんたん）（ひづけ）
や便を変更できる。
（びん）（へんこう）

1178	日付 （ひづけ）	名 date/日期/ngày
1179	便 （びん）	名 service/班车/班机/chuyến (bay, tàu)
1180	変更[する] （へんこう）	名 動3他 change, change/更改[更改]/sự thay đổi, thay đổi

These days it's easy to change travel information for planes or shinkansen trains using a smartphone, including dates and flights./最近不管是飞机还是新干线，都可以很简单的用智能手机更改班车班机，日期。/Gần đây, cả máy bay hay tàu cao tốc shinkansen đều có thể đổi ngày giờ và chuyến bay, chuyến tàu một cách đơn giản bằng điện thoại thông minh.

◀)) 222

海外に住んでいる友達がやってくるので、空港の到着 ロビーま
かいがい　　す　　　　　ともだち　　　　　　　　　　　くうこう　とうちゃく
で出迎えに行った。飛行機のトラブルで、2時間も遅れて心配
でむか　　い　　　ひこうき　　　　　　　　じかん　　おく　　しんぱい
した。会えたときは抱き合って喜んだ。
　　　あ　　　　　　　　だ　あ　　　よろこ

1181 □	到着[する] とうちゃく	名 動3自 arrival, arrive/入境[入境]/sự đến nơi, đến nơi
1182 □	ロビー	名 lobby/大厅/sảnh, hành lang
1183 □	出迎え でむか	名 meeting, reception/迎接/việc đón
1184 □	トラブル	名 trouble/问题/trục trặc, rắc rối, vấn đề

My friend who lives abroad was arriving, so I went to pick them up at the arrival lobby of the airport. Their plane arrived two hours late due to some trouble, so I was worried. I hugged them with joy when I saw them./住在国外的朋友要来，所以我到机场的入境大厅去接他。结果因为飞机发生问题，晚了2小时，我很担心。见到面时我们开心到抱在一起。/Vì người bạn sống ở nước ngoài đến chơi nên tôi đi ra tận sảnh đến ở sân bay để đón. Vì máy bay trục trặc nên trễ những 2 tiếng khiến tôi rất lo lắng. Khi gặp được nhau, chúng tôi đã ôm nhau vui mừng.

◀)) 223

都会に出てきてから、出身地の言葉が通じないことがよくあっ
とかい　で　　　　　　　　しゅっしんち　ことば　　つう
た。方言だと思っていない言葉が、実は方言だと分かった。
　　ほうげん　　　おも　　　　　　　ことば　　じつ　ほうげん　　わ

1185 □	出身地 しゅっしんち	名 where one is from, birthplace/家乡/nơi xuất thân
1186 □	+ 出身 しゅっしん	名 origin/出身/sự xuất thân
1187 □	通じる つう	動2自 be understood, be comprehended/说得通/hiểu, được công nhận
1188 □	方言 ほうげん	名 dialect/方言/phương ngữ

Since moving to the city, I've often found that people can't always understand words that are used where I'm from. I found out that more words than I thought were actually limited to my own dialect./一到都市来，家乡话时常会讲不通。我才知道，我不觉得是方言的语言，其实是方言。/Sau khi đến thành phố, thường xảy ra chuyện từ ngữ ở quê không được hiểu. Tôi hiểu ra từ ngữ mà mình không nghĩ là phương ngữ thật ra là phương ngữ.

A：出発まで<u>あと</u>10分だよ。そろそろホームに行った方がよくない？

B：まだ10分も<u>ある</u>、だよ。<u>待合室</u>で休憩しようよ。

A：あなたはいつもそう。それで<u>ぎりぎりに</u>なって慌てるんだから。早くホームに行こうよ。

1189 ☐	あと	副 more, left/还有/còn
1190 ☐	待合室 まちあいしつ	名 waiting room/候车室/phòng chờ
1191 ☐	ぎりぎりな	ナ grieved/紧迫/sát giờ, sít sao

A: We have 10 minutes until the train leaves. Shouldn't we head toward the platform? B: You mean, we still have a whole 10 minutes. Let's take a break in the waiting room. A: You're always like this! Then everything gets left to the last minute and we have to rush. Let's get to the platform early./A: 离出发还有10分钟。差不多要去站台比较好吧？ B: 不是还有10分钟，在候车室休息一下嘛。A: 你每次都这样。然后等时间紧迫才慌慌张张的。我们赶快去站台啦。/A: Còn 10 phút nữa là xuất phát đấy. Hay là mình chuẩn bị đi đến sân ga đi? B: Vẫn còn những 10 phút cơ mà. Nghỉ giải lao ở phòng chờ đi A: Anh lúc nào cũng vậy. Cứ vậy thì đến lúc sát giờ lại cuống lên. Đi đến sân ga mau nào.

<u>お盆</u>はたくさんの人が<u>ふるさと</u>に<u>向かう</u>ため、<u>全国</u>の<u>道路</u>が渋滞する。

1192 ☐	（お）盆 ぼん	名 bon/盂兰盆节/lễ obon (Vu Lan)
1193 ☐	ふるさと	名 hometown/家乡/quê hương
1194 ☐	向かう む	動1自 head to/向/前往/hướng về
1195 ☐	全国 ぜんこく	名 nationwide/全国/toàn quốc, cả nước
1196 ☐	道路 どうろ	名 road/公路/đường sá

During Obon, many people head to their hometowns, so roads all over the country are crowded./盂兰盆节时，有很多人要回家乡，所以全国的公路都在塞车。/Do lễ obon có nhiều người hướng về quê nên đường sá toàn quốc đều kẹt xe.

Topic 12 旅行

🔊 226

先日、山に<u>ドライブ</u>に行ったのだが、<u>レジャー</u> <u>シーズン</u>だった
せんじつ　やま　　　　　　　　　　い
ので、帰り道はすごく<u>渋滞して</u>いた。<u>信号</u>も<u>全然変わらなくて</u>、
かえ　みち　　　　　　じゅうたい　　　　　しんごう　　ぜんぜん か
いらいらし、<u>疲れ</u>がたまってしまった。
つか

1197 ☐	ドライブ[する]	名 動3他 driving, drive/兜风[兜风]/sự lái xe đi dạo, lái xe đi dạo
1198 ☐	レジャー	名 leisure/旅游/thư giãn ngoài trời
1199 ☐	シーズン	名 season/旺季/mùa
1200 ☐	渋滞[する] じゅうたい	名 動3自 traffic jam, be jammed/塞车[塞车]/sự kẹt xe, tắc đường
1201 ☐	信号 しんごう	名 signal/红绿灯/đèn giao thông
1202 ☐	疲れ つか	名 tiredness/疲意/mệt mỏi

The other day, I went on a drive into the mountains, but because it's tourist season there was a lot of traffic on the way back. The traffic lights took forever to change, and it was frustrating, so it made me tired./前几天，我去山上兜风，但因为是旅游旺季，所以回程很塞车。红绿灯也一直不变，害我很焦虑，反而感到更疲意。/Hôm trước tôi đã lái xe đi dạo núi nhưng vì là mùa thư giãn ngoài trời nên đường về kẹt xe dữ dội. Đèn giao thông cũng hoàn toàn không suy suyển gì, bực mình, mệt mỏi tích tụ lại.

🔊 227

A：そういえば、海外旅行はどうだったの？
かいがいりょこう
B：楽しかったよ。でも、最初に行ったドイツは<u>時差ぼけ</u>がひど
たの　　　　　　　さいしょ　い　　　　　　　　じ さ
くて、<u>チェックインして</u>からずっとホテルの部屋にいて、全
へ や　　　　ぜん
然<u>観光できなかった</u>。
ぜんかんこう
A：えー、<u>せっかく</u>行ったのに、もったいない。
い
B：うん、もうちょっと長く<u>滞在すれば</u>よかった。
なが　　　たいざい

1203 ☐	時差ぼけ じ さ	名 jet lag/时差反应/chứng rối loạn do lệch múi giờ
1204 ☐	＋時差 じ さ	名 time difference/时差/chênh lệch múi giờ
1205 ☐	チェックイン[する]	名 動3自 check-in, check in/入住[入住]/thủ tục nhận phòng, làm thủ tục (nhận phòng, lên máy bay)

1206 ☐	↔ チェックアウト [する]	名 動3自 check-out, check out/退房[退房]/thủ tục trả phòng (khách sạn)
1207 ☐	観光[する] かんこう	名 動3他 sightseeing, go sightseeing/观光[观光]/sự tham quan, tham quan
1208 ☐	✚ 観光客 かんこうきゃく	名 tourist/观光客/khách tham quan, du khách
1209 ☐	せっかく	副 after ~ all of that/难得/cất công
1210 ☐	滞在[する] たいざい	名 動3自 staying, stay/待[待]/sự lưu trú, lưu trú

A: Oh right, how was traveling abroad? B: It was fun. But when I first arrived in Germany, the jet lag was so bad that once I checked in, I stayed in my room the whole time and didn't get to see any of the sights. A: Oh no, what a waste after travelling all that way to get there! B: Yeah, I should have stayed a little while longer./A: 对了，你出国旅行怎么样？B: 很好玩呀。但是一开始去的德国，时差反应太严重，一办好入住就没出酒店，一直待在房间里，完全没办法观光。A: 诶～，难得去一趟，真可惜。B: 嗯，早知道就待久一点。/A: À này, chuyến du lịch nước ngoài thế nào? B: Vui lắm. Nhưng lúc đầu khi đi Đức thì bị chứng rối loạn do lệch múi giờ dữ dội, nhận phòng xong là không ra khỏi khách sạn, ở suốt trong phòng, hoàn toàn không tham quan gì được. A: Ơ, đã cất công đi vậy thì uổng phí quá. B: Ừm, phải mà lưu trú lâu hơn một chút thì tốt rồi.

🔊 228

夏にビーチへ海水浴に行くことになった。それで、水着を買いに行った。恋人と一緒に行くので、かなり迷った。

1211 ☐	ビーチ	名 beach/海滩/bãi biển
1212 ☐	海水浴 かいすいよく	名 sea water bathing/海水浴/tắm biển
1213 ☐	それで	接続 so/所以/vì vậy
1214 ☐	水着 みずぎ	名 swimsuit/泳衣/áo tắm, đồ bơi
1215 ☐	恋人 こいびと	名 lover/情人/người yêu
1216 ☐	かなり	副 quite/非常/khá là

This summer, I decided to go sea water bathing at the beach, so I went to buy a swimsuit. I'm going to go with my lover, so I had quite a lot of trouble choosing one./决定夏天要去海滩海水浴。所以我去买了泳衣。因为要和情人一起去，害我非常犹豫。/Mùa hè, tôi sẽ đi bãi biển và tắm biển. Vì vậy, tôi đã đi mua áo tắm. Vì sẽ đi với người yêu nên khá là băn khoăn.

165

🔊 229

A：この前東京に行ったとき、わざわざ金沢を<u>経由</u>して行ったん
まえとうきょう い かなざわ けいゆ い
です。

B：え、なんで？

A：ＪＲは、<u>目的</u>地までの<u>途中</u>の<u>駅</u>でも<u>自由</u>に<u>下車</u>できるんです。
ジェイアール もくてきち とちゅう えき じゆう げしゃ
だから、<u>途中下車</u>して<u>城</u>と<u>庭園</u>を<u>見物</u>しました。あ、<u>私鉄</u>
とちゅうげしゃ しろ ていえん けんぶつ してつ
は<u>途中下車</u>できませんよ。ＪＲだけです。
とちゅうげしゃ ジェイアール

1217 ☐	経由[する] けいゆ	名 動3他 going through, go through/经过[经过]/sự ghé qua, quá cảnh
1218 ☐	目的 もくてき	名 purpose/目的/(nơi) đến, mục đích
1219 ☐	下車[する] げしゃ	名 動3他 getting off, get off/下车[下车]/sự xuống (tàu, xe), xuống xe
1220 ☐	城 しろ	名 castle/城/lâu đài, thành
1221 ☐	庭園 ていえん	名 garden/庭园/vườn, khu vườn
1222 ☐	見物[する] けんぶつ	名 動3他 seeing, see/参观[参观]/tham quan
1223 ☐	私鉄 してつ	名 private railway/私营铁路/đường sắt tư nhân

A: Last time I went to Tokyo, I went out of my way to go through Kanazawa. B: Oh yeah? What for? A: With JR you can get off at any station along your travel route before you reach your destination. So I got off on the way and went to see the castle and some gardens. You can't do that on the private railway, only on JR./A: 上次要去东京时，还特别经过金泽去的。B: 诶，为什么？A: JR在通往目的地途中的车站，是可以自由下车的。所以我途中下了车去参观了城和庭园。啊，私营铁路可不能途中下车哦。只有JR可以。/A: Hôm trước, khi đi Tokyo, tôi đã cố tình ghé qua Kanazawa. B: Ơ, tại sao vậy? A: JR có thể xuống tàu tự do ở bất kỳ ga nào trên đường đến đích đến. Cho nên, tôi xuống tàu tham quan lâu đài, vườn cây. À, đường sắt tư nhân thì không xuống giữa chừng được đâu đấy. Chỉ có JR thôi.

🔊 230

<u>豊か</u>な国とよく言われるが、それがどういうことなのか<u>正確</u>に
ゆた くに い せいかく
言うのは<u>難しい</u>。例えば、ビルがたくさん<u>建って</u>いれば豊かな
い むずか たと た
のだろうか。ＧＤＰという<u>指標</u>がよく使われ、これはその国で
ジーディーピー しひょう つか くに
作られたものやサービスの<u>合計金額</u>を<u>指す</u>。<u>物価</u>も<u>考える必要</u>
つく ごうけいきんがく さ ぶっか かんが ひつよう
がある。

166

1224 ☐	豊かな ゆた	ナ wealthy/富裕的/phong phú
1225 ☐	正確な せいかく	ナ precise, accurate/正确的/chính xác
1226 ☐	建つ た	動1自 be built/盖/được dựng lên
1227 ☐	⑩ 建てる た	動2他 build/建造/xây dựng, dựng lên
1228 ☐	指標 し ひょう	名 index/指标/chỉ tiêu, chỉ số
1229 ☐	指す さ	動1他 point/指/chỉ, chỉ trỏ
1230 ☐	物価 ぶっか	名 prices/物价/vật giá

Topic 12 ● 旅行

We hear a lot about "wealthy nations," but it's difficult to say precisely what that means. For example, is having many buildings what makes a country wealthy? One commonly-used index is GDP, which indicates the total monetary value of everything that was manufactured, services, and the like in that country. Prices also need to be considered./常被称为是个富裕的国家。但很难说什么才是正确的。例如，盖了很多高楼大厦就算富裕吗。常常也会拿GDP来当指标，但这也只是指那个国家制造的东西还有服务的总金额。还必须要考虑物价才行。/Tuy được nói là đất nước giàu có nhưng điều đó là như thế nào thì khó nói chính xác được. Ví dụ, nếu có nhiều tòa nhà được xây dựng là giàu có chăng? Chỉ số GDP thường được sử dụng, chỉ mức tiền tổng cộng của hàng hóa và dịch vụ được tạo ra ở quốc gia đó. Cũng cần suy nghĩ về vật giá.

🔊 231

税関が偽物の宝石を見つけた。本物にそっくりで、ちょっと見ただけでは分からない。
ぜいかん　にせもの　ほうせき　み　　　ほんもの　　　　　　　　　　　　　　　み
　　　　　　　　　　　　　　わ

1231 ☐	税関 ぜいかん	名 customs/海关/hải quan
1232 ☐	偽物 にせもの	名 fake/假的/đồ giả
1233 ☐	宝石 ほうせき	名 jewelry/宝石/đá quí
1234 ☐	そっくりな	ナ just like, the splitting image of/很像/y hệt, giống hệt

Customs found fake jewels. It looks exactly like the real thing; you could hardly tell the difference with just a casual look./海关找到了假的宝石。跟真的很像，只看一眼根本不出来。/Hải quan đã phát hiện đá quí là đồ giả. Chúng y hệt như đồ thật, nhìn một chút thì không thể biết được.

167

🔊 232

A：この前、ボートの免許を取ったんだ。
　　まえ　　　　　　めんきょ　と

B：え、すごい。みんなで乗りたい。
　　　　　　　　　　　　の

A：いや、釣り用の、小さなエンジンがついているだけの船だよ。
　　　　つ　よう　ちい　　　　　　　　　　　　　　　　　ふね

1235	ボート	名 boat/游艇/tàu
1236	免許 めんきょ	名 license/驾照/sự cho phép, sự cấp phép
1237	➕ 免許証 めんきょしょう	名 license/驾照/giấy phép lái xe, giấy phép
1238	エンジン	名 engine/引擎/động cơ

A: I just got my boating license. B: Way to go. You going to take us all out? A: Well, see, my boat is just a fishing boat with a little engine./A: 上次我考到游艇的驾照了。B: 诶，好厉害。真想大家一起搭船看看。A: 不是，我的船是钓鱼用的，只装了一个小引擎。/A: Hôm trước, tôi vừa lấy giấy phép lái tàu. B: Ồ, giỏi vậy. Tôi muốn đi cùng mọi người. A: Không, chỉ là tàu có gắn động cơ nhỏ để câu cá thôi.

🔊 233

このトンネルは、東京方面に行くときの近道である。昔は、コー
　　　　　　　　とうきょうほうめん　い　　　　　　ちかみち　　　　むかし
ナーが連続する山道を行く必要があった。岩が落ちている危な
　　れんぞく　やまみち　い　ひつよう　　　　いわ　お　　　　　あぶ
い道で、片道１時間もかかった。今は、２０分で往復できる。
　みち　かたみち　じかん　　　　　いま　　　ぶん　おうふく

1239	トンネル	名 tunnel/隧道/đường hầm
1240	～方面 ほうめん	接尾 ~ bound, heading to ~/~ 方面/hướng ~
1241	近道[する] ちかみち	名 動3自 shortcut, take a shortcut/捷径[抄捷径]/đường tắt, đi tắt
1242	コーナー	名 corner, curve/弯道/góc cua
1243	連続[する] れんぞく	名 動3自 continuous, happen continuously/连续[连续]/sự liên tục, làm liên tục
1244	岩 いわ	名 rock/岩石/đá, vách đá
1245	片道 かたみち	名 one way/单程/một chiều
1246	往復[する] おうふく	名 動3自 round trip, go on a round trip/来回[来回]/cả đi lẫn về, khứ hồi

This tunnel is a shortcut when you're going to Tokyo. A long time ago, you had to take a road through the mountains that was just a continuous series of sharp curves. With fallen rocks adding to the road's danger, it used to take an hour one way. Now you can do the round trip in 20 minutes./这个隧道是通往东京方面的捷径。以前必须走连续好几个弯道的山路。还会有岩石掉落下来，是条危险的路。所以单程就要花上1小时。但现在来回只要20分钟。/Đường hầm này là đường tắt khi đi về hướng Tokyo. Ngày xưa, cần phải đi đường núi có nhiều khúc cua liên tục. Là con đường nguy hiểm có đá rơi, một chiều thôi cũng mất cả 1 tiếng. Bây giờ thì có thể đi cả đi lẫn về trong 20 phút.

高速道路のサービスエリアは、昔は<u>トラック</u>が<u>駐車</u>して休憩するところというイメージだったが、今は買い物が楽しめ、<u>遊園地</u>があるところもある。<u>長距離</u>バスの<u>停留所</u>もあるので、車がなくても行くことができる。

1247	トラック	名 truck/卡车/xe tải
1248	駐車[する] ちゅうしゃ	名 動3他 parking, park/停车/sự đỗ xe, đỗ xe
1249	＋駐車場 ちゅうしゃじょう	名 parking lot/停车场/bãi đỗ xe
1250	遊園地 ゆうえんち	名 amusement park/儿童乐园/khu vui chơi giải trí
1251	長～ ちょう	接頭 long ~/远~/~ dài
1252	停留所 ていりゅうじょ	名 bus stop/停留站/trạm dừng

Highway service areas were once seen as a place where trucks stop for rest, but now many of them have different options for shopping. Some even have amusement parks. Many also have bus stops for long-distance buses, so you can go even if you don't have a car./高速公路的休息站，以前给人的印象都是让卡车停车休息的地方。但现在不仅能享受买东西、购物的乐趣。还有附带儿童乐园的地方。也有远距离巴士的停留站，所以没车也能去。/Lúc trước, khu vực dịch vụ trên đường cao tốc được hình dung là nơi mà xe tải đỗ xe để nghỉ giải lao nhưng bây giờ còn là nơi có thể vui thích đi chợ, mua sắm, có nơi còn có khu vui chơi giải trí. Vì có cả trạm dừng xe buýt đường dài nên không có xe hơi cũng có thể đi được.

A：なんか横浜港をクルーズ船で回りながらディナーが食べられ
　　よこはまこう　　　　　　せん　　まわ　　　　　　　　　　　　　　　　　た
　　るツアーがあるらしいよ。

B：へえ。でも前から予約しないといけないんじゃないの。
　　　　　　　まえ　　よやく

A：いや、定員が多いから、平日なら前日でもＯＫだったって。
　　　　　ていいん　おお　　　　へいじつ　　ぜんじつ

1253	~港 こう	接尾 ~ bay/~ 港/cảng ~
1254	~船 せん	接尾 ~ ship/~ 船/tàu ~
1255	ツアー	名 tour/旅游行程/tour du lịch
1256	定員 ていいん	名 capacity/定员/giới hạn số người
1257	前日 ぜんじつ	名 副 day before/前一天/trước một ngày, ngày hôm trước

A: Apparently they have a tour where you can get on a cruise ship and have dinner as it goes around Yokohama Bay. B: Do they? I'll bet you have to make a reservation in advance, don't you? A: No, I heard they have a large capacity on the ship that for weekdays, you can even make the reservation the day before./A: 听说有旅游客船的旅游行程可以边绕横滨港，边享用晚餐。B: 是哦，可是要提前预约的吧。A: 没有，因为定员很多，所以平日的话前一天都OK的。/A: Hình như là có tour du lịch vừa đi quanh cảng Yokohama bằng tàu du lịch vừa có thể ăn tối đấy. B: Ồ, nhưng chắc là phải đặt trước rồi. A: Không, họ nói vì giới hạn số người đông nên nếu là ngày thường thì trước một ngày cũng OK.

東海道新幹線の自由席は１号車から３号車までだ。東京発の「の
とうかいどうしんかんせん　じゆうせき　　１ごうしゃ　　３ごうしゃ　　　　　　とうきょうはつ
ぞみ号」の場合、前の方にある。
　　ごう　　ばあい　まえ　ほう

1258	自由席 じ ゆうせき	名 unreserved seat/自由座位/ghế tự chọn
1259	~車 しゃ	接尾 ~ car/~ 车厢/toa tàu ~
1260	~発 はつ	接尾 departing from ~/~ 发车/xuất phát từ ~

The Tokaido Shinkansen has unreserved seats from the first to third car. On the Nozomi departing from Tokyo, they are toward the front of the train./东海道新干线的自由座位是从1号车厢到3号车厢为止。如果是东京发车的「希望号」的话，就是在前面。/Ghế tự chọn của tàu cao tốc shinkansen Tokaido ở toa tàu số 1 đến toa tàu số 3. Trường hợp tàu hiệu Nozomi xuất phát từ Tokyo thì ở phía trước.

<u>旅</u>をするときは、<u>すり</u>に気をつけないといけない。特に<u>市場</u>など、
人が多い場所は注意が必要だ。カバンは体の<u>正面</u>で持った方が
いい。

1261 ☐	旅[する] たび	名 動3他 travelling, travel/旅游[旅游]/chuyến đi, đi du lịch
1262 ☐	すり	名 pickpocketing/扒手/kẻ móc túi
1263 ☐	市場 いちば	名 market/市场/chợ, thị trường
1264 ☐	正面 しょうめん	名 front/正面/ngay trước, chính diện

When traveling, you have to be careful about pickpockets. You need to be especially cautious in markets or other crowded places. You should carry your bags toward the front of your body./旅游时要注意扒手。特别在市场等等，人多的地方一定要注意。包包最好都拿在身体的正面。/Khi đi du lịch, phải lưu ý kẻ móc túi. Đặc biệt, ở những nơi đông người như chợ v.v. thì cần phải chú ý. Nên ôm túi xách ngay trước người.

たくさんの人を<u>乗せた</u> <u>モノレール</u>の<u>ブレーキ</u>が故障し、駅の<u>壁</u>
にぶつかる<u>事故</u>が<u>起きた</u>。駅では<u>サイレン</u>が鳴り<u>響き</u>、たくさ
んの人が<u>非常口</u>に<u>集まり</u>、けが人が出た。

1265 ☐	乗せる の	動2他 put on/承载/chở (bằng xe)
1266 ☐	モノレール	名 monorail/单轨电车/tàu điện trên không
1267 ☐	ブレーキ	名 brake/刹车/phanh, thắng
1268 ☐	サイレン	名 siren/警报声/chuông báo động
1269 ☐	非常口 ひじょうぐち	名 emergency exit/紧急出口/cửa thoát hiểm

There was an accident involving the brakes failing on a monorail full of passengers where the monorail hit the wall of a station. The station sirens wailed and many people were gathered around the emergency exits. Some were injured./承载了很多人的单轨电车的刹车故障了，发生了撞到车站墙上的意外。车站一直响着警报声，很多人都挤在紧急出口，还有人受伤了。/ Đã xảy ra tai nạn phanh của tàu điện trên không chở nhiều người bị hỏng, khiến nó va vào bức tường nhà ga. Ở nhà ga, chuông báo động reo vang, nhiều người tập trung ở cửa thoát hiểm, đã có người bị thương.

🔊 239

紙の乗車券の時代は、電車に乗った後、降りる駅が決まっていた。
かみ じょうしゃけん じだい でんしゃ の あと お えき

先の駅まで乗り越したときは、専用の機械に乗車券とお金を入
さき えき の こ せんよう きかい じょうしゃけん かね

れる必要があった。今はICカードなので、タッチするだけで、
ひつよう いま アイシー

どの駅でも自由に降りることができる。
えき じゆう お

1270	乗車券 じょうしゃけん	名 ticket/乘车券/vé lên tàu/xe
1271	＋ 乗車[する] じょうしゃ	名 動3自 riding, ride/搭车[搭车]/sự lên tàu/xe, đi/lên tàu/xe
1272	乗り越す の こ	動1他 go past/坐过头/đi (tàu/xe) quá bến
1273	タッチ[する]	名 動3自 tap, touch; tap, touch/触碰[触碰]/sự chạm, chạm vào

Back when train tickets were all paper, once you got on, you had to get off at the station your ticket said. If you went past the station on your ticket, you would have to put your ticket and some money in a special machine for it. Now we have IC cards so all you have to do is tap it and you can get off at any station you want./在纸质乘车券的时代，搭上电车后就已经决定好下车的车站。如果坐过头，就要把乘车券和钱放进专用的机器结算。现在都是用IC卡，只需要触碰一下，不管在哪一站都能自由的下车了。/Thời đại vé lên tàu bằng giấy thì sau khi lên tàu, ga xuống đã được định sẵn. Khi đi quá đến tận ga xa hơn thì cần phải cho vé lên tàu và tiền vào máy chuyên dụng. Bây giờ nhờ có thẻ IC thì chỉ cần chạm là có thể tự do xuống bất kỳ ga nào.

🔊 240

A：一回、ロケットに乗って宇宙に行ってみたいって思わない？
いっかい の うちゅう い おも

B：思わない。だって最初はいいけど、絶対退屈するって。
おも さいしょ ぜったい たいくつ

A：夢がないなあ。何か乗ってみたい乗り物ってないの？
ゆめ なん の の もの

B：ヘリコプターかな。

1274	ロケット	名 rocket/火箭/tên lửa
1275	だって	接続 I mean, . . . because/因为/là vì, thì tại
1276	退屈[する] たいくつ	名 動3自 boredom, be bored/无聊[无聊]/sự buồn chán, chán chường
1277	ヘリコプター	名 helicopter/直升飞机/máy bay trực thăng

A: Would you ever want to try getting in a rocket to go to space once? B: I wouldn't want to. I mean, it would be nice at first, but it would absolutely get boring. A: Not very ambitious of you. Isn't there something you've always wanted to take a ride on? B: Maybe a helicopter?/A: 你想不想搭火箭去一次宇宙呢？ B: 不想。因为一开始是很好，但绝对会感到无聊。A: 真没 梦想。你没有想坐的交通工具吗？ B: 直升飞机吧。/A: Cậu có muốn một lần thử bay lên vũ trụ bằng cách đi tên lửa không? B: Không. Là vì lúc đầu thì vui đấy nhưng nhất định sẽ buồn chán cho xem. A: Không có ước mơ gì cả. Không có loại phương tiện gì mà muốn đi thử sao? B: Chắc là máy bay trực thăng.

大学の<u>サークル</u>のメンバーで、<u>２泊３日</u>の卒業旅行に行くこと
_{だいがく} _{はくみっか} _{そつぎょうりょこう} _い
になった。<u>ガイドブック</u>を見ながら<u>支度し</u>ていると、<u>期待</u>が高
_み _{したく} _{きたい} _{たか}
まってきた。

1278	サークル	名 club/社团活动/câu lạc bộ, đội nhóm
1279	～泊 _{はく}	接尾 ～ nights/～夜/～ đêm
1280	ガイドブック	名 guidebook/旅游指南书/sách hướng dẫn
1281	＋ガイド[する]	名 動3他 guide, guide/向导[向导]/sự hướng dẫn, hướng dẫn
1282	支度[する] _{したく}	名 動3自 preparations, prepare/准备[准备]/sự chuẩn bị, chuẩn bị
1283	期待[する] _{きたい}	名 動3他 expectations, expect/期待[期待]/sự kỳ vọng, kỳ vọng, mong đợi

I was planning to go on a graduation trip for two nights and three days with other members of a club I was in at university. I got more and more excited about it as I packed and prepared while looking through guidebooks at the same time./大学社团活动的团员要一起去3天2夜 的毕业旅行。边看着旅游指南书边准备行李，真是越来越期待。/Tôi sẽ đi du lịch tốt nghiệp 2 đêm 3 ngày với các thành viên câu lạc bộ của trường đại học. Khi xem sách hướng dẫn để chuẩn bị, kỳ vọng dâng cao.

🔊 242

日本に来たときは、早く帰りたいと思っていたが、帰国の日が
近づくと、次第に帰りたくないという気持ちが大きくなった。

1284	帰国[する] きこく	名 動3自 returning home, return home/回国[回国]/sự về nước, về nước
1285	近づく ちか	動1自 draw near, approach/越来越近/đến gần
1286	次第に しだい	副 gradually/渐渐地/dần dần

When I first came to Japan, I couldn't wait to return home, but as the day I was to return drew nearer, the feeling of not wanting to go back home gradually came to outweigh it./刚来日本时，一直想早点回去，但离回国的日子越来越近，渐渐地，不想回去的想法又略胜一筹。/Khi đến Nhật, tôi đã muốn về sớm nhưng khi ngày về nước đến gần thì dần dần cảm giác không muốn về lớn hơn.

🔊 243

この草は蓬といって、食べることができる。薬の原料にもなる。
蓬餅はスーパーでも売っているので、ぜひとも一度食べてみて
ほしい。

1287	草 くさ	名 grass/草/cỏ
1288	原料 げんりょう	名 material, ingredient/原料/nguyên liệu
1289	ぜひ(とも)	副 by all means/务必/nhất định

This plant is called yomogi, and it is edible. It is also used as an ingredient in medicine. Yomogi-mochi is even sold in supermarkets, so I would like you to try it./这种草叫做魁蒿，也可以食用。也能当药的原材料。而超市里也有卖魁蒿麻糬，希望您一定要尝试一次。/Cây cỏ này gọi là ngải cứu, có thể ăn được. Còn là nguyên liệu làm thuốc. Bánh nếp ngải cứu có bán ở siêu thị nên rất mong các bạn ăn thử một lần.

深海に住む珍しい魚が、偶然 網にかかることがある。
しんかい　す　めずら　　さかな　　ぐうぜん あみ

1290	深海 しんかい	名 deep sea/深海/biển sâu
1291	偶然 ぐうぜん	名 副 by chance/偶然/tình cờ, ngẫu nhiên
1292	網 あみ	名 net/网/lưới
1293	+ 網棚 あみだな	名 overhead luggage rack/网架/kệ lưới

Rare fish that live in the deep sea are sometimes caught in fishing nets by chance./渔网有时候会偶然捕到住深海的罕见鱼。/Có khi những con cá quý hiếm sống dưới biển sâu tình cờ mắc lưới.

このホテルは全世界にある、巨大なチェーンだ。ほとんどの部
　　　　　　ぜん せ かい　　　きょだい
屋がシングルルームという特徴がある。
や　　　　　　　　　　　　とくちょう

Topic 12 ● 旅行

1294	全～ ぜん	接頭 all ~/全～/toàn ~
1295	チェーン	名 chain/连锁店/chuỗi
1296	シングル	名 single/单人/(phòng) đơn
1297	+ ダブル	名 double/双人/(phòng) đôi
1298	+ ツイン	名 twin/双床位/(phòng) hai (giường)

This hotel is part of a huge chain that's all over the world. One special characteristic of it is that most of its rooms are singles./这家酒店遍布全世界。是很大的连锁店。特征就是大部分的房间都是单人间。/Khách sạn này là chuỗi khách sạn khổng lồ có mặt trên toàn thế giới. Nó có đặc trưng là hầu hết các phòng đều là phòng đơn.

計算
けいさん

Calculating　計算　tính toán

足し算 た　ざん	addition / 加法 / phép cộng
足す た	add / 加 / cộng
1＋5＝6	いち　たす　ご　は　ろく
引き算 ひ　ざん	subtraction / 減法 / phép trừ
引く ひ	subtract / 減 / trừ
10－7＝3	じゅう　ひく　なな　は　さん
かけ算 ざん	multiplication / 乗法 / phép nhân
かける	multiply / 乗 / nhân
9×3＝27	きゅう　かける　さん　は　にじゅうしち
割り算 わ　ざん	division / 除法 / phép chia
割る わ	divide / 除 / chia
8÷2＝4	はち　わる　に　は　よん

学校
がっ　こう

School　学校　Trường học

No. 1299-1492

🔊 246

理科で学ぶ内容は、主に物理・化学・生物・地学に分けられる。
り か まな ないよう おも ぶつ り か がく せいぶつ ち がく わ
また、社会で学ぶ内容は、地理・歴史・公民に分けられる。
しゃかい まな ないよう ち り れき し こうみん わ

1299 ☐	理科 り か	名 science/理科/môn khoa học
1300 ☐	学ぶ まな	動1他 learn/学习/học
1301 ☐	物理 ぶつ り	名 physics/物理/vật lý
1302 ☐	地理 ち り	名 geography/地理/địa lý

The topics studied in the sciences can be divided mainly into physics, chemistry, biology and geology. The topics studied in the social sciences can be divided into geography, history and social studies./理科学习的内容主要分为物理，化学，生物，地球科学。而社会课学习的内容则分为地理，历史，公民。/Nội dung học ở môn Khoa học chủ yếu được chia ra thành Vật lý, Hóa học, Sinh vật, Địa chất. Ngoài ra, nội dung học ở môn Xã hội được chia ra thành Địa lý, Lịch sử, Công dân.

🔊 247

足し算と引き算は算数の基本だが、かけ算もとても大切だ。か
た ざん ひ ざん さんすう き ほん ざん たいせつ
け算がすらすら言えないと、割り算で苦労する。
ざん い わ ざん く ろう

1303 ☐	足し算 た ざん	名 addition/加法/phép tính cộng
1304 ☐	引き算 ひ ざん	名 subtraction/减法/phép tính trừ
1305 ☐	算数 さんすう	名 arithmetic/算数/môn toán, phép toán
1306 ☐	かけ算 ざん	名 multiplication/乘法/phép tính nhân
1307 ☐	すらすら（と）	副 smoothly/流畅/trôi chảy, trơn tru
1308 ☐	割り算 わ ざん	名 division/除法/phép tính chia

Addition and subtraction are the basis of arithmetic, but multiplication is also very important. If you can't recite multiplication smoothly, then you will struggle with division./加法和减法是算数的基本。但乘法是很重要的。如果无法将乘法背的很流畅，就会在算除法的时候受尽苦头。/Phép tính cộng và phép tính trừ là cơ bản trong tính toán nhưng phép tính nhân cũng rất quan trọng. Nếu không nói được phép tính nhân trôi chảy thì sẽ vất vả trong phép tính chia.

178

子どもが学校を<u>早退したり</u> <u>欠席</u>するときは、親が連絡<u>帳</u>や生徒
手帳、欠席<u>届</u>などに必要なことを書いて学校に連絡することに
なっている。

1309	早退[する] そうたい	名 動3他 leaving early, leave early/早退[早退]/sự về sớm, về sớm
1310	欠席[する] けっせき	名 動3他 absence, be absent/请假[请假]/sự vắng mặt, vắng mặt, nghỉ
1311	～帳 ちょう	接尾 ～ book/～簿/số ～
1312	～届 とどけ	接尾 ～ form/～申请书/giấy ～, đơn ～

When a child leaves school early or will be absent, their parents must write an absence form and contact the school./孩子在学校要早退或是请假时，父母要在联络簿和学生手册，请假申请书等，写上必要事项，然后联络学校。/Khi con cái đi học về sớm hoặc vắng mặt, cha mẹ phải viết những điều cần thiết vào sổ liên lạc hoặc sổ tay học sinh, giấy xin phép vắng mặt v.v. và liên lạc với nhà trường.

<u>寝坊して</u>しまった！ このままじゃ<u>遅刻</u>だ。でも今日はテストが
あるから、<u>サボれない</u>。早く準備して学校に行かなくちゃ。電
車の中で参考<u>書</u>を読んでおこう。

1313	寝坊[する] ねぼう	名 動3自 oversleeping, oversleep/睡晚[睡晚了]/sự ngủ quên, ngủ nướng, dậy muộn
1314	遅刻[する] ちこく	名 動3他 tardiness, be late/迟到[迟到了]/sự trễ giờ, trễ giờ, đi muộn
1315	サボる	動1他 skip (class, work)/翘课/trốn (học), cúp cua
1316	～書 しょ	接尾 ～ book/～书/giấy ～, thư ～, sách ～

I overslept! At this rate, I'll be late. But there is a test today, so I can't skip class. I have to hurry up and get ready and get to school. I'll read the reference book on the train./我睡晚了! 这样下去会迟到的。但是今天有考试又不能翘课。得赶紧准备好去学校才行。就在电车里看参考书吧。/Mình lỡ ngủ quên mất rồi! Cứ thế này thì trễ giờ mất. Nhưng vì hôm nay có bài kiểm tra nên không thể cúp học được. Phải mau chuẩn bị để đi học thôi. Trên tàu điện sẽ đọc sách tham khảo.

◀》250

高校時代のテニス部の仲間は今でも親友だ。けんかもしたけど、
こうこう じ だい　　　　　ぶ　なか ま　いま　しんゆう

翌日には仲直りした。一緒にばかなこともしたけど、厳しい練
よくじつ　　なかなお　　　　いっしょ　　　　　　　　　　　　　　き び　れん

習をふらふらになるまでやった。今はお互い違う学校に行って
しゅう　　　　　　　　　　　　　　　いま　　たが　ちが　がっこう　い

いるけれど、どんなに離れていても親友だ。
はな　　　　　　　　しんゆう

1317	～部 ぶ	名 ~ club/~部/đội ~, ban ~
1318	親友 しんゆう	名 close friend/死党/bạn thân
1319	仲直り[する] なかなお	名 動3自 making up, make up/和好[和好]/sự làm lành, làm hòa
1320	ばかな	ナ stupid/愚蠢的/ngốc nghếch
1321	ふらふらな	ナ faint/走不稳/sự lảo đảo
1322	どんなに	副 no matter/不管/như thế nào

I'm still close with my friends from my high school tennis club. We got into fights, but we made up the next day. We did some stupid things together, but we practiced hard until we were faint. Now, we go to different schools, but no matter how far away from each other we go, we're still close friends./高中时期的网球部的伙伴，到现在都还是我的死党。虽然也吵过架，但第二天就和好了。一起做过愚蠢的事，也一起接受严格训练直到路都走不稳。虽然现在我们上不一样的学校，但不管离得多远我们都是死党。/Người bạn trong đội quần vợt thời THPT đến bây giờ vẫn là bạn thân của tôi. Tuy có cãi nhau nhưng hôm sau lại làm lành. Tuy cùng nhau làm chuyện ngốc nghếch nhưng cũng từng luyện tập khắc nghiệt đến lảo đảo. Bây giờ, tuy đôi bên đi học khác trường nhau nhưng dù có xa cách như thế nào đi nữa chúng tôi vẫn là bạn thân.

◀》251

中学生や高校生は毎日の荷物がとても多い。そのため、ロッカー
ちゅうがくせい　こうこうせい　まいにち　に もつ　　　　おお

にあまり使わない教科書や体操服などの持ち物を置いて帰るこ
つか　　きょうかしょ　たいそうふく　　　も もの　お　かえ

とができる。ロッカーはダイヤル式の鍵があって、生年月日の
しき　かぎ　　　　　せいねんがっ ぴ

数字を使ってはいけない。
すう じ　つか

| 1323 | ロッカー | 名 locker/储物柜/tủ khóa, ngăn tủ |
| 1324 | ＋ コインロッカー | 名 coin locker/投币式储物柜/tủ khóa trả tiền xu |

1325	教科書 きょう か しょ	名 textbook/课本/sách giáo khoa
1326	持ち物 も　もの	名 luggage, belongings/私人物品/đồ dùng, đồ mang theo
1327	生年月日 せいねんがっ ぴ	名 birthday/出生年月日/ngày tháng năm sinh

Junior high school and high school students have a lot of daily luggage. So, they can leave things such as textbooks they don't use much and gym clothes in their lockers when they go home. The lockers have a dial-type lock, and students should not use their date of birth (for the combination)./中学生和高中生每天的东西特别多。所以可以把不常用的课本和运动服等等的私人物品放在储物柜里回家。储物柜锁着密码锁，但可不能用出生年月日的数字当密码哦。/Học sinh THCS và học sinh THPT có nhiều đồ đạc mỗi ngày. Do đó, có thể để lại trong tủ có khóa những đồ dùng ít dùng đến như sách giáo khoa và đồ thể dục, mà về. Tủ có chìa khóa kiểu quay số, không được dùng số trong ngày tháng năm sinh.

◀) 252

春休みの宿題は、「プラスチックと環境」というテーマのレポート
はるやす　　しゅくだい　　　　　　　　　　　　　かんきょう
です。横書きのレポート用紙に、５枚以上書いてください。
　　よこが　　　　　　ようし　　まいいじょうか
最初に目次もつけてください。
さいしょ もくじ

1328	プラスチック	名 plastic/塑料/nhựa
1329	レポート	名 report/报告/bài báo cáo
1330	横書き よこ が	名 horizontal writing/横写/viết ngang
1331	↔ 縦書き たて が	名 vertical writing/竖写/viết dọc
1332	用紙 よう し	名 paper/用纸/giấy chuyên dùng, mẫu giấy
1333	＋ コピー用紙 よう し	名 copy paper/复印纸/giấy phô-tô
1334	目次 もく じ	名 table of contents/目录/mục lục

Your spring break homework is to write a report on the subject of "plastic and the environment." Please write five or more pages on horizontal report paper. Please also first include a table of contents./春假的功课是以「塑料和环境」为主题的报告。要用横写的报告用纸写5张以上。开头要附上目录。/Bài tập trong kỳ nghỉ hè là bài báo cáo đề tài "Nhựa và Môi trường". Các em hãy viết 5 tờ trở lên giấy chuyên dùng để viết báo cáo theo cách viết ngang. Đầu tiên, hãy kèm cả mục lục.

🔊 253

私の子どもが通う幼稚園には父母の会がある。やる人が少なく
わたし こ　　かよ ようちえん　　ふ ぼ　かい　　　　　ひと　すく
て、いつもじゃんけんで決めている。今年、思い切って引き受
き　　　　　　　ことし　おも き ひ　う
けることにした。私は夏祭りの係で、子どもたちの夏祭りをお
わたし なつまつ　かかり　こ　　　　　なつまつ
手伝いすることになった。楽しそうだ。
て つだ　　　　　　　　　　たの

1335	父母 ふぼ	名 parents/父母/phụ huynh, cha mẹ
1336	じゃんけん[する]	名 動3自 rock-paper-scissors/猜拳[猜拳]/trò oẳn tù tì, oẳn tù tì
1337	思い切って おも き	副 with resolve/下定决心/quyết chí, dứt khoát
1338	引き受ける ひ う	動2他 take on, undertake/接受/tiếp nhận, nhận
1339	係 かかり	名 charge, in charge of ~/担任/phụ trách

There is a parents' association at the kindergarten that my child attends. Only a few people
participate, and things are always decided by rock-paper-scissors. This year, I resolved to take
on some of the work. It's been decided that I will be in charge of the summer festival and help
the children with it. It sounds fun./我孩子在上的幼稚园有父母的会。但很少人愿意参加，所
以每次都用猜拳决定。今年我下定决心的接受了。我是担任夏日祭典的，要帮忙孩子们的夏日
祭典。好像很有趣。/Trường mẫu giáo mà con tôi theo học có hội phụ huynh. Vì ít người làm
nên lúc nào cũng quyết định bằng cách oẳn tù tì. Năm nay, tôi quyết định dứt khoát nhận lời.
Tôi phụ trách lễ hội mùa hè, phụ giúp lễ hội mùa hè của bọn trẻ. Có vẻ vui đây.

🔊 254

大学の留学生センターには、留学生と日本人学生が交流する
だいがく りゅうがくせい　　　　　　りゅうがくせい　にほんじんがくせい　こうりゅう
グループがある。私はそのグループのメンバーだ。今日は来週
わたし　　　　　　　　　　きょう らいしゅう
の活動の内容をみんなで話し合った。近所の古いお寺に見学に
かつどう ないよう　　　　　はな あ　　きんじょ ふる　てら けんがく
行くことになった。
い

1340	～生 せい	接尾 ~ student/~生/học sinh / sinh viên ~
1341	センター	名 center/中心/trung tâm
1342	グループ	名 group/小组/nhóm
1343	メンバー	名 member/成员/thành viên

1344 ☐	活動[する] かつどう	名 動3自 activities, do activities/活动[活动]/sự hoạt động, hoạt động
1345 ☐	話し合う はな あ	動1他 discuss/商量/nói chuyện với nhau, trao đổi
1346 ☐	＋話し合い はな あ	名 discussion/商量/cuộc nói chuyện / trao đổi
1347 ☐	見学[する] けんがく	名 動3他 viewing, observance, view, observe/参观[参观]/sự tham quan, tham quan

The university's international student center has a group for international students and Japanese students to interact. I'm a member of that group. Today, we discussed our activities for next week. We are going to visit an old temple in the neighborhood./大学里的留学生中心有留学生和日本人学生交流的小组。而我是那个小组的成员。今天我们大家商量了下星期活动的内容。决定去附近的古老寺庙参观。/Trung tâm du học sinh của trường đại học có nhóm du học sinh và sinh viên người Nhật giao lưu với nhau. Tôi là một thành viên trong nhóm đó. Hôm nay, chúng tôi nói chuyện với nhau về nội dung sinh hoạt của tuần tới. Chúng tôi sẽ đi tham quan chùa cổ ở gần đây.

◀)) 255

A：テストで間違ったところに、大きなばつをつけられちゃったよ。すっかり勉強する気がなくなっちゃった…。

B：そんなこと言わないで。最後にちゃんと見直した？ ここ、すごく簡単な計算ミスをしているよ。

A：あ、本当だ。

1348 ☐	ばつ	名 x, 'x' mark/叉/dấu dánh sai
1349 ☐	すっかり	副 completely/完全/hoàn toàn, hết thảy
1350 ☐	見直す み なお	動1他 review/检查/xem lại

A: Huge x's were drawn on the places I got wrong on the test. I've completely lost the will to study. B: Don't say that. Did you review it properly in the end? Look here, you made a really simple calculation mistake. A: Oh, you're right./A: 考试答错的地方，被打了一个大叉。完全没心情读书了…。B: 别这样说呀。你最后有好好检查吗？ 这里，这么简单的计算你还写错了。A: 啊，真的耶。/A: Tôi đã bị đánh dấu sai to đùng ở lỗi sai trong bài kiểm tra đấy. Hoàn toàn chẳng thiết học hành gì nữa … B: Đừng có nói vậy. Cuối cùng cậu đã xem lại kỹ chưa? Ở đây, lỗi tính toán cực đơn giản đấy. A: A, thật nhỉ.

🔊 256

私の兄は大学で物理学を専攻していて、文学部の私とは専門が
わたし あに だいがく ぶつり がく せんこう ぶんがく ぶ わたし せんもん
全然違う。兄は朝から晩まで実験室にいる日も多い。物理学に
ぜんぜんちが あに あさ ばん じっけんしつ ひ おお ぶつり がく
関する知識はまるで百科事典のようだ。
かん ち しき ひゃっ か じ てん

1351	~学 がく	接尾 ~ study, ~ field/~学/~ học, ngành ~
1352	専攻[する] せんこう	名 動3他 major, major in/专攻[专攻]/chuyên ngành, theo chuyên ngành
1353	専門 せんもん	名 expertise /专业/chuyên môn
1354	✛専門学校 せんもんがっこう	名 vocational school/专科学校/trường chuyên môn
1355	✛専門家 せんもん か	名 expert/专家/chuyên gia, nhà chuyên môn
1356	~室 しつ	接尾 ~ room/~室/phòng ~
1357	知識 ち しき	名 knowledge/知识/tri thức, kiến thức
1358	まるで	副 just like, as if/犹如/hệt như
1359	百科事典 ひゃっ か じ てん	名 encyclopedia/百科全书/tự điển bách khoa

My brother majored in physics at university, so his field of expertise is completely different from mine, as I was in the literary department. My brother spends many days in the laboratory from morning to night. His knowledge of physics is almost just like an encyclopedia./我哥哥在大学是专攻物理学的，和文学系的我的专业完全不同。哥哥很多日子从早到晚都待在实验室里。关于物理学的知识就犹如百科全书一样。/Anh trai tôi chuyên ngành ở trường đại học là vật lý học, hoàn toàn khác với chuyên môn của tôi là khoa văn học. Anh tôi nhiều ngày ở trong phòng thí nghiệm từ sáng đến tối. Kiến thức về vật lý học của anh hệt như tự điển bách khoa.

🔊 257

A: 将来国際的な仕事がしたいから、大学生の間に海外留学や
しょうらいこくさいてき し ごと だいがくせい あいだ かいがいりゅうがく
ホームステイに行きたいと思っているんだ。
い おも

B: どんな所に行きたいの?
ところ い

A: クラスメートにいろんな国の人がいる所がいいな。最初は
くに ひと ところ さいしょ
言葉が伝わらなくて悔しい思いをするかもしれないけど。
こと ば つた くや おも

1360	国際的な こくさいてき	ナ international/国际性/mang tính quốc tế
1361	ホームステイ[する]	名 動3自 homestay, do a homestay/寄宿家庭[住寄宿家庭]/sự ở trọ, homestay
1362	クラスメート	名 classmate/同班同学/bạn cùng lớp
1363	悔しい くや	イ frustrating/委屈/tiếc nuối

A: In the future, I want to have an international job, so I would like to study abroad or do a homestay while I'm a university student. B: What kind of place do you want to go to? A: A place that has classmates from various countries. Though at first, I may have a frustrating time not being able to communicate./A: 将来我想做关于有国际性的工作，所以我想在大学时期去国外留学住寄宿家庭。B: 你想去什么样的地方？ A: 最好同班同学有各国的人。虽然一开始可能会因为语言不通而感到委屈。/A: Vì tôi muốn làm công việc mang tính quốc tế trong tương lai nên muốn đi du học nước ngoài và ở homestay trong thời gian là sinh viên đại học. B: Bạn muốn đi đến nơi như thế nào? A: Nơi nào có bạn cùng lớp là người ở nhiều nước khác nhau. Có thể lúc đầu không hiểu tiếng của nhau, phải có cảm giác tiếc nuối nhưng...

🔊 258

A：もうすぐ試験の時期だね。

B：今回は成績が悪い人には補習があるって先輩が言ってたよ。

A：心配だな。問題集を解いてたら大丈夫かな。

1364	時期 じ き	名 time, season/时期/thời kì
1365	成績 せいせき	名 grade/成绩/thành tích
1366	補習[する] ほ しゅう	名 動3自 supplementary lessons, take supplementary lessons/补习[补习]/việc học phụ đạo, học bù
1367	先輩 せんぱい	名 senior/学长, 学姐/đàn anh, tiền bối
1368	↔ 後輩 こうはい	名 junior/学弟, 学妹/đàn em, hậu bối
1369	～集 しゅう	接尾 ~ book, ~ collection/~集/tập ~
1370	解く と	動1他 solve/解/giải, cởi bỏ

A: It's almost time for exams. B: I heard from a senior that this time, there'll be supplementary lessons for people with bad grades. A: That's worrisome. I wonder if I'll be okay solving some workbook questions./A: 要到考试的时期了。B: 学长说这次成绩不好的人要补习。A: 真担心。解了试题集应该就没问题吧。/A: Sắp tới giai đoạn thi cử rồi nhỉ. B: Đàn anh có nói là lần này ai thành tích không tốt sẽ có học phụ đạo đấy. A: Lo quá đi. Giải hết tập bài tập thì có ổn không nhỉ.

185

◀)) 259

私は１年３組だ。担任の山田先生はとてもいい先生で、いつも
わたし　ねん　くみ　　たんにん　やまだせんせい
にこにこしている。そして、クラスの生徒全員の特徴をよく理
せいとぜんいん　とくちょう　り
解して、丁寧に指導してくれる。先生が担当している教科は音
かい　ていねい　しどう　　　せんせい　たんとう　きょうか　おん
楽だ。
がく

1371	～組 くみ	接尾 ~ class, ~ team/～组/lớp ~, tổ ~
1372	担任[する] たんにん	名 動3他 homeroom teacher, be in charge/班导师[担任]/chủ nhiệm, phụ trách
1373	にこにこする	動3自 smile/微笑/tươi cười
1374	全員 ぜんいん	名 副 all members/所有人/tất cả, mọi người
1375	指導[する] しどう	名 動3他 instructing, instruct/指导[指导]/sự hướng dẫn, hướng dẫn
1376	＋指導者 しどうしゃ	名 instructor/指导者/người hướng dẫn
1377	教科 きょうか	名 subject/教科/giáo khoa, môn học

I am a first-year student in group 3. Our homeroom teacher, Yamada-sensei, is a very good teacher and is always smiling. And she also understand the characteristics of every student and instructs us with care. The subject she is in charge of is music./我是1年3班的。班导师的山田老师是个很好的老师，常常都面带微笑。并且很了解班上所有学生的特征，很认真的指导我们。老师担任的科目是音乐。/Tôi thuộc lớp 3 năm 1. Giáo viên chủ nhiệm Yamada là giáo viên rất tốt, lúc nào cũng tươi cười. Và hiểu rõ đặc điểm của tất cả học sinh trong lớp, hướng dẫn chu đáo. Môn học mà cô phụ trách là môn Nhạc.

◀)) 260

教師になるためには、教育実習に行かなければならない。私は
きょうし　　　きょういくじっしゅう　い　　わたし
しあさってから実習が始まるので、とても緊張している。担当
じっしゅう　はじ　　　きんちょう　　たんとう
する学年は、２年生だ。図書館で、子どもたちの教科書の貸し
がくねん　ねんせい　としょかん　こ　　きょうかしょ　か
出しをしているので、借りてきた。今日から頑張って授業の準
だ　　　　か　　きょう　がんば　じゅぎょう　じゅん
備をするつもりだ。
び

| 1378 | 教師 きょうし | 名 teacher/教师/giáo viên |

1379 ☐	**+ 教授** きょうじゅ	名 professor/教授/giáo sư
1380 ☐	**実習**[する] じっしゅう	名 動3自 training, train/实习[实习]/sự thực tập, thực tập
1381 ☐	**しあさって**	名 副 three days from today/大后天/ngày kia
1382 ☐	**緊張**[する] きんちょう	名 動3自 nervousness, be nervous/紧张[紧张]/sự căng thẳng, căng thẳng, hồi hộp
1383 ☐	**学年** がくねん	名 school year/学年/khối lớp, năm học
1384 ☐	**貸し出し** か　だ	名 loan, lending/出借/cho mượn

In order to become a teacher, we have to attend educational training. I start my training three days from today, so I'm really nervous. I'll be in charge of year-two. The library loans out children's textbooks, so I borrowed some. From today, I intended to do my best and prepare for my classes./要成为一位教师，必须要进行教育实习。我大后天开始要实习，现在好紧张。我担任的学年是2年级。图书馆备有可以借给孩子们的课本，所以我也借了。从今天开始我要努力准备上课了。/Để trở thành giáo viên, phải đi thực tập giáo dục. Từ ngày kia tôi sẽ bắt đầu kỳ thực tập nên rất căng thẳng. Khối lớp mà tôi phụ trách là học sinh lớp 2. Vì thư viện cho mượn sách giáo khoa của bọn trẻ nên tôi đã mượn về. Tôi tính là từ hôm nay sẽ cố gắng chuẩn bị cho giờ học.

◀)) 261

子どもの<u>通学</u>路には、大きな道路がある。子どもたちは、道路
こ　　　　つうがく ろ　　　　　　　　おお　　　どう ろ　　　　こ　　　　　　　　どう ろ
を渡らずに、<u>歩道橋</u>を使うように<u>指示</u>されている。
　　わた　　　　　　ほ どうきょう　つか　　　　　　　し じ

1385 ☐	**通学**[する] つうがく	名 動3自 commuting to school, go to school/上学[上学]/sự đi học, đi học
1386 ☐	**歩道橋** ほ どうきょう	名 pedestrian bridge/天桥/cầu vượt dành cho người đi bộ
1387 ☐	**指示**[する] し じ	名 動3他 instruction, instruct/指示[指示]/sự hướng dẫn, chỉ thị

There is a big road that (some) children use when commuting to school. Children are instructed to use the pedestrian bridge and not just cross the road./孩子上学的路线，有一条大马路。孩子们被指示不能直接过马路，要使用天桥。/Đường đi học của bọn trẻ có con đường lớn. Bọn trẻ được hướng dẫn không băng qua đường mà sử dụng cầu vượt dành cho người đi bộ.

🔊 262

いじめは、絶対（ぜったい）に許（ゆる）されることではない。たたいたり、引（ひ）っ張（ば）ったりするだけではなく、言葉（ことば）の暴力（ぼうりょく）もいじめである。友達（ともだち）の様子（ようす）に疑問（ぎもん）を感（かん）じ、いじめかなと思（おも）ったら、すぐに相談（そうだん）してほしい。

1388	いじめ	名 bullying/霸凌/sự bắt nạt
1389	＋いじめる	動2他 bully/欺负/bắt nạt
1390	たたく	動1他 hit/打/đánh
1391	引（ひ）っ張（ば）る	動1他 pull/拉扯/lôi kéo, kéo
1392	疑問（ぎもん）	名 suspicion/疑问/nghi ngờ

Bullying is something that can absolutely not be allowed. Bullying includes not only things like hitting and pulling, but also verbal abuse. If you are concerned about how a friend is doing and have a feeling of suspicion that they may be being bullied, please consult us immediately./霸凌是绝对不能被原谅的行为。不只是打人，拉扯，还有语言暴力也算是霸凌。如果你对朋友的状况感到疑问，觉得有霸凌的可能，一定要马上找我商量。/Bắt nạt tuyệt đối không thể tha thứ. Không chỉ là đánh, lôi kéo mà bạo lực ngôn từ cũng là bắt nạt. Nếu cảm thấy nghi ngờ trước tình trạng của bạn bè, nghĩ có lẽ là bắt nạt thì mong mọi người hãy trao đổi ngay.

🔊 263

学校（がっこう）のルールを破（やぶ）って、テストでカンニングした学生（がくせい）がいたようだ。その学期（がっき）のテストは全部（ぜんぶ）0点（れいてん）になってしまったと聞（き）いた。

1393	破（やぶ）る	動1他 break/破坏/vi phạm (nội qui), xé rách
1394	⊕破（やぶ）れる	動2自 be broken/破掉/bị rách
1395	カンニング[する]	名 動3他 cheating, cheat (on a test)/作弊[作弊]/sự quay cóp, quay cóp
1396	学期（がっき）	名 semester/学期/học kỳ

It seems that there was a student who broke the school rules and cheated on a test. I heard that they were given zeros on all of their tests for the semester./听说好像有学生考试作弊，破坏了学校的规则。还听说他那个学期的考试全都变成0分。/Hình như có sinh viên vi phạm nội qui trường học, quay cóp khi kiểm tra. Nghe nói là điểm của học kỳ đó tất cả đều 0 điểm.

🔊 264

私は読書が大好きで、学校でも好きな科目は国語だ。作家になるのが夢で、文章を書くためのレッスンも受けている。

1397	読書[する] どくしょ	名 動3他 reading, read/看书[看书]/sự đọc sách, đọc sách
1398	科目 かもく	名 subject/科目/môn học
1399	国語 こくご	名 national language/语文/môn Quốc ngữ
1400	作家 さっか	名 writer/作家/nhà văn, tác giả
1401	レッスン[する]	名 動3他 lesson, take lessons/课程[上课]/học, bài học, dạy học

I love reading, and my favorite subjects in school is Japanese language. My dream is to become a writer. I'm also taking lessons on how to write literature./我很爱看书，在学校最喜欢的科目也是语文。我的梦想是成为作家。我还有上写作的课程。/Tôi rất thích đọc sách, ở trường môn học mà tôi cũng yêu thích là môn Quốc ngữ. Trở thành nhà văn là ước mơ của tôi. Tôi cũng đang học để viết văn.

🔊 265

大学のゼミに3年生がたくさん入ってきてくれた。公園で3年生の歓迎会を開く予定だったが、大雨のため、延期になってしまった。

1402	ゼミ	名 seminar/研讨会/giờ học chuyên đề
1403	歓迎会 かんげいかい	名 welcoming party/欢迎会/tiệc chào mừng
1404	+ 歓迎[する] かんげい	名 動3他 welcoming, welcome/欢迎[欢迎]/sự chào đón, chào mừng
1405	延期[する] えんき	名 動3他 postponement, postpone/延期[延期]/sự kéo dài, hoãn lại, kéo dài

A lot of third-year students came into the university seminar. I was planning to have a welcome party for the third-years in the park, but because of heavy rain, it was postponed./有很多3年级学生加入了我们的大学研讨会。本来决定在公园举办3年级学生的欢迎会，但因为下大雨，所以延期了。/Có nhiều sinh viên năm 3 tham gia giờ học chuyên đề của trường đại học. Dự định mở tiệc chào mừng sinh viên năm 3 ở công viên nhưng do mưa lớn nên đã bị hoãn mất rồi.

🔊 266

日本の小学校には、<u>国立</u>、<u>公立</u>、<u>私立</u>などの種類がある。<u>大部</u>
にほん　しょうがっこう　　こくりつ　こうりつ　しりつ　　　　　　しゅるい　　だいぶ
<u>分</u>が<u>公立</u>である。<u>給食</u>のある学校がほとんどで、子どもたちは
ぶん　こうりつ　　　　きゅうしょく　　　　がっこう
<u>給食</u><u>当番</u>などを通して、食事のルールや栄養のある食事の大切
きゅうしょくとうばん　　　とお　　しょくじ　　　　　えいよう　　しょくじ　たいせつ
さなどについて学ぶ。
まな

1406	国立 こくりつ	名 national/国立/quốc lập
1407	＋県立 けんりつ	名 prefectural/县立/tỉnh lập, thuộc tỉnh
1408	公立 こうりつ	名 public/公立/công lập
1409	私立 しりつ	名 private/私立/tư thục
1410	大部分 だいぶぶん	名 most/大部分/phần lớn, đại bộ phận
1411	給食 きゅうしょく	名 school lunch/伙食/bữa ăn trưa, bữa ăn học đường
1412	当番 とうばん	名 duty/值日/trực, ca trực

There are various types of Japanese elementary schools, including national, public and private types. Most are public. Many of the schools provide lunch, and children learn about the importance of etiquette and nutritional meals through doing lunch duty./日本的小学有分国立、公立、私立等等的类型。大部分都是公立。而学校大部分都有提供伙食，孩子们通过当伙食值日生来学习吃饭的规矩和理解伙食营养的重要性。/Trường tiểu học Nhật Bản có các loại như quốc lập, công lập và tư thục. Phần lớn là công lập. Hầu hết đều là trường có bữa ăn trưa, thông qua việc trực giờ ăn trưa v.v. mà trẻ học được qui tắc bữa ăn, và tầm quan trọng của bữa ăn có dinh dưỡng v.v.

🔊 267

私は３つの大学を<u>受験した</u>。今日は第一志望校の<u>合格発表</u>の日
わたし　　　　だいがく　じゅけん　　きょう　だいいちしぼうこう　ごうかくはっぴょう　ひ
だ。インターネットでも見られるが、<u>直接</u>キャンパスに発表を
み　　　　　　ちょくせつ　　　　　　はっぴょう
見に行くつもりだ。
みい

1413	受験[する] じゅけん	名 動3他 taking an test, take an test/报考[考试]/kỳ thi tuyển, dự thi
1414	＋受験生 じゅけんせい	名 test taker/待考生/thí sinh, người đi thi
1415	～校 こう	接尾 ~ school/~校/trường ~

1416 ☐	合格[する] ごうかく	名 動3他 passing, pass (a test)/合格[考上]/sự thi đậu, đỗ kì thi
1417 ☐	発表[する] はっぴょう	名 動3他 presentation, present/发表[发布]/sự công bố, phát biểu
1418 ☐	直接 ちょくせつ	名 副 directly/直接/trực tiếp
1419 ☐	キャンパス	名 campus/校园/khuôn viên

I took entrance exams for three universities. Today is the day of the examination result announcements of my first-pick school. They can also be seen on the internet, but I will go to see the announcements directly on the campus./我报考了3所大学。今天是第一志愿校的发榜日。虽然在网上也能查到，但我还是想直接到校园去看榜。/Tôi đã dự thi 3 trường đại học. Hôm nay là ngày công bố kết quả thi đậu của trường nguyện vọng 1. Có thể xem trên internet nhưng tôi định trực tiếp đi đến khuôn viên trường để xem công bố.

🔊 268

今日、書留を受け取った。開けてみると、作文コンクールで優秀だった人に贈られる賞金だった。その上、私の作文は、学校の掲示板に貼られているそうだ。
きょう　かきとめ　う　と　　　あ　　　　　　さくぶん　　　　　　　ゆうしゅう　　　ひと　おく　　　しょうきん　　　うえ　わたし　さくぶん　がっこう　けいじばん　は

1420 ☐	書留 かきとめ	名 registered mail/挂号邮件/(thư gửi) bảo đảm
1421 ☐	受け取る う と	動1他 receive/收到/tiếp nhận, nhận
1422 ☐	✛ 受け取り う と	名 acceptance/接收/sự tiếp nhận, nhận
1423 ☐	コンクール	名 contest/比赛/cuộc thi, giải đấu
1424 ☐	優秀な ゆうしゅう	ナ excellent/优秀的/xuất sắc, ưu tú
1425 ☐	掲示板 けいじばん	名 bulletin board/公告栏/bảng thông báo
1426 ☐	✛ 掲示[する] けいじ	名 動3他 bulletin, post a bulletin/公告/sự niêm yết, thông báo

Today, I received registered mail. When I opened it, it was prize money given to people who were excellent in the essay contest. In addition, it seems that my essay has been posted on the school bulletin board./今天收到了挂号邮件。打开一看，竟然是赠给作文比赛拿到优秀的人的奖金。不仅如此，我的作文已经被张贴在学校的公告栏上了。/Hôm nay tôi nhận thư bảo đảm. Mở ra xem thì thấy là tiền thưởng được gửi đến cho người xuất sắc trong cuộc thi viết văn. Ngoài ra, nghe nói là bài văn của tôi còn được dán ở bảng thông báo của trường.

🔊 269

最近面白い文房具を見つけた。折りたためる定規や、筆のよう
さいきんおもしろ　ぶんぼうぐ　み　　　　　　　　　じょうぎ　　　　ふで
に書けるペンがあった。また、こすると消えるペンもあったが、
か
大切な書類では使ってはいけないそうだ。
たいせつ　しょるい　つか

1427	文房具／文具 ぶんぼうぐ　ぶんぐ	名 stationery, writing materials/文具/văn phòng phẩm
1428	定規 じょうぎ	名 ruler/尺/thước kẻ
1429	筆 ふで	名 brush/毛笔/bút lông
1430	書類 しょるい	名 document/文件/giấy tờ

Recently, I found some interesting stationery. There were things like a foldable ruler and a pen that writes like a brush. In addition, there was a pen that disappears when erased, but I heard that you should not use it on important documents./最近我发现了有趣的文具。有可以折叠的尺和写出来像毛笔字一样的笔。还有一种笔只要一摩擦，字就会消失。但重要的文件可不能用这个。/Gần đây tôi phát hiện được những văn phòng phẩm thú vị. Đó là thước kẻ xếp được và cây bút có thể viết như bút lông. Ngoài ra, còn có bút có thể xóa nếu chà nhưng nghe nói không được sử dụng trong các loại giấy tờ quan trọng.

🔊 270

A：先生、雨の日に廊下をほうきで掃いたら、ほうきに泥がつい
せんせい　あめ　ひ　ろうか　　　　　　は　　　　　　　　　　どろ
てしまいました。
B：そのままで構いません。来週、掃除用具を洗う日がありま
かま　　　　　らいしゅう　そうじようぐ　あら　ひ
すから。

1431	ほうき	名 broom/扫把/cái chổi
1432	泥 どろ	名 mud/泥土/bùn
1433	構いません かま	句 I don't mind./没关系/không sao

A: Teacher, I swept the hallway on a rainy day, and mud got on the broom. B: You can just leave it like that. Next week, there is a day when we'll wash the cleaning equipment./A: 老师，下雨天我用扫把扫走廊，结果扫把沾上泥土了。B: 就那样放着没关系。下星期有清洗清洁用具的日子。/A: Cô ơi, hôm trời mưa, em quét hành lang bằng chổi thì chổi dính bùn mất rồi. B: Cứ để vậy không sao. Vì tuần sau có ngày rửa dụng cụ làm vệ sinh.

大学の日本語教育学の<u>講義</u>で、日本語の<u>敬語</u>について学んだ。
<u>初級</u>の<u>学習</u>者にとって、敬語はとても難しいそうだ。

1434	講義[する] こう ぎ	名 動3他 lecture, give a lecture/讲义[讲课]/giờ học, giờ giảng, giảng
1435	敬語 けい ご	名 honorific language/敬语/kính ngữ
1436	初級 しょきゅう	名 beginner level/初级/sơ cấp
1437	+ 中級 ちゅうきゅう	名 intermediate level/中级/trung cấp
1438	+ 上級 じょうきゅう	名 advanced level/上级/thượng cấp, cao cấp
1439	学習[する] がくしゅう	名 動3他 studying, study/学习[学习]/sự học tập, học

I learned about Japanese honorifics in a lecture on Japanese language education at my university. For beginner-level learners, honorifics seem to be very difficult./我在大学的日语教育学的讲义中，学习了关于日语的敬语。据说，对初级的学习者来说，敬语是非常难的。/ Trong giờ học giáo dục học tiếng Nhật ở trường đại học, tôi đã học về kính ngữ trong tiếng Nhật. Nghe nói với người học sơ cấp thì kính ngữ rất khó.

今日の世界<u>史</u>の授業は、先生がお休みで、<u>自習</u>になった。私は
とても疲れていたので、<u>居眠りして</u>しまって、配られたプリン
トには1<u>行</u>も書けなかった。

1440	～史 し	接尾 ～ history/～史/sử ～
1441	自習[する] じ しゅう	名 動3自 self-study, study on one's own/自习[自习]/sự tự học, tự học
1442	居眠り[する] い ねむ	名 動3自 dozing off/瞌睡/ngủ gục
1443	～行 ぎょう	接尾 ～ line/～行/～ dòng, ～ hàng

In today's world history class, the teacher had taken the day off, and we had to do self-study. Because I was really tired, I nodded off and wasn't able to write a single line on the handout that we had been given./今天世界史的老师休息，所以变成自习。因为我很累，所以打了瞌睡，结果发的讲义1行都没写。/Giờ học sử thế giới hôm nay do giáo viên nghỉ nên trở thành giờ tự học. Vì rất mệt nên tôi đã ngủ gục, không viết được dù chỉ 1 dòng vào giấy in bài được phát.

🔊 273

はい、教科書を閉じてください。今から英語のテストの説明を
きょうかしょ　と　　　　　　　　いま　えいご
します。下線が引かれた英語の文の翻訳を書いてください。翻
　　　　　かせん　ひ　　　　えいご　ぶん　ほんやく　か
訳文は、解答用紙の四角の中に書いてください。では、試験を
やくぶん　かいとうようし　しかく　なか　か　　　　　　　しけん
開始します。
かいし

1444	閉じる と	動2他 close/合上/đóng
1445	下線 かせん	名 underline/下线/đường gạch chân
1446	引く ひ	動1他 pull/画/gạch, kéo ra
1447	文 ぶん	名 sentence/文章/câu
1448	＋ 単語 たんご	名 word/单词/từ, từ vựng
1449	解答用紙 かいとうようし	名 answer sheet/答卷/giấy ghi đáp án
1450	＋ 解答[する] かいとう	名 動3他 answer, answer/回答[回答]/sự giải đáp, giải đáp, trả lời
1451	四角(形) しかく　けい	名 square (shape)/四方形/tứ giác (hình tứ giác)
1452	＋ 四角い しかく	イ square/四方/góc cạnh, có bốn góc
1453	開始[する] かいし	名 動3他 start, start/开始[开始]/sự bắt đầu, bắt đầu

Okay, please close your textbooks. Now, I will explain about the English test. Write a translation of the underlined English sentences. Write your translations in the square on the answer sheet. Now, start the test./好，把教科书合上。现在开始说明关于英语的考试。请翻译有下线的英语文章。译文请写在答卷的四方形里面。那，现在开始考试。/Nào, đóng sách giáo khoa lại. Từ bây giờ, tôi sẽ giải thích về bài kiểm tra tiếng Anh. Hãy viết lời dịch của câu văn tiếng Anh được gạch chân. Hãy viết câu dịch trong hình tứ giác của giấy trả lời. Bây giờ, chúng ta bắt đầu kỳ thi.

🔊 274

じゃあ、トマトの葉っぱの観察をしましょう。観察したら、プ
は　かんさつ　かんさつ
リントに気づいたことを書いてください。括弧の中に書きましょ
き　か　かっこ　なか　か
う。チャイムが鳴ったら、書くのをストップして、プリントを
な　か
先生のところに持ってきてくださいね。
せんせい　も

1454 ☐	観察[する] かんさつ	名 動3他 observing, observe/观察[观察]/sự quan sát, quan sát
1455 ☐	プリント[する]	名 動3他 handout, print/讲义[打印]/giấy in bài, sự in, in ra
1456 ☐	括弧 かっこ	名 parentheses/括号/dấu ngoặc
1457 ☐	チャイム	名 chime/钟声/chuông
1458 ☐	ストップ[する]	名 動3他 stopping, stop/停止[停止]/sự ngừng, dừng lại

Now, let's observe this tomato leaf. Once you do, write down what you noticed on the handout. Be sure to write inside the parentheses. When the chime rings, please stop writing and bring your handouts to me./那我们来观察西红柿的叶子。观察后把你发现的事情写在讲义里。要写在括号里面。等钟声一响就停止书写，把讲义交到老师这边来。/Nào, hãy quan sát lá của cây cà chua. Quan sát rồi thì viết những điều nhận thấy ra giấy in bài. Hãy viết trong dấu ngoặc. Chuông reo thì ngừng viết lại và đem bài đến chỗ cô nhé.

🔊 275

私の家は大学までとても遠い。学割の定期を買っているが、それでも高い。そのため、秋から下宿をすることにした。大学の男子寮が空いたからだ。

1459 ☐	学割／学生割引 がくわり がくせいわりびき	名 student discount/学生价/giảm giá cho sinh viên
1460 ☐	下宿 げしゅく	名 boarding house/住宿/sự ở trọ, ở trọ, tạm trú
1461 ☐	男子 だんし	名 boy/男子/nam
1462 ☐	↔ 女子 じょし	名 girl/女子/nữ

My house is very far from my university. I buy a commuter pass with a student discount, but it's still expensive. So, I decided to live in a boarding house starting in the fall. This is because the female dormitory that the university has has a vacancy./我家离大学很远。所以我买了学生价的月票。但还是很贵。所以从秋天起，我要住宿了。因为大学持有的女子宿舍有空房了。/ Nhà tôi rất xa trường đại học. Tuy mua vé định kỳ giảm giá cho sinh viên nhưng vẫn đắt. Do đó, tôi quyết định ở ký túc xá từ mùa thu. Vì ký túc xá nữ của trường trống chỗ.

🔊 276

大学の授業料が上がることに反対する学生たちの集まりがあっ
だいがく　じゅぎょうりょう　　　　　　　　　　はんたい　　がくせい　　　あつ
た。このような集会がときどき開かれているそうだ。
　　　　　　　しゅうかい　　　　　　　ひら

1463	授業料 じゅぎょうりょう	名 tuition fee/学费/tiền học phí, phí giờ học
1464	集まり あつ	名 gathering/聚集/sự tập trung
1465	集会 しゅうかい	名 assembly, conference/集会/buổi tụ họp

There was a gathering of students opposed to the university tuition fee increase. Apparently, such assemblies are sometimes held./学生们为了反对大学涨学费，聚集一堂。听说时常会举办像这样的集会。/Đã có một buổi tập trung của các sinh viên phản đối việc tăng tiền học phí của trường đại học. Nghe nói thỉnh thoảng những buổi tụ họp như thế này được diễn ra.

🔊 277

教師は、子どものいたずらを見つけたとき、どうするべきだと
きょうし　　こ　　　　　　　　　　　　み
思いますか。クラス全体の前で叱ると、次からいたずらを隠す
おも　　　　　　　　ぜんたい　まえ　しか　　　つぎ　　　　　　　　かく
ようになるかもしれません。じゃあ、どうしたらいいでしょう。
みなさん、何か思いつきますか。
　　　　なに　おも

1466	いたずら[する]	名 動3自 prank, pull a prank, play a practical joke on/恶作剧[恶作剧]/trò nghịch ngợm, nghịch
1467	全体 ぜんたい	名 whole/全体/toàn thể
1468	隠す かく	動1他 hide/隐藏/giấu, che giấu
1469	⑩ 隠れる かく	動2自 hide/躲起来/khuất, nấp, trốn
1470	思いつく おも	動1他 think (of something)/想到/nghĩ được, nghĩ ra

What do you think teachers should do when they see children being mischievous? If they scold the children in front of the whole class, they may just try to hide it the next time. So, what should they do? Everyone, can you think of anything?/你觉得如果老师发现孩子恶作剧时，要怎么做好呢? 在全班面前骂他的话，说不定下次他就会隐藏起来恶作剧。那到底要怎么办才好。大家有想到什么吗? /Khi phát hiện trò nghịch ngợm của trẻ giáo viên phải làm sao? Nếu mắng trước toàn thể lớp thì có thể từ lần sau trẻ sẽ giấu trò nghịch ngợm đi. Vậy chúng ta phải làm thế nào? Quý vị có nghĩ được điều gì đó không?

A：小学校で思い出に残っている行事って何?
　　しょうがっこう　おも　で　のこ　　　　　ぎょうじ　　　なに

B：私は遠足。お弁当を作ってもらうのがうれしくて。
　　わたし　えんそく　　べんとう　つく

A：へえ。私は運動会。
　　　　　　わたし　うんどうかい

B：あなたは運動会で輝いてたよね。
　　　　　　　うんどうかい　かがや

A：Bちゃんはピアノがうまかったから、音楽の演奏会で目立っ
　　　　　　　　　　　　　　　　　　　　おんがく　えんそうかい　め　だ

　　てた印象があるよ。
　　　　いんしょう

B：本当? 私、地味だったのに。
　　ほんとう　わたし　じみ

A：そんなことないよ。

1471	思い出 おも で	名 memory/回忆/kỉ niệm
1472	行事 ぎょうじ	名 event/活动/sự kiện
1473	遠足 えんそく	名 school trip/远足/dã ngoại, picnic
1474	輝く かがや	動1自 shine/耀眼/tỏa sáng
1475	演奏[する] えんそう	名 動3他 musical performance, play (music)/演奏[演奏]/buổi biểu diễn, trình diễn
1476	印象 いんしょう	名 impression/印象/ấn tượng
1477	✛印象的な いんしょうてき	ナ impressive/印象深刻的/mang tính ấn tượng
1478	地味な じみ	ナ plain, simple/不起眼的/đơn giản, giản dị

A: Are there any events that remain as memories for you from elementary school? B: For me, class trips. I was happy that I had a lunch made for me. A: Wow. For me, it's sports day. B: You were a shining star on sports day, weren't you? A: And you were great on the piano, B-chan, so I always had the impression that you stood out at the music recital. B: Really? I was mediocre. A: That's not true./A: 小学时回忆最深刻的活动是什么? B: 我是远足。会帮我做便当我很开心。A: 是哦。我是运动会。B: 你在运动会的表现很耀眼呢。A: 你是钢琴弹的很好，在音乐演奏会上表现显眼。让我印象很深刻。B: 真的吗? 我很不起眼呢。A: 没这回事。/ A: Sự kiện để lại kỷ niệm ở trường tiểu học của cậu là gì? B: Tớ là đi dã ngoại. Được làm cơm hộp cho nên tớ rất vui. A: Ồ, còn tớ thì là hội thao. B: Cậu đã rất tỏa sáng trong hội thao mà nhỉ. A: Vì B chơi piano hay nên tớ có ấn tượng nổi bật trong buổi biểu diễn văn nghệ đó. B: Thật không? Tớ đơn giản vậy mà .. A: Không có chuyện đó đâu.

197

🔊 279

日本の大学は「前期」に15週、「後期」に15週、合計30週
にほん　だいがく　　ぜんき　　　　しゅう　　こうき　　　　しゅう　ごうけい　　しゅう
授業を行うところが多いが、最近は3学期制やクオーター制の
じゅぎょう　おこな　　　　　おお　　　さいきん　　がっきせい　　　　　　　せい
大学もある。たいてい1年生は忙しく、時間割を見ると朝から
だいがく　　　　　　　　　ねんせい　いそが　　　じかんわり　み　　　あさ
夕方まで授業がたくさんある。しかし、4年生になると授業は
ゆうがた　　じゅぎょう　　　　　　　　　　　　　　ねんせい　　　　　　じゅぎょう
減る。授業の内容はシラバスに載っている。
へ　　じゅぎょう　ないよう　　　　　　　　　の

1479	前期 ぜんき	名 first semester/上学期/học kì I, học kì đầu
1480	後期 こうき	名 second semester/下学期/học kì II, học kì sau
1481	合計[する] ごうけい	名 動3他 sum total, total/共计[合计]/tổng cộng, cộng lại, tính tổng
1482	時間割 じかんわり	名 schedule, timetable/课表/thời gian biểu
1483	シラバス	名 syllabus/课程纲要/chương trình học

Japan's universities have a total of 30 weeks of classes with 15 weeks in the first semester, and 15 weeks in the second semester, but there are also universities that have trimesters and quarters. Usually, first-year students are busy, and when you look at their schedules, they have many classes from morning to evening. However, once they become fourth-year students, the number of classes will decrease. The content of the classes is written on the syllabus./日本的大学很多是分「上学期」15周，「下学期」15周。共计进行30周的课程。但最近还有3学期制和4学期制的大学。大部分都是1年级时很忙，课表都是从早到晚，有很多课要上。但上了4年级，课就会减少。课堂的内容会记载在课程纲要。/Nhiều trường đại học ở Nhật tiến hành giờ học tổng cộng 30 tuần với "học kỳ I" 15 tuần, "học kỳ II" 15 tuần nhưng gần đây còn cả trường đại học theo chế độ 3 học kỳ hoặc 4 học kỳ. Đại khái sinh viên năm 1 thì bận rộn, nhìn thời gian biểu sẽ thấy có nhiều giờ học từ sáng đến chiều. Nhưng, khi lên sinh viên năm 4 thì giờ học giảm đi. Nội dung giờ học được đăng ở để cương bài giảng.

🔊 280

工事のために掘られていた小さな穴に気づかず、こけてしまっ
こうじ　　　　　　ほ　　　　　　　　ちい　　あな　き　　　　　　　　　　　
た。そのとき、足を石にぶつけて、けがをしてしまった。
あし　いし

1484	掘る ほる	動1他 dig/挖/đào, đào lên
1485	こける	動2自 trip/摔倒/vấp té
1486	ぶつける	動2他 bump (into)/撞到/va, đụng vào

| 1487 | ⑩ ぶつかる | 動1自 collide with/撞到/bị va chạm, bị đụng |

I didn't notice a small hole that had been dug for construction, and I tripped it. At that moment, my foot bumped into a rock, and I injured myself./我没注意到为施工而挖的小洞，摔倒了。那时候，脚又撞到石头受伤了。/Không nhận ra cái lỗ nhỏ được đào để làm công trình, tôi đã bị vấp té. Khi đó, chân tôi va vào cục đá, bị thương.

今日のホームルームは、学級委員が中心になって、司会をしてくれた。
きょう　　　　　　　　　　がっきゅう　い いん　ちゅうしん　　　　し かい

1488	委員	名 committee member/委员/ủy viên
1489	＋ 委員会	名 committee/委员会/ủy ban
1490	中心	名 center/中心/trung tâm
1491	司会	名 moderating/主持/sự dẫn chương trình
1492	＋ 司会者	名 moderator, emcee/司仪/người dẫn chương trình, MC

In today's homeroom, the class committee took the lead and acted as moderators./以班级委员为中心，主持了今天的早会。/Giờ sinh hoạt của hôm nay do ủy viên trong lớp thành trung tâm, làm người dẫn chương trình.

教育
きょういく

Education　教育　giáo dục

保育園 ほ いく えん	nursery / 托儿所 / nhà trẻ
幼稚園 よう ち えん	kindergarten / 幼儿园 / mẫu giáo
小学校 しょうがっこう	elementary school / 小学 / trường tiểu học
中学校 ちゅうがっこう	junior high school / 中学 / trường trung học sơ sở
高校 こう こう	high school / 高中 / trường trung học phổ thông
専門学校 せんもんがっこう	technical school / 专科学校 / trường chuyên môn
大学 だいがく	college / 大学 / đại học
大学院 だいがくいん	graduate school / 研究所 / cao học

Topic 14

仕事
し　ごと

Work　工作　Công việc

No. 1493-1601

🔊 282

妹 は平日はクリーニング屋、週末はホテルのフロントでアルバ
イトをしている。いつも寝不足で、なかなか体を休めることが
できない。

1493	平日 へいじつ	名 weekday/平日/ngày thường
1494	クリーニング[する]	名 動3他 cleaner's, clean/清洗/giặt là, làm sạch
1495	フロント	名 front desk/前台/quầy lễ tân
1496	寝不足な ねぶそく	ナ sleep deprived/睡眠不足/thiếu ngủ
1497	休める やす	動2他 rest/休息/có thể nghỉ, nghỉ ngơi được

My sister works at a cleaner's on weekdays and works part-time job at a hotel front desk on weekends. She is always sleep deprived and can never really rest her body./妹妹平日在洗衣店，而周末在酒店的前台打工。一天到晚睡眠不足，身体都无法得到休息。/Em gái tôi làm thêm ngày thường thì ở tiệm giặt là, cuối tuần thì ở quầy lễ tân của khách sạn. Lúc nào cũng thiếu ngủ, mãi không thể cho cơ thể nghỉ ngơi được.

🔊 283

子どもたちがなりたい職業について、かつてはエンジニアが上
位だった。しかし、最近の1位は意外にもサラリーマンである。

1498	職業 しょくぎょう	名 job, profession/职业/nghề nghiệp
1499	エンジニア	名 engineer/工程师/kĩ sư
1500	上位 じょうい	名 top/前几名/thứ hạng cao
1501	～位 い	接尾 ~ position/～名/hạng ~
1502	意外な いがい	ナ surprising/意外的/bất ngờ, ngoài dự tính
1503	サラリーマン	名 office worker, salaried worker/上班族/nhân viên văn phòng

Being an engineer used to be the top among jobs children want to have. However nowadays, first place surprisingly goes to being an office worker./孩子们曾经最想成为的职业，工程师都排在前几名。但意外的是，最近第一名竟然是上班族。/Từ trước đến nay, trong các nghề nghiệp mà trẻ em muốn trở thành thì kỹ sư ở thứ hạng cao. Nhưng hạng 1 gần đây bất ngờ lại là nhân viên văn phòng.

◄)) 284

彼女は<u>先々月</u>から仕事を始めたが、<u>研修 期間</u>も<u>給料</u>がもらえるらしい。
かのじょ せんせんげつ しごと はじ けんしゅう きかん きゅうりょう

1504	先々月 せんせんげつ	名 副 the month before last/上上个月/hai tháng trước
1505	研修[する] けんしゅう	名 動3自 training, train/研修[研修]/sự tập huấn, tập huấn
1506	期間 きかん	名 period/期间/thời gian
1507	給料 きゅうりょう	名 salary/薪资/tiền lương

She started her job the month before last, and it seems she can get paid during their training period too./她从上上个月开始工作，但听说研修期间也能拿到薪资。/Cô ấy bắt đầu công việc từ hai tháng trước, hình như thời gian tập huấn cũng được nhận tiền lương.

◄)) 285

新入<u>社員</u>には、いつも「<u>単純で 機械的な 作業</u>であっても、<u>繰り返す</u>ことが<u>大切</u>だ」という<u>アドバイス</u>を送っている。
しんにゅうしゃいん たんじゅん きかいてき さぎょう く かえ たいせつ おく

1508	社員 しゃいん	名 employee/员工/nhân viên công ty
1509	単純な たんじゅん	ナ simple/单纯/đơn giản, ngây thơ
1510	機械的な きかいてき	ナ mechanical/机械的/mang tính máy móc
1511	作業[する] さぎょう	名 動3他 work, do work/作业[作业]/thao tác, công việc, làm việc
1512	繰り返す く かえ	動1他 repeat/反复/lặp đi lặp lại
1513	アドバイス[する]	名 動3他 advice, give advice/建议[提议]/lời khuyên, khuyên

I always send new employees the advice "It's important to repeat even simple, mechanical work."/我常常建议新员工「就算是单纯到像机械性的作业，反复做也是很重要的事」。/Tôi luôn cho lời khuyên với nhân viên mới vào công ty là "dù là thao tác đơn giản, mang tính máy móc đi nữa thì việc lặp đi lặp lại là quan trọng."

203

🔊 286

ガソリンスタンドでのアルバイトはきつく、まったく座ること
ができないので、腰を痛めてしまい、半年で辞めてしまった。

1514	ガソリンスタンド	名 gas station/加油站/trạm xăng, cây xăng
1515	きつい	イ tough/辛苦/vất vả, khó
1516	腰	名 waist/腰/thắt lưng, hông
1517	半年	名 half a year/半年/nửa năm

My part-time job at a gas station was hard and I couldn't get to sit at all, I hurt my back and
quit in half a year./在加油站打工很辛苦，完全不能坐。所以我把腰弄伤，半年就辞职了。/
Việc làm thêm ở trạm xăng vất vả, hoàn toàn không được ngồi nên tôi bị đau thắt lưng, nửa
năm là phải thôi việc.

🔊 287

店長の態度が悪く、その上、休憩時間も短い。無理を承知の上
で、月末で辞めることを伝えたら、うまくいった。

1518	～長	接尾 ～ manager/～长/~ trưởng, trưởng ~
1519	態度	名 attitude/态度/thái độ
1520	その上	接続 moreover/再加上/ngoài ra, hơn thế nữa
1521	休憩[する]	名 動3自 break, rest, take a break/休息[休息]/sự nghỉ giải lao, nghỉ ngơi
1522	承知[する]	名 動3他 understanding, know, ackowledge/知道[了解了]/biết, hiểu
1523	月末	名 end of the month/月底/cuối tháng

The store manager has a bad attitude, and moreover, break times are short. After
acknowledging that this isn't working, I communicated that I would be quitting at the end of
the month, and it went well./店长的态度恶劣，再加上休息时间也短。虽然知道不可能，但还
是告诉他我月底就不做了，结果顺利成功。/Thái độ của cửa hàng trưởng rất tệ, hơn thế nữa,
thời gian nghỉ giải lao cũng ngắn. Trên tinh thần biết là không thể nhưng tôi vẫn nói nghỉ
việc vào cuối tháng thì lại thành công.

ある<u>出版社</u>の<u>副</u>社長と<u>面接する</u>ことになった。<u>特技</u>は<u>事務</u>だと
　　しゅっぱんしゃ　ふくしゃちょう　めんせつ　　　　　　　とくぎ　じむ
アピールしたら、見事に<u>受</u>かった。
　　　　　　　　みごと　う

1524 □	出版社 しゅっぱんしゃ	名 publishing company/出版社/nhà xuất bản
1525 □	＋ 出版[する] しゅっぱん	名 動3他 publishing, publish/出版[出版]/sự xuất bản, xuất bản
1526 □	副〜 ふく	接頭 vice ~, assistant ~/副/phó ~
1527 □	面接[する] めんせつ	名 動3自 interview, have an interview/面试[面试]/cuộc phỏng vấn, phỏng vấn
1528 □	特技 とくぎ	名 special skill/特长/sở trường, tuyệt chiêu
1529 □	事務 じむ	名 office work/文职/văn phòng
1530 □	受かる う	動1自 pass/录取, 考上/thi đậu, đạt
1531 □	⟷ 落ちる お	動2自 fail/不录取, 没考上/thi rớt

I had an interview with the vice president of a certain publishing company. I appealed to her by telling her that my special skill was office work, and it was wonderfully received./某出版社的副社长要对我进行面试。我突出文职是我的特长，就漂亮的被录取了。/Tôi đã được phó giám đốc một nhà xuất bản phỏng vấn. Khi tự giới thiệu sở trường là công việc văn phòng thì tôi đã xuất sắc thi đậu.

この月に<u>失業した人</u>の<u>約</u>7<u>割</u>が新型コロナウイルスの<u>影響</u>によ
　　つき　しつぎょう　ひと　やく　わり　しんがた　　　　　　　　　　えいきょう
るものである。

1532 □	失業[する] しつぎょう	名 動3自 unemployment, lose one's job/失业[失业]/sự thất nghiệp, thất nghiệp
1533 □	約〜 やく	接頭 about/约/khoảng
1534 □	〜割 わり	接尾 ~ percent/ 〜成 /~ mươi phần trăm （1割＝10%）

About 70 percent of the people who lost their jobs this month did so due to the influence of the novel coronavirus./这个月失业的人约有7成，都是因为受到新型冠状病毒的影响。/Khoảng 70% người thất nghiệp vào tháng này là do ảnh hưởng của Covid-19.

🔊 290

彼は<u>営業</u>の仕事をしているが、扱っている<u>商品</u>が<u>高級</u>な物のため、めったに売れずに<u>苦労</u>している。

1535 ☐	営業[する] えいぎょう	名 動3自 sales, do sales/销售[销售]/sự kinh doanh, kinh doanh
1536 ☐	商品 しょうひん	名 product/产品/sản phẩm
1537 ☐	高級な こうきゅう	ナ high-class/高级/cao cấp
1538 ☐	苦労[する] くろう	名 動3自 having a hard time, have a hard time/辛苦[辛苦]/sự vất vả, cực khổ

He is working in sales, but because the product being handled is high-class, he has a hard time and rarely make any sales./他是做销售的工作，但因为卖的产品很高级，所以很难卖掉，很辛苦。/Anh ấy làm công việc kinh doanh nhưng do sản phẩm bán cao cấp nên hiếm khi bán được, rất vất vả.

🔊 291

新しい<u>職場</u>は大変だと思うが、しっかり経験を<u>積んで</u>、<u>実力</u>をつけてもらいたい。<u>コミュニケーション</u>能力が高い彼女なら、きっとできるはずだ。

1539 ☐	職場 しょくば	名 workplace/职场/nơi làm việc
1540 ☐	積む つ	動1他 gain, acquire/累积/tích lũy, chất
1541 ☐	ⓞ 積もる つ	動1自 accumulate, pile up/积累/chồng chất, tích tụ
1542 ☐	実力 じつりょく	名 proficiency, ability/实力/thực lực, năng lực thực tế
1543 ☐	コミュニケーション	名 communication/交流/giao tiếp

I'm sure her new workplace is tough, but I hope she will steadily gain experience and improve her proficiency. She is skilled at communication, so I'm sure she'll be able to do it./虽然新职场很辛苦，但希望能够稳健的累积经验，提高实力。她的沟通能力很强，所以一定可以的。/Tôi nghĩ nơi làm việc mới thì vất vả nhưng tôi mong là cô ấy tích lũy kinh nghiệm để có thực lực vững vàng. Với năng lực giao tiếp cao như cô ấy thì chắc chắn làm được thôi.

Topic 14 ● 仕事

🔊 292

パートとして働いているが、時給がまあまあなので長く続けられており、今月末で５年になる。

1544	パート	名 part-timer, part-time job/计时工/người làm bán thời gian
1545	時給 じ きゅう	名 hourly salary/时薪/lương giờ
1546	＋ 月給 げっきゅう	名 monthly salary/月薪/lương tháng
1547	まあまあな	ナ just okay/不错/tạm được
1548	～末 まつ	接尾 ~ end/~ 底/cuối ~

I work part-time, but my hourly wage is just okay, so I've been able to work there for a long time, and it will be five years at the end of this month./我以计时工的身份在工作，但时薪不错所以我做了很久。到年底我就做满5年了。/Tuy làm việc với tư cách người làm bán thời gian nhưng vì lương giờ tạm được nên tôi đã có thể tiếp tục lâu dài, cuối tháng này là được 5 năm.

🔊 293

今回のイベントは会員限定なので、会員に向けた参加マニュアルを作成する必要がある。

1549	イベント	名 event/活动/sự kiện
1550	会員 かいいん	名 member/会员/hội viên
1551	限定[する] げんてい	名 動3他 limitation, limit/限定[限定]/giới hạn
1552	向ける む	動2他 aim at/为对象/dành cho, hướng về
1553	🔄 向く む	動1自 face/向/hướng về
1554	マニュアル	名 manual/手册/hướng dẫn

Since this event is limited to members only, we need to create a participation manual for members./这次的活动是会员限定的，所以需要制作以会员为对象的参加手册。/Sự kiện lần này chỉ giới hạn cho hội viên nên cần soạn bản hướng dẫn tham gia dành cho hội viên.

207

🔊 294

あの店は新年とお盆のときに混雑するので、半期に一度臨時で
みせ　しんねん　　ぼん　　　　こんざつ　　　　　はんき　いちど　りんじ
アルバイトを募集する。
ぼしゅう

1555	新年 しんねん	名 New Year/新年/năm mới
1556	混雑[する] こんざつ	名 動3自 congestion, be crowded/很多人[很拥挤]/sự đông khách, hỗn tạp
1557	～期 き	接尾 ~ period/~期/~ kì
1558	臨時 りんじ	名 temporary/临时/thường xuyên
1559	募集[する] ぼしゅう	名 動3他 recruiting, recruit/招聘[招聘]/sự tuyển mộ, chiêu mộ

Since that store is crowded during the New Year and obon, they recruit once ever half-year for temporary part-time workers./那家店新年和盂兰盆节时会很多人，所以每半期都会招聘一次临时工。/Quán đó đông khách vào những lúc năm mới hoặc obon nên cứ thường xuyên nửa năm là tuyển làm thêm một lần.

🔊 295

運転手にとって周りの人や車に気を配り、注意を注ぐことは義
うんてんしゅ　　　まわ　ひと　くるま　き　くば　　ちゅうい　そそ　　　ぎ
務である。事故を起こしたら、二度とハンドルを握れなくなる。
む　　　　じこ　お　　　　　にど　　　　　　にぎ

1560	配る くば	動1他 distribute/留心/quan sát (xung quanh), phát, phân phát
1561	注ぐ そそ	動1他 take (care), pour/贯注/tập trung (chú ý), đổ vào
1562	義務 ぎむ	名 duty/义务/nghĩa vụ
1563	二度と にど	副 again/再/lần nữa, lần thứ hai
1564	握る にぎ	動1他 hold/握/nắm

As a driver, it is your duty to pay attention to the people and cars around you and be careful. If you get into an accident, you may never be able to take hold of the wheel again./对司机来说，留心周围的人和车子，全神贯注的开车是义务。如果发生意外，就不能再握方向盘了。/Với tài xế, việc quan sát và tập trung chú ý vào người và xe xung quanh là nghĩa vụ. Nếu gây tai nạn thì không còn được nắm tay lái lần nữa.

🔊 296

会社に<u>問い合わせた</u>ところ、今日中に<u>速達</u>で<u>履歴書</u>を<u>提出</u>すれ
ば大丈夫だった。時間がないので、<u>宛名</u>などを書き忘れないよ
うにしなければならない。

1565 ☐	問い合わせる と　あ	動2他 contact, inquire/咨询/liên hệ
1566 ☐	速達 そくたつ	名 express (mail)/快件/chuyển phát nhanh
1567 ☐	履歴書 りれきしょ	名 resume/履历表/sơ yếu lí lịch
1568 ☐	提出[する] ていしゅつ	名 動3他 submission, submit/提交[提交]/sự nộp, nộp, xuất trình
1569 ☐	宛名 あてな	名 address/收信人/tên người nhận
1570 ☐	＋ 宛先 あてさき	名 destination/收信地址/nơi nhận

When I contacted the company, I was told that it would be okay if I submitted my resume by express within the day. Because there is no time, I have to be careful not to forget to write things like the name of the receiver./我咨询公司后，才知道只要在今天内用快件提交履历表就可以了。没时间了，要小心不要忘了写收信人等。/Vừa liên hệ với công ty thì nếu nộp sơ yếu lí lịch bằng chuyển phát nhanh trong hôm nay thì được. Vì không có thời gian nên phải làm sao cho không quên viết tên người nhận v.v.

🔊 297

<u>指定された</u>場所に<u>集合して</u>、みんなで一緒に面接会場に行った。

1571 ☐	指定[する] してい	名 動3他 specifying, specify/指定[指定]/sự chỉ định, chỉ định
1572 ☐	＋ 指定席 していせき	名 reserved seat/指定席/ghế chỉ định, chỗ ngồi chỉ định
1573 ☐	集合[する] しゅうごう	名 動3自 gathering, gather/集合[集合]/sự tập trung, tập hợp
1574 ☐	＋ 集合場所 しゅうごうばしょ	名 meeting place/集合地点/địa điểm tập trung

We gathered at the specified place and went to the interview venue together./在指定的地点集合后，大家一起前往面试会场。/Chúng tôi đã tập trung tại địa điểm được chỉ định và cùng mọi người đi đến hội trường phỏng vấn.

209

🔊 298

国際会議場でたまたま知り合いに会った。久しぶりだったので、
こくさいかい ぎ じょう　　　　　　　　　し　あ　　　　　　　　　　　　 ひさ
名刺を交換して、食事会の日程調整を行った。
めい し　　こうかん　　　　しょく じ かい　にっていちょうせい　おこな

1575	～場 じょう	接尾 ~ place/ ～场/nơi ~
1576	名刺 めい し	名 business card/名片/danh thiếp
1577	調整[する] ちょうせい	名 動3他 adjustment, adjust/调整[调整]/sự điều chỉnh, điều chỉnh, thu xếp

I happened to meet an acquaintance at the international conference center. It had been a while, so we exchnaged business cards and arranged a date for a dinner party./我在国际会议场偶然遇到认识的人。因为很久没见，所以我们交换了名片，还调整日期约好一起吃饭。/Tôi đã tình cờ gặp người quen ở nơi tổ chức hội nghị quốc tế. Vì lâu ngày mới gặp lại nên chúng tôi trao đổi danh thiếp rồi tiến hành điều chỉnh lịch cho buổi dùng bữa.

🔊 299

ハローワークで工業、サービス業などの希望条件から順に質問
こうぎょう　　　　　 ぎょう　　　　 き ぼうじょうけん　じゅん　しつもん
された。良い仕事かどうかがなかなか判断できなかった。
よ　しごと　　　　　　　　　　　　はんだん

1578	工業 こうぎょう	名 manufacturing, industry/工业/công nghiệp
1579	条件 じょうけん	名 condition/条件/điều kiện
1580	順 じゅん	名 order/顺序/thứ tự
1581	判断[する] はんだん	名 動3他 decision, decide/判断[判断]/sự đánh giá, phán đoán, quyết định

At the Public Employment Security Office, I was asked in order about the desired conditions for industries such as the manufacturing and service industries. I wasn't really able to judge whether it was a good job or not./在职业介绍所时，被问到关于希望条件的顺序。像工业，服务业等等。但我还是无法判断是不是份好工作。/Ở Trung tâm Giới thiệu Việc làm Hello Work, tôi được hỏi theo thứ tự từ điều kiện mong muốn như ngành công nghiệp, ngành dịch vụ v.v. Mãi không thể đánh giá có phải là công việc tốt hay không.

レストランで食事をして、会計のとき、レジの人の名札を見る
こうこう じ だい こいびと　　　　　　　　　　ひさ　　　あ　　　　おどろ
と高校時代の恋人だった。久しぶりに会って驚いたため、クレ
ジットカードのサインを間違えてしまった。
まちが

1582 □	会計 かいけい	名 check/结账/sự tính tiền, kế toán, tính toán
1583 □	名札 な ふだ	名 name tag/名牌/bảng tên
1584 □	サイン[する]	名 動3自 signature, sign/签名[签名]/chữ ký, ký tên

I was eating at a restaurant, and when it came time to pay the bill, I looked at the name tag
of the person working the register, and they happened to be an old flame from high school. I
was surprised to see them for the first time in so long, and I made a mistake signing my credit
card receipt./在餐厅吃饭，结账时我一看收银的人的名牌，竟然是高中时期的情人。太久没见
我吓了一跳，所以把信用卡的签名签错了。/Sau khi dùng bữa tại nhà hàng, đến lúc tính tiền,
nhìn bảng tên của người thâu ngân thì đó là người yêu thời THPT. Vì lâu ngày gặp lại nên tôi
rất bất ngờ, nhầm cả chữ ký trên thẻ tín dụng.

製造業はどこも経営が厳しい。ある人の話では、個人経営の会
せいぞうぎょう　　　　　　けいえい　きび　　　　　　　ひと　はなし　　　　　こ じんけいえい　かい
社はもうからないらしい。
しゃ

1585 □	～業 ぎょう	接尾 ～ industry/～业/ngành ～
1586 □	経営[する] けいえい	名 動3他 management, manage/经营[经营]/sự kinh doanh, điều hành
1587 □	個人 こ じん	名 private person, individual/个体/cá nhân

Every company is having trouble with sales in the manufacturing industry. I heard from one
person that privately managed companies don't seem to make any money./制造业整体的经
营状况都形势严峻。有人说，个体经营的公司赚不了钱。/Ngành chế tạo nơi nào kinh doanh
cũng khó khăn. Theo lời một người thì công ty kinh doanh cá nhân thì không có lời.

🔊 302

<u>オフィス</u>に誰もいないのは危ないから、<u>留守番</u>しておいて。<u>正</u>
<u>午</u>までに<u>戻</u>ってくるから、それまでに部屋の<u>整理</u>もやってお
いてね！

1588	オフィス	名 office/办公室/văn phòng
1589	留守番[する] る す ばん	名 動3自 stay (home) house watching, staying (here), house watching/看家[看家]/sự trông chừng, trông nhà
1590	正午 しょう ご	名 noon/正午/giữa trưa, 12 giờ trưa
1591	整理[する] せい り	名 動3他 organizing, organize/整理[整理]/sự sắp xếp, sắp xếp

It's dangerous if no one is in the office, so stay here. I'll be back by noon, so organize the rooms by then!/没人在办公室会很危险，所以你在这留守。我正午就会回来。在那之前你就整理好房间吧！ /Nếu không có ai ở văn phòng thì rất nguy hiểm nên cậu trông chừng nhé. Tôi sẽ quay về trước giữa trưa nên cho đến lúc đó, sắp xếp lại phòng luôn đi nhé!

🔊 303

<u>居酒屋</u>の<u>キッチン</u>で働いているが、<u>看板</u>メニューを作ることを
上司に命令された。
じょう し めい れい

1592	居酒屋 い ざか や	名 tavern/居酒屋/quán nhậu
1593	キッチン	名 kitchen/厨房/nhà bếp
1594	看板 かん ばん	名 sign/招牌/tiêu biểu, bảng hiệu
1595	命令[する] めい れい	名 動3他 command, give commands/命令[命令]/mệnh lệnh, ra lệnh

I worked in the kitchen of a tavern, and I was commanded to make a signature dish by my senior./我在居酒屋的厨房工作，上司命令我要研制出招牌菜单。/Tuy làm việc ở nhà bếp của quán nhậu nhưng tôi bị cấp trên ra lệnh về việc xây dựng thực đơn tiêu biểu của quán.

送別会でビールを10本注文すべきだったのに、間違えて10
ダース注文してしまった。一時はどうなるかと思ったが、いろ
んな人が協力してくれたおかげで、何とかなりほっとしている。

1596 □	注文[する] ちゅうもん	名 動3他 order, make an order/点[点～]/sự đặt trước, gọi món
1597 □	～ダース	接尾 ～ dozen/～打/～ tá
1598 □	一時 いちじ	名 副 for a moment/一时/tạm thời, nhất thời
1599 □	＋ 一時帰国[する] いちじきこく	名 動3自 temporary returning home, temporarily return home/暂时回国/sự về nước tạm thời, tạm về nước
1600 □	協力[する] きょうりょく	名 動3自 cooperation, help out, cooperate/协助[协助]/sự hợp tác, hợp tác, hiệp lực
1601 □	ほっとする	動3自 be relieved/放下心/sự yên tâm, an tâm

Even though I should've ordered 10 beers at the farewell party, I made a mistake and ordered
10 dozen. For a moment, I didn't know what to do, but thanks to various people helping out,
it worked out, so I was relieved./在欢送会我明明是点了10瓶啤酒，结果点错，点了10打。
一时还以为会一发不可收拾，没想到多亏了很多人的协助，还是搞定了。我终于放下心了。/
Lẽ ra phải đặt 10 chai bia cho tiệc chia tay thì tôi nhầm lỡ đặt 10 tá. Nhất thời tôi không biết
phải làm thế nào nhưng nhờ nhiều người hợp tác giúp đỡ mà cũng tạm qua, thở phào nhẹ
nhõm.

服
ふく

Clothing　衣服　trang phục, áo quần

ジャケット	jacket / 西装外套 / áo khoác
シャツ	(dress) shirt / 男士衬衫 / áo sơ-mi
ブラウス	blouse / 女士衬衫 / áo kiểu
ネクタイ	necktie / 领带 / cà vạt
スラックス	slacks / 西装裤 / quần ống suông
ドレス	dress / 礼服 / đầm dạ hội
ワンピース	one-piece / 洋装 / đầm liền
Ｔシャツ ティー	T-shirt / T恤 / áo thun, áo phông
半袖 はんそで	short sleeves / 短袖 / tay ngắn
長袖 ながそで	long sleeves / 长袖 / tay dài
パンツ	pants / 裤子 / quần dài
スニーカー	sneakers / 运动鞋 / giày thể thao
ブーツ	boots / 长靴 / ủng, giày cao cổ
ストッキング	stockings / 丝袜 / vớ da

人生
じん　せい

Life　人生　Cuộc đời

No. 1602-1709

> 私は無職で独身だ。焦ったり、不安になったりすることもある。
> わたし　むしょく　どくしん　　あせ　　　　ふあん
> だが、可能な限り、仕事も恋愛も諦めないでがんばるつもりだ。
> 　　　かのう　かぎ　　しごと　れんあい　あきら

1602	無職 むしょく	名 jobless/无业游民/không nghề nghiệp
1603	独身 どくしん	名 single/单身/độc thân
1604	焦る あせ	動1自 get impatient/焦虑/sốt ruột, vội vàng
1605	不安な ふあん	ナ uneasy/不安/bất an
1606	可能な かのう	ナ possible/可能/khả năng, có thể
1607	↔ 不可能な ふかのう	ナ impossible/不可能的/không thể
1608	+ 可能性 かのうせい	名 possibility/可能性/tính khả thi
1609	諦める あきら	動2他 give up/放弃/từ bỏ, bỏ cuộc

I am unemployed and single. I sometimes get impatient or anxious. But I'm going to do my best without giving up on work or love as much as I can./我是个单身的无业游民。我也会感到焦虑不安。但我想要尽我所有可能，不放弃工作也不放弃恋爱，继续努力。/Tôi không nghề nghiệp và độc thân. Cũng có khi thấy sốt ruột, bất an. Nhưng trong khả năng có thể, tôi dự định cố gắng không bỏ cuộc cả trong công việc lẫn tình yêu.

🔊 306

> 孫は悩んでいる人を助けるため、弁護士になることを目指して
> まご　なや　　　　ひと　たす　　　　べんごし　　　　　　めざ
> いる。人の倍は努力している様子だ。
> 　　ひと　ばい　どりょく　　　　ようす

1610	孫 まご	名 grandchild/孙子/孙女/cháu (gọi ông bà)
1611	悩む なや	動1他 worry/烦恼/gặp khó khăn, băn khoăn, suy nghĩ
1612	+ 悩み なや	名 worry/烦恼/điều băn khoăn, trăn trở
1613	弁護士 べんごし	名 lawyer/律师/luật sư
1614	目指す めざ	動1他 aim/目标/phấn đấu

1615	倍 ばい	名 double/倍/gấp ~ lần
1616	努力 [する] どりょく	名 動3自 effort, make an effort/努力[努力]/sự nỗ lực, nỗ lực, cố gắng
1617	様子 ようす	名 appearance/样子/vẻ, tình hình, tình trạng

My grandson aims to be a lawyer to help those who are in trouble. He seems to be making double the effort of the average person./孙子为了要帮助有烦恼的人，以成为一名律师为目标。好像还比别人加倍努力的样子。/Cháu tôi đang phấn đấu trở thành luật sư để giúp đỡ người gặp khó khăn. Trông có vẻ cháu đang nỗ lực gấp đôi người khác.

307

同僚 は 素敵な 女性 に 出会い、真剣に 交際 している。そのため、
どうりょう　　すてき　じょせい　で あ　　しんけん　こうさい
まだ キス もしていないようだ。

1618	同僚 どうりょう	名 colleague/同事/đồng nghiệp
1619	素敵な すてき	ナ nice/很棒的/tuyệt vời
1620	出会う であ	動1自 meet/认识/gặp gỡ
1621	＋ 出会い であ	名 encounter/相遇/cuộc gặp gỡ
1622	真剣な しんけん	ナ serious/认真的/nghiêm túc
1623	交際 [する] こうさい	名 動3自 dating, date/交往[交往]/sự quen, giao tế
1624	そのため	接続 so, therefore/因此/do đó, vì vậy
1625	キス [する]	名 動3自 kiss, kiss/接吻[接吻]/nụ hôn, hôn

My colleagues met a nice women, and they have started seriously dating. Therefore, it seems that they still haven't kissed./同事认识了很棒的女性，很认真的在和她交往。因此，都还不敢接吻呢。/Đồng nghiệp tôi gặp gỡ một phụ nữ tuyệt vời và đang quen nghiêm túc. Do đó, nghe đâu vẫn chưa hôn nhau.

🔊 308

親友の葬式で、ろうそくを見つめながら、彼女がいないこれか
しんゆう そうしき   かのじょ
らの人生を想像した。つらくなった。
じんせい そうぞう

1626 ☐	葬式 そうしき	名 funeral/葬礼/đám tang
1627 ☐	ろうそく	名 candle/蜡烛/đèn cầy, nến
1628 ☐	人生 じんせい	名 life/人生/cuộc đời
1629 ☐	想像[する] そうぞう	名 動3他 imagination, imagine/想象[想象]/sự tưởng tượng, tưởng tượng
1630 ☐	+ 想像力 そうぞうりょく	名 imagination/想象力/sức tưởng tượng
1631 ☐	つらい	イ painful, hard, tough/难过/buồn, đau khổ

At my best friend's funeral, I imagined life without her from now on while staring at a candle.
It was tough./在好友的葬礼上，我看着蜡烛，边想象着今后没有女友的人生。好难过。/Ở đám
tang của người bạn thân, tôi vừa nhìn đèn cầy vừa tưởng tượng cuộc đời sắp tới sẽ không có
cô ấy. Tôi thấy thật buồn.

🔊 309

両親は理想的な夫婦だ。お互いに相手を大切にしている。母が
りょうしん りそうてき ふうふ   たが あいて たいせつ   はは
父にプロポーズしたらしい。
ちち

1632 ☐	理想的な りそうてき	ナ ideal/理想的/lý tưởng
1633 ☐	+ 理想 りそう	名 ideal/理想/lý tưởng
1634 ☐	夫婦 ふうふ	名 (married) couple/夫妻/vợ chồng
1635 ☐	お互い(に) たが	副 each other/互相/cùng nhau, lẫn nhau
1636 ☐	相手 あいて	名 opponent/对方/đối phương, người kia
1637 ☐	プロポーズ[する]	名 動3自 proposal, propose/求婚[求婚]/lời cầu hôn, cầu hôn

My parents are an ideal couple. They value each other. It seems my mother proposed to my
father./双亲是我理想的夫妻。互相都很珍惜对方。我听说是母亲向父亲求婚的。/Cha mẹ tôi
là cặp vợ chồng lý tưởng. Cả hai đều trân trọng lẫn nhau. Nghe đâu là mẹ đã cầu hôn cha tôi.

<u>末っ子</u>の娘は、<u>たとえ</u>結婚しても<u>絶対に</u> <u>姓</u>は変えたくないと
言っている。<u>世の中</u>の<u>常識</u>に<u>縛られ</u>たくないらしい。

1638 末っ子 すえ こ	名 youngest child/最小的～/con út
1639 たとえ	副 even if/就算/cho dù, ví dụ
1640 絶対(に) ぜったい	名 副 definitely/绝对/tuyệt đối, nhất định
1641 姓 せい	名 surname/姓/họ (tên)
1642 世の中 よ なか	名 in the world/世间/xã hội, ở đời
1643 常識 じょうしき	名 common sense/常识/thường thức, kiến thức phổ thông
1644 縛る しば	動1他 tie/束缚/ràng buộc

My youngest daughter says that even if she gets married, she definitely doesn't want to change her surname. It seems that she doesn't want to be tied down by the common thinking of the world./最小的女儿说，她就算结婚也绝对不想改姓。说不想被世间的常识束缚。/Con gái út của tôi nói cho dù có kết hôn cũng nhất định không muốn đổi họ. Có vẻ nó không muốn bị ràng buộc bởi những thường thức trong xã hội.

<u>ある</u>友人は、<u>周囲</u>の人に小さな<u>出来事</u>を<u>大げさに</u>話すので、聞
いていて<u>いらいらする</u>。

1645 ある	連 a certain/有/～ nọ
1646 周囲 しゅうい	名 surroundings/周围/xung quanh
1647 出来事 できごと	名 incident/发生的事/sự việc
1648 大げさな おお	ナ exaggerated/夸大/phóng đại, quá mức
1649 いらいら[する]	名 動3自 annoyance, be annoyed/不耐烦/sự bực bội, bực tức

One of my friends always makes a big deal of things, and I get annoyed just listening./有个朋友老是爱把发生的事对周围的人夸大其词，我听着就觉得不耐烦。/Người bạn nọ đã nói phóng đại sự việc nhỏ nhặt cho người xung quanh nên tôi nghe rất lấy làm bực bội.

◀》312

<u>公務員</u>試験のために自分で勉強するだけではなく、日本語教師
こう む いん し けん　　　　じ ぶん　　べんきょう　　　　　　　　　　　　　に ほん ご きょう し
の<u>資格</u> <u>講座</u>も<u>最前列</u>で受けている。<u>標準</u>的な問題は分かるが、
　　し かく こう ざ　　さいぜんれつ　う　　　　　　ひょうじゅんてき　もんだい　わ
難しい問題が多い。なかなか<u>自信</u>が<u>付かない</u>。
むずか　もんだい　おお　　　　　　　　　　じ しん　　つ

1650	公務員 こう む いん	名 civil servant/公务员/nhân viên nhà nước
1651	資格 し かく	名 qualification/资格/tư cách, chứng chỉ
1652	講座 こう ざ	名 course/讲座/khóa học
1653	最〜 さい	接頭 most 〜/最〜/〜 đầu, 〜 nhất
1654	標準 ひょうじゅん	名 standard/标准/tiêu chuẩn
1655	自信 じ しん	名 self-confidence/自信/tự tin
1656	付く つ	動1自 be attached/依附/có được, dính theo

I not only study for the civil service exam, but also take Japanese language teacher
qualification courses sitting in the front row. /为了考公务员，我不仅自己读书，连日语教师的
资格讲座，我都坐在最前排。标准问题我懂，但还有很多问题很难。让我都没有自信。/Để dự
thi viên chức nhà nước, không chỉ tự mình học mà còn phải xếp hàng đầu trong cả khóa học
lấy chứng chỉ giáo viên tiếng Nhật. Tuy hiểu các câu hỏi tiêu chuẩn nhưng nhiều câu hỏi khó.
Mãi mà tôi không có được sự tự tin.

◀》313

<u>出張</u>で大阪に行った。大阪で新しく<u>重要な</u>会議が入ったので、
しゅっちょう　おおさか　い　　　　おおさか　あたら　　じゅうよう　かい ぎ　はい
戻る<u>日にち</u>を<u>延ばす</u> <u>方向</u>で話し合っている。
もど　ひ　　　　の　　　ほうこう　はな　あ

1657	出張[する] しゅっちょう	名 動3自 business trip, go on a business trip/出差[出差]/chuyến công tác, đi công tác
1658	重要な じゅうよう	ナ important/重要/quan trọng
1659	日にち ひ	名 date/日期/ngày giờ, thời gian
1660	延ばす の	動1他 extend/延期/kéo dài
1661	⑩ 延びる の	動2自 extend/延长/dài ra

| 1662 | 方向
ほうこう | 名 direction/方向/phương hướng |

I went to Osaka on a business trip. Since I have new and important meetings in Osaka, I'm discussing extending the date of my return./我出差去了大阪。而在大阪又有新的重要会议。所以我正在把回程日期朝延期的方向商量。/Tôi đi công tác ở Osaka. Vì có thêm cuộc họp quan trọng mới ở Osaka nên tôi đã nói chuyện theo hướng kéo dài ngày quay lại.

いとこはお金持ちの男性と付き合っていた。しかし、彼の会社
の経営が苦しくなり、お金がなくなると、彼を振った。

1663	いとこ	名 cousin/表兄弟姐妹, 堂表兄弟姐妹/anh chị em họ
1664	（お）金持ち かね も	名 rich/有钱人/nhà giàu, người giàu có
1665	付き合う つ あ	動1自 date, go out with/交往/quen, giao du, cặp bồ
1666	しかし	接続 however/但/nhưng, tuy nhiên
1667	苦しい くる	イ difficult/困难/khó khăn, khổ sở
1668	＋苦しむ くる	動1自 suffer/痛苦/khổ, đau khổ
1669	振る ふ	動1他 dump/甩/chia tay

My cousin was dating a rich man. But when his company became difficult to run and he ran out of money, she dumped him./表姐之前和一位有钱人的男性交往。但他公司经营困难，没钱了以后，她就把他甩了。/Người em họ đang quen với một người đàn ông giàu có. Nhưng, khi kinh doanh của công ty anh ta trở nên khó khăn, hết tiền thì cô ấy chia tay anh ta.

〈メールの文章〉山田さん、おはようございます。林です。今日
ぶんしょう　　やまだ　　　　　　　　　　　　　　　　　　　　はやし　　きょう
も暑いですね。さて、先日のパーティーではスピーチをしてく
あつ　　　　　　　　　　　せんじつ
ださり、ありがとうございました。感謝しています。パーティー
かんしゃ
の感想も聞かせてください。
かんそう　き

1670	さて	接続 now/话说/nào
1671	スピーチ[する]	名 動3自 speech, give a speech/致词[致词]/bài diễn văn, phát biểu, hùng biện
1672	くださる	動1他 give, bestow (honorific)/会～我/cho (tôi)
1673	感謝[する] かんしゃ	名 動3自 appreciation, appreciate/感谢[感谢]/lòng biết ơn, cảm tạ
1674	感想 かんそう	名 impression/感想/cảm tưởng

<Email text> Yamada-san, good morning. It's Hayashi. It is hot today too. Well, thank you for giving a speech for us the other party's party. I appreciate it. Please tell me your impression of the party./（电子邮件内容）山田先生／女士，早上好，我是林。今天也好热呀。话说，真是很感谢您前几天在派对上为我致词。希望您可以告诉我派对的感想。/(Đoạn văn trong e-mail) Chào anh Yamada. Hayashi đây ạ. Hôm nay trời cũng nóng nhỉ. Chà, tôi rất cảm ơn anh đã phát biểu giúp cho tại bữa tiệc hôm trước. Tôi biết ơn anh nhiều lắm. Hãy cho tôi biết cảm tưởng của anh về bữa tiệc nhé.

◀))316

大学院に進学し、建築について勉強したい。また、日本語のレ
だいがくいん　しんがく　　けんちく　　　　　　　べんきょう　　　　　　　　　にほんご
ベルを上げ、ぺらぺらと話せる能力をつけたい。
あ　　　　　　　　　　　はな　　のうりょく

1675	大学院 だいがくいん	名 graduate school/大学院/cao học
1676	＋ 大学院生 だいがくいんせい	名 graduate student/研究生/sinh viên cao học
1677	進学[する] しんがく	名 動3自 going to the next level of school, graduate/升学[升学]/việc học lên cao, học lên
1678	建築[する] けんちく	名 動3他 building, erect a building/建筑[建筑]/kiến trúc, xây dựng
1679	レベル	名 level/等级/trình độ

1680	ぺらぺら(と)	副 fluently/流畅/trôi chảy
1681	能力 のうりょく	名 ability/能力/năng lực

I would like to go to graduate school and study architecture. Also, I would like to improve my level of Japanese and have the ability to speak fluently./我想升学大学院，学习建筑。然后还要提升日语等级，想要能流畅的说出的能力。/Tôi muốn học lên cao học để học về kiến trúc. Ngoài ra, cũng muốn nâng cao trình độ tiếng Nhật để có được năng lực có thể nói trôi chảy.

🔊 **317**

隣の家の姉妹は歌手になりたいらしい。最近は早起きし、夢中
となり　いえ　　しまい　　かしゅ　　　　　さいきん　はやお　　　むちゅう
で楽器を演奏している。うるさくて目が覚める。
　がっき　えんそう　　　　　　　　　　　　　　め　さ

1682	姉妹 しまい	名 sisters/姐妹/chị em gái
1683	歌手 かしゅ	名 singer/歌手/ca sĩ
1684	＋タレント	名 talent/艺人/nghệ sĩ
1685	早起き[する] はやお	名 動3自 waking up early, wake up early/早起[起]/sự dậy sớm, dậy sớm
1686	夢中な むちゅう	ナ mindless, in a dream-like state/忘我的/say sưa, đắm chìm
1687	楽器 がっき	名 instrument/乐器/nhạc cụ
1688	覚める さ	動2自 wake up/醒/thức tỉnh, tỉnh giấc
1689	⑩ 覚ます さ	動1他 wake up/清醒/đánh thức, làm cho tỉnh

The sisters in the house next door seem to want to be singers. They recently get up early and mindlessly play instruments. It's so loud it wakes me up./隔壁家的姐妹好像想当歌手。最近都早起，在忘我的演奏乐器。吵得我都醒了。/Chị em gái nhà hàng xóm hình như muốn trở thành ca sĩ. Gần đây họ dậy sớm, say sưa chơi nhạc cụ. Ồn quá nên tôi thức giấc.

🔊 318

大学生のとき、貿易を行う多国籍企業への就職を希望してい
だいがくせい　　　　ぼうえき　おこな　た こくせき　きぎょう　　　　　しゅうしょく　き ぼう
た。今、実際に働いている。
いま　じっさい　はたら

1690	貿易[する] ぼうえき	名 動3自 trade, do trade/贸易[贸易]/ngoại thương, mậu dịch
1691	国籍 こくせき	名 country of citizenship/国籍/quốc tịch
1692	企業 きぎょう	名 company/企业/doanh nghiệp
1693	就職[する] しゅうしょく	名 動3自 getting a job, get a job/就职[就职]/sự tìm việc, tìm việc
1694	＋ 就職活動 しゅうしょくかつどう	名 job hunting/就职活动/hoạt động tìm việc
1695	希望[する] きぼう	名 動3他 hope, hope/希望[希望]/nguyện vọng, mong muốn
1696	実際(に) じっさい	名 副 actually/实际/thực tế

When I was a university student, I wanted to find a job at a multinational company that works in trade. Now ,I'm actually working at just such a place./大学生时，我希望能够在多国籍企业的贸易公司就职。而实际上，现在我也做到了。/Khi còn là sinh viên đại học, tôi đã có nguyện vọng tìm việc ở các doanh nghiệp đa quốc tịch làm ngoại thương. Nay thì đang làm việc thực tế.

🔊 319

妻は年上の友人から、「私を信用して署名してください」と何
つま　としうえ　ゆうじん　　　　わたし　しんよう　　　しょめい　　　　　　　　　なん
度も頼まれた。素直な妻はとうとうはんこを押してしまった。
ど　たの　　　　すなお　つま　　　　　　　　　　　　お

1697	年上 としうえ	名 older/年长/hơn tuổi, lớn tuổi hơn
1698	↔ 年下 としした	名 younger/年纪小/nhỏ tuổi hơn
1699	信用[する] しんよう	名 動3他 trust, trust/信用[相信]/uy tín, tin tưởng
1700	署名[する] しょめい	名 動3他 signature, give a signature/签名[签名]/sự ký tên, ký tên
1701	素直な すなお	ナ honest/单纯的/ngây thơ
1702	とうとう	副 finally/终于/cuối cùng thì

1703	はんこ	名 seal/印章/con dấu

My wife was asked by an older friend, "please trust me and sign this," many times. My honest wife at last stamped her seal on it./年长的朋友好几次都对妻子说「如果你相信我就签名吧」。单纯的妻子终于还是盖下了印章。/Vợ tôi nhiều lần bị người bạn hơn tuổi nhờ "hãy tin tưởng mà ký tên cho tôi". Cuối cùng thì người vợ ngây thơ đã đóng dấu mất rồi.

◀) 320

年金をもらうための手続きを教えてもらった。市役所の窓口で
ねんきん　　　　　　　てつづ　　　おし　　　　　　　しやくしょ　　まどぐち
受け付けていて、印鑑と保険証が必要だそうだ。
う　つ　　　　　　いんかん　　ほけんしょう　　ひつよう

1704	手続き[する] てつづ	名 動3他 paperwork, do paperwork/手续[办手续]/thủ tục, làm thủ tục
1705	窓口 まどぐち	名 window/窗口/quầy, cửa sổ tiếp nhận
1706	受け付ける う つ	動2他 accept/接受/tiếp nhận
1707	印鑑 いんかん	名 seal/印章/con dấu
1708	保険 ほけん	名 insurance/保险/bảo hiểm
1709	~証 しょう	接尾 card/~证/thẻ ~, giấy ~

I was told about the paperwork to get a pension. It seems that it is accepted at the city hall window, and it seems that a seal and insurance card needed./有人教我怎么办理领年金的手续。在市公所就有窗口接受申请，还需要印章和保险证。/Tôi được chỉ cho thủ tục để nhận tiền lương hưu. Nghe nói là tiếp nhận ở quầy của ủy ban thành phố và cần có con dấu, thẻ bảo hiểm.

家
いえ

Home　家　nhà

駐車場 ちゅうしゃじょう	parking lot / 停车场 / bãi đỗ xe
玄関 げんかん	entranceway / 大门 / lối vào
ろうか	hallway / 走廊 / hành lang
洗面所 せんめんじょ	washroom / 洗手台 / chỗ rửa mặt
リビング	living room / 客厅 / phòng khách
ベランダ	balcony / 阳台 / ban công
台所 だいどころ	kitchen / 厨房 / phòng bếp
寝室 しんしつ	bedroom / 卧室 / phòng ngủ
洋室 ようしつ	Western-style room / 西式房间 / phòng kiểu Tây
和室 わしつ	Japanese-style room / 日式房间 / phòng kiểu Nhật
クローゼット／ **押し入れ** お　　い	closet / 衣橱 / tủ

健康
けん　こう

Health　健康　Sức khỏe

No. 1710-1794

🔊 321

以前は 完全な 治療法はなかったが、医学の発達によって、がん
いぜん かんぜん ちりょうほう いがく はったつ
も治るようになってきた。
なお

1710 ☐	完全な かんぜん	ナ complete/完全的/hoàn toàn
1711 ☐	治療[する] ちりょう	名 動3他 treatment, treat, cure/治疗[治疗]/việc điều trị, trị liệu
1712 ☐	医学 いがく	名 medicine/医学/y học, y khoa
1713 ☐	発達[する] はったつ	名 動3自 development, develop/发达[发达]/sự phát triển, phát triển
1714 ☐	がん	名 cancer/癌症/bệnh ung thư

Previously there was no cure, but with the development of medicine, cancer has now also become treatable./以前没有完全的治疗法。但因为医学的发达，连癌症都渐渐地可以治疗了。/Lúc trước không có phương pháp điều trị hoàn toàn nhưng nhờ sự phát triển của y học mà bệnh ung thư cũng có thể chữa được.

🔊 322

2年前に日本に来たときはホームシックになり、ストレスを感
ねんまえ にほん き かん
じて睡眠不足だった。しかし、今ではすっかり日本の生活にも
すいみんぶそく いま にほん せいかつ
慣れ、毎日ぐっすりと寝ている。
な まいにち ね

1715 ☐	ホームシック	名 homesick/想家/nhớ nhà
1716 ☐	ストレス	名 stress/压力/căng thẳng
1717 ☐	睡眠不足 すいみんぶそく	名 lack of sleep/睡眠不足/thiếu ngủ
1718 ☐	＋ 睡眠 すいみん	名 sleep/睡眠/giấc ngủ
1719 ☐	ぐっすり（と）	副 soundly (asleep)/熟睡/(ngủ) say

When I came to Japan two years ago, I became homesick, stressed and sleep deprived. However, I'm now completely accustomed to life in Japan and sleep soundly every day./2年前来日本时很想家，感受到压力所以都睡眠不足。但现在已经很习惯日本的生活，每天都能够熟睡了。/2 năm trước, khi đến Nhật tôi nhớ nhà, cảm thấy căng thẳng và thiếu ngủ. Nhưng bây giờ thì đã hoàn toàn quen với đời sống ở Nhật, ngày nào cũng ngủ say.

<u>せきとくしゃみ</u>が出るので、<u>体温 計</u>で<u>熱</u>を<u>測った</u>が、<u>平熱</u>だった。

1720 ☐	せき	名 cough/咳嗽/ho
1721 ☐	くしゃみ	名 sneeze/喷嚏/hắt xì
1722 ☐	体温 たいおん	名 body temperature/体温/thân nhiệt, nhiệt độ cơ thể
1723 ☐	〜計 けい	接尾 ~ meter/〜计/〜kế, máy đo ~
1724 ☐	測る/計る/量る はか はか はか	動 1 他 measure/量/đo, cân
1725 ☐	平熱 へいねつ	名 normal temperature/正常体温/nhiệt độ bình thường
1726 ☐	+ 微熱 び ねつ	名 slight fever/微烧/sốt nhẹ
1727 ☐	+ 高熱 こうねつ	名 high fever/高烧/sốt cao

I had a cough and sneeze, so I measured my fever with a thermometer, but it was normal./又咳嗽又打喷嚏，用体温计量了体温，但却是正常体温。/Vì bị ho và nhảy mũi nên tôi đo nhiệt độ bằng nhiệt kế nhưng nhiệt độ bình thường.

<u>頭痛</u>や<u>吐き気</u>がする。もしかしたら<u>新型コロナウイルス</u>に<u>感染</u>したかもしれない。

1728 ☐	頭痛 ず つう	名 headache/头痛/đau đầu
1729 ☐	吐き気 は け	名 nausea/想吐/buồn nôn, muốn ói
1730 ☐	新型コロナウイルス しんがた	名 novel coronavirus/新冠肺炎/vi-rút Corona chủng mới (Covid-19)
1731 ☐	+ ウイルス	名 virus/细菌/vi-rút
1732 ☐	感染[する] かんせん	名 動 3 自 infect, get infected/感染[感染]/sự lây nhiễm, lây nhiễm

I have a headache and nausea. Maybe I was infected with the novel coronavirus./头痛又想吐。难道感染了新冠肺炎。/Tôi bị đau đầu và buồn nôn. Có thể là đã nhiễm vi-rút Corona chủng mới rồi.

🔊 325

心臓 病 を抱えていた 父 は、 お店 を 休業 して 手術 を受けた。2
しんぞう びょう　かか　　　　　　　　　ちち　　　　みせ　　きゅうぎょう　　しゅじゅつ　　う
年後 の 今 では 症状 も 安定 して、 健康な 生活 を送っている。
ねん ご　　いま　　　　しょうじょう　　あんてい　　　　けんこう　せいかつ　　おく

1733	心臓 しんぞう	名 heart/心脏/tim
1734	～病 びょう	接尾 ~ disease/~病/bệnh ~
1735	休業 [する] きゅうぎょう	名 動3自 close, be closed (business)/歇业[歇业]/đóng cửa, nghỉ kinh doanh
1736	手術 [する] しゅじゅつ	名 動3自 surgery, operate/手术[动手术]/ca phẫu thuật, phẫu thuật
1737	～後 ご	接尾 after ~/~后/~ sau
1738	症状 しょうじょう	名 symptoms/症状/bệnh trạng, tình trạng bệnh
1739	健康な けんこう	ナ healthy/健康的/khỏe mạnh

My father, who had heart disease, closed his shop and had surgery. Two years later, he is now living a healthy life with stable symptoms./患有心脏病的父亲把店歇业后，动了手术。2年后的现在，症状稳定，过着健康的生活。/Cha tôi mắc bệnh tim nên đóng cửa tiệm để làm phẫu thuật. Bây giờ, 2 năm sau đó tình trạng bệnh vẫn ổn định, ông đang có cuộc sống khỏe mạnh.

🔊 326

産婦人科 に行くと、 看護師 に 「もうすぐなので、 椅子 に 腰掛けて、
さんふじんか　　　　　　　かんごし　　　　　　　　　　　　　　　いす　　こしか
少し お待ちください」 と言われた。
すこ　　ま　　　　　　　　　　　　い

1740	産婦人科 さんふじんか	名 obstetrics and gynecology/妇产科/khoa Phụ sản
1741	看護師 かんごし	名 nurse/护士/y tá
1742	腰掛ける こしか	動2自 sit/坐/ngồi xuống

When I went to the obstetrics and gynecology department, the nurse said, "It's about time, so please sit down in a chair and wait for a while."/去妇产科，护士对我说「快轮到你了，先坐在椅子上稍等一下」。/Khi đi khoa Phụ sản, tôi được y tá nói "sắp sửa rồi nên chị ngồi xuống ghế, chờ một chút".

胸と胃に痛みを感じたので、大きな病院に行った。わざわざ院
長がおいでになり、詳しく診察してくれたが、よく分からない
と言われてしまった。

1743 ☐	胸 むね	名 chest/胸/ngực
1744 ☐	胃 い	名 stomach/胃/dạ dày
1745 ☐	痛み いた	名 pain/痛/cơn đau
1746 ☐	おいでになる	動1自 come, visit (honorific)/过来/đến (kính ngữ)
1747 ☐	診察[する] しんさつ	名 動3他 exam, examine/诊察/sự khám bệnh, khám bệnh
1748 ☐	＋ 診察券 しんさつけん	名 patient registration card/诊察券/phiếu khám bệnh

I felt pain in my chest and stomach, so I went to a big hospital. The director came all the way to examine me in detail, but I was told that he couldn't find out the cause./我感到胸痛和胃痛，所以去了大医院。院长还特别过来帮我做详细诊察，但却说查不出来。/Vì cảm thấy cơn đau ở ngực và dạ dày, tôi đã đi đến bệnh viện lớn. Giám đốc bệnh viện cất công đến nơi, khám bệnh chi tiết cho tôi nhưng ông nói rằng không biết rõ lắm.

交通事故が発生した。運転手は出血がひどくて、骨折している
ようだ。

1749 ☐	発生[する] はっせい	名 動3自 appearance, appear/发生[发生]/sự phát sinh, xảy ra
1750 ☐	出血[する] しゅっけつ	名 動3自 bleeding, bleed/出血[流血]/sự chảy máu, chảy máu
1751 ☐	骨折[する] こっせつ	名 動3自 fracture, be fractured/骨折[骨折]/sự gãy xương, gãy xương

A traffic accident has occurred. The driver seems to be bleeding badly and have broken bones./发生车祸。司机的出血很严重，好像还骨折了。/Đã xảy ra tai nạn giao thông. Có vẻ tài xế chảy máu nhiều, gãy xương.

◀》329

右手と右足が<u>しびれる</u>ので、<u>外科</u>や<u>神経</u> <u>内科</u>を<u>受診した</u>が、原
みぎて　みぎあし　　　　　　　　げか　　しんけい　ないか　　じゅしん　　　　　　げん
因は分からなかった。<u>片手</u>と片足だけなので、<u>不思議</u>な感じが
いん　わ　　　　　　　　　　かたて　かたあし　　　　　　　　ふ　し　ぎ　かん
する。

1752 □	しびれる	**動2自** go numb/麻痺/tê, dại
1753 □	外科 げ か	**名** surgery/外科/khoa ngoại
1754 □	神経 しんけい	**名** nerve/神经/thần kinh
1755 □	内科 ない か	**名** internal medicine/内科/khoa nội
1756 □	受診[する] じゅしん	**名 動3他** consultation, consult/看[看医生]/được khám, đi khám
1757 □	片〜 かた	**接頭** one 〜/单〜/một 〜
1758 □	不思議な ふ し ぎ	**ナ** mysterious/好奇怪的/kỳ lạ, lạ thường

My right hand and right foot were numb, so I went to surgery and neurology, but they
couldn't find the cause. It's only (happening to) one hand and foot, so it's a strange feeling./右
手和右脚会麻痺，所以去看了外科和神经内科。却找不出原因。因为只有单手单脚，真是好
奇怪的感觉。/Vì tay phải và chân phải bị tê nên đã đi khám ở khoa Ngoại và khoa Nội Thần
kinh nhưng không rõ nguyên nhân. Vì chỉ bị một tay một chân nên cảm giác thật kỳ lạ.

◀》330

インフルエンザを<u>予防する</u>ために、<u>手洗い</u>と<u>うがい</u>をしなけれ
よ ぼう　　　　　　　　　て あら
ばならない。

1759 □	予防[する] よ ぼう	**名 動3他** prevention, prevent/预防[预防]/sự phòng ngừa, phòng ngừa, dự phòng
1760 □	手洗い[する] て あら	**名 動3自** hand washing, wash one's hands/洗手[洗手]/ sự rửa tay, rửa tay
1761 □	うがい[する]	**名 動3自** gargle, gargle/漱口[漱口]/sự súc miệng, súc miệng
1762 □	＋ うがい薬 ぐすり	**名** mouthwash/含漱剂/thuốc súc miệng

We must wash your hands and gargle to prevent the flu./为了预防流行性感冒，要洗手还要漱
口。/Để dự phòng cúm, phải rửa tay và súc miệng.

<u>喫煙</u>、<u>飲酒</u>、<u>高</u> <u>血圧</u>はがんになるリスクが<u>高</u>いので、<u>気をつけ</u>なければならない。

1763 □	喫煙[する] きつえん	名 動3自 smoking, smoke/吸烟[吸烟]/sự hút thuốc, hút thuốc
1764 □	↔ 禁煙[する] きんえん	名 動3自 no smoking, quit smoking/禁烟[禁烟]/sự cấm hút thuốc, cấm hút thuốc
1765 □	高～ こう	接頭 high ～/高～/~ cao
1766 □	血圧 けつあつ	名 blood pressure/血压/huyết áp
1767 □	気をつける き	動2自 be careful/小心/lưu ý, cẩn thận

Smoking, drinking alcohol and high blood pressure put you at high risk of developing cancer, so we have to be careful./吸烟，喝酒，高血压，得癌症的风险很高，得小心才行。/Hút thuốc, uống rượu, cao huyết áp có nguy cơ cao trở thành ung thư nên phải cẩn thận.

ドラッグストアで<u>目薬</u>、<u>やけど</u>に<u>効く</u> <u>薬</u>、<u>傷</u>を<u>消毒</u>する<u>薬</u>を<u>買</u>った。

1768 □	目薬 め ぐすり	名 eye drops/眼药水/thuốc nhỏ mắt
1769 □	やけど[する]	名 動3自 burn, get burned/烧伤[烧伤]/vết phỏng, bị phỏng
1770 □	効く き	動1自 be effective/有效/trị, công hiệu, có hiệu quả
1771 □	+ 効きめ き	名 effect/效果/công hiệu
1772 □	傷 きず	名 cut, scratch/伤口/vết thương, sự tổn thương, bị thương
1773 □	消毒[する] しょうどく	名 動3他 disinfecting, disinfect/消毒[消毒]/sự khử trùng, khử trùng
1774 □	+ アルコール消毒 しょうどく	名 alcohol disinfection/酒精消毒/khử trùng bằng an-côn

I bought eye drops, burn medicine and wound disinfectant at a drugstore. /在药妆店买了眼药水，对烧伤有效的药，还有消毒伤口的药。/Tôi đã mua thuốc nhỏ mắt, thuốc trị phỏng, thuốc khử trùng vết thương ở tiệm thuốc.

Topic 16 ● 健康

皮膚が腫れて、体をかいてしまうのは、アレルギー症状の一つ
ひ ふ　　は　　　　　　からだ　　　　　　　　　　　　　　　　しょうじょう　ひと
かもしれない。小さな医院で治らないときは、大きな病院に行き、
　　　　　　　　　　ちい　　　いいん　　なお　　　　　　　　　おお　　びょういん　い
専門の医師に診てもらった方がいい。
せんもん　いし　　み　　　　　　　　　ほう

1775	皮膚 ひ ふ	名 skin/皮肤/da, da liễu
1776	腫れる は	動2自 swell/肿/sưng
1777	かく	動1他 scratch/抓/gãi
1778	アレルギー	名 allergy/过敏/dị ứng
1779	医院 い いん	名 clinic/医院/phòng khám
1780	医師 い し	名 doctor/医生/bác sĩ
1781	診る み	動2他 examine/看诊/khám

Swelling of the skin and itchiness of the body may be allergic symptoms. If you cannot get cured at a small clinic, you should go to a larger hospital and see a specialist. /皮肤肿，会抓身体可能是过敏症状的一种。如果在小医院没有治好，就要去大医院，给专门的医生看诊比较好。/Da bị sưng, gãi khắp người nên có thể là một triệu chứng dị ứng. Khi không chữa khỏi ở bệnh viện nhỏ thì nên đi đến bệnh viện lớn để được bác sĩ chuyên khoa khám.

父はめったに病院に行かないが、腹痛と下痢が続き、吐いてし
ちち　　　　　　　びょういん　い　　　　　　　ふくつう　げ り　　つづ　　は
まったので、病院に行った。血液検査をしたが、特に異常はな
　　　　　　　びょういん　い　　　けつえき　けん さ　　　　　　とく　い じょう
かった。

1782	めったに	副 rarely/很少/hiếm khi
1783	腹痛 ふくつう	名 stomach ache/肚子疼/đau bụng
1784	下痢[する] げ り	名 動3自 diarrhea, have diarrhea/拉稀[拉稀]/tiêu chảy, đi chảy
1785	吐く は	動1他 throw up/呕吐/nôn, ói, mửa
1786	血液 けつえき	名 blood/血液/máu

1787 ☐	✚ 血液型 けつえきがた	名 blood type/血型/nhóm máu
1788 ☐	検査[する] けんさ	名 動3他 inspect, inspection/检查[检查]/sự xét ng-hiệm, xét nghiệm
1789 ☐	✚ 検査入院 けんさにゅういん	名 inspection hospitalization/住院检查/nhập viện xét nghiệm

My father rarely goes to the hospital, but his abdominal pain and diarrhea continued, and he threw up, so he went to a hospital. A blood test was performed, but there were no particular abnormalities found./父亲很少去医院，但一直肚子疼和拉稀，还呕吐了，所以去了医院。做了血液检查，但没有异常。/Cha tôi hiếm khi đi bệnh viện nhưng vì đau bụng và tiêu chảy kéo dài, và nôn mửa nên đã đi bệnh viện. Đã xét nghiệm máu nhưng không có bất thường nào.

🔊 335

虫歯の患者が「何も食べられないので、体重が 10 キロも減った」
むしば かんじゃ　　 なに　た　　　　　　　　 たいじゅう
と言っていた。注射が苦手で、半年もそのままにしていたそうだ。
い　　　　　　 ちゅうしゃ にがて　 はんとし

1790 ☐	虫歯 むしば	名 cavity/蛀牙/răng sâu
1791 ☐	患者 かんじゃ	名 patient/患者/bệnh nhân
1792 ☐	体重 たいじゅう	名 body weight/体重/cân nặng
1793 ☐	✚ 体重計 たいじゅうけい	名 scale (for weighing people)/体重计/cái cân
1794 ☐	注射[する] ちゅうしゃ	名 動3他 injection, give a shot/打针[打针]/sự tiêm chích, chích, tiêm

A patient with cavities said, "I lost 10 kilos because I couldn't eat anything." He hate getting shots, so he neglected his teeth for six months. /蛀牙的患者说「什么都吃不了，体重都瘦了10公斤了」。因为怕打针，结果就这样放了半年。/Bệnh nhân bị răng sâu nói "không thể ăn được gì nên đã giảm cân nặng 10kg". Nghe nói anh ta ngại tiêm nên cứ để vậy những nửa năm.

病院
びょういん

Hospital　医院　bệnh viện

内科 ない か	internal medicine / 内科 / khoa Nội
外科 げ か	surgery / 外科 / khoa Ngoại
歯科 し か	dentistry / 齿科 / khoa Nha
眼科 がん か	ophthalmology / 眼科 / khoa Mắt
耳鼻科 じ び か	otolaryngology / 耳鼻喉科 / khoa Tai Mũi Họng
小児科 しょうに か	pediatrics / 儿科 / khoa Nhi
皮膚科 ひ ふ か	dermatology / 皮肤科 / khoa Da liễu
整形外科 せいけい げ か	orthopaedic surgery / 整形外科 / khoa Ngoại Chấn thương Chỉnh hình
産婦人科 さん ふ じん か	maternity and gynecology / 妇产科 / Sản phụ khoa

Topic 17

マナー

Manners　礼仪　Phép lịch sự

No.1795-1885

🔊 336

満員電車で大きなリュックを背負うと、周りの人の迷惑になる。
大きなリュックは背負わずに前に持つといい。

1795	満員 まんいん	名	full (of people)/满员/đông kín người
1796	リュック(サック)	名	backpack/背包/ba lô
1797	周り まわ	名	surroundings/周围/xung quanh
1798	迷惑[する] めいわく	名 動3自	annoyance, be annoyed/困扰[受到困扰]/sự phiền toái, làm phiền

Carrying a large backpack on a crowded train can be a nuisance to those around you. It's a good idea to carry a large backpack in front of you without carrying it on your back. /在满员电车里背大背包，就会造成周围人的困扰。所以大背包不要用背的，拿在前面就好。/Khi đeo ba lô lớn trên tàu điện đông kín người, sẽ làm phiền người xung quanh. Ba lô lớn thì nên ôm phía trước, chứ không đeo.

🔊 337

この道は幅が広くて危ないのに、横断歩道が少ないので道路を横断する人が多い。そこで警察がどのくらいの人が道路を横断するのかの調査を行った。

1799	幅 はば	名	width/宽度/chiều rộng
1800	横断歩道 おうだん ほ どう	名	pedestrian crossing/斑马线/vạch băng qua đường
1801	横断[する] おうだん	名 動3他	crossing, cross/横越[横越]/sự băng qua, băng qua, băng ngang
1802	そこで	接続	therefore/于是/do vậy
1803	調査[する] ちょうさ	名 動3他	investigation, investigate/调查[调查]/cuộc điều tra, khảo sát

Although this road is wide and dangerous, many people cross the road because there are few pedestrian crossings. So the police investigated how many people crossed the road. /这条路宽度很宽很危险，而且斑马线又少，所以很多人都直接横越马路。于是警察进行调查，看到底有多少人横越马路。/Con đường này bề ngang rộng, nguy hiểm vậy mà có nhiều người băng qua đường do ít vạch băng qua đường. Do vậy, cảnh sát đã tiến hành điều tra xem khoảng bao nhiêu người băng qua đường.

リサイクルできるように、空きびんと空き缶は分けて捨てよう。

1804 ☐	リサイクル[する]	名 動3自 recycling, recycle/资源回收[资源回收]/sự tái chế, tái chế
1805 ☐	空きびん	名 empty bottle/空瓶/chai rỗng
1806 ☐	空き缶	名 empty can/空罐/lon rỗng
1807 ☐	分ける	動2他 divide, separate/分开/phân loại, chia ra

Discard empty bottles and cans separately so that they can be recycled. /为了能够资源回收，要把空瓶和空罐分开丢。/Hãy phân loại để vứt chai rỗng và lon rỗng để có thể tái chế.

入学資料の中に、留学生とおしゃべりして交流するボランティアのチラシが挟んであった。私の周りにはそのような活動に積極的な人が多いので、私もやってみようと思う。

1808 ☐	おしゃべり[する]	名 動3自 chatting, chat/聊天[聊天]/sự nói chuyện, nói chuyện, tán gẫu
1809 ☐	ボランティア	名 volunteer/志愿者/tình nguyện
1810 ☐	挟む	動1他 insert, put between/夹着/kẹp vào
1811 ☐	⊕ 挟まる	動1自 be caught/被夹住/bị kẹp vào, mắc kẹt
1812 ☐	積極的な	ナ active/积极的/mang tính tích cực
1813 ☐	↔ 消極的な	ナ passive/消极的/mang tính tiêu cực

In the admission materials, there was a leaflet of a volunteer who chats and interacts with international students. There are many people around me who are active in such activities, so I will try it too. /入学资料中，夹着和留学生聊天交流志愿者的传单。我周围有很多人都对这种活动很积极，所以我也想试试看。/Trong tài liệu nhập học, có kẹp tờ rơi của tình nguyện viên trò chuyện, giao lưu với du học sinh. Vì xung quanh tôi có nhiều người tích cực hoạt động như thế nên tôi cũng muốn thử xem.

🔊 **340**

少し前は、環境のための分別やリサイクルを面倒なことだと思
う人もいたかもしれない。しかし、今は環境を守るための行動
は当然のことになった。

1814	環境 かんきょう	名 environment/环境/môi trường
1815	＋環境問題 かんきょうもんだい	名 environmental issues/环境问题/vấn đề môi trường
1816	面倒な めんどう	ナ troublesome/麻烦的/phiền toái, mất công
1817	当然 とうぜん	名 副 of course/理所应当/đương nhiên

Not long ago, some may have found it a hassle to separate and recycle waste for the
environment. Nowadays, however, taking action to protect the environment has become
standard. /不久前，可能有些人还觉得为了环境而做资源回收和分类，是很麻烦的事。但是，
现在为了守护环境，这些行动已经成为理所应当的事了。/Cách đây không lâu, có lẽ có người
cho rằng việc phân loại và tái chế vì môi trường là phiền toái. Nhưng, bây giờ hành động bảo
vệ môi trường đã trở thành một việc đương nhiên.

🔊 **341**

世界にはさまざまな宗教がある。厳しい決まりがあって、破る
ことが許されない宗教もあるし、あまり厳しい決まりがない宗
教もある。

1818	宗教 しゅうきょう	名 religion/宗教/tôn giáo
1819	決まり き	名 rule/规定/qui định
1820	許す ゆる	動1他 forgive, allow/允许/cho phép

There are various religions in the world. Some religions have strict rules that cannot be
broken, while others do not have very strict rules. /世界上有各式各样的宗教。有的宗教有很
严格的规定不允许破戒。但有的宗教却根本没有什么规定。/Trên thế giới có nhiều tôn giáo
khác nhau. Có tôn giáo với các qui định khắt khe, không được phép phá vỡ, cũng có tôn giáo
không có nhiều qui định khắt khe lắm.

部屋の奥から煙が出ているのに気づいた。慌てて行ってみると、
パソコンに取り付けたスピーカーから煙が出ていた。急いでス
ピーカーを取り外し、周りの燃えやすい物をどけて、水をかけた。

1821	奥 おく	名 back/深处/trong góc
1822	煙 けむり	名 smoke/烟/khói
1823	気づく き	動1自 find/发现/nhận thấy
1824	スピーカー	名 speaker/喇叭/cái loa
1825	どける	動2他 move, remove/拿开/di dời

I noticed smoke coming from the back of the room. I hurried and found smoke coming from the speakers attached to a computer. I hurriedly removed the speaker and the flammable material around it, and sprinkled it with water. /我发现房间的深处冒烟了。我慌慌张张的去看，竟然是安装在电脑的喇叭冒烟了。我赶紧把喇叭拆掉，然后拿开周围的易燃物品后，泼了水。/Tôi nhận thấy có khói bay ra từ góc phòng. Vội vàng đi xem thử thì có khói bay ra từ loa gắn với máy tính. Tôi vội vã tháo loa, di dời các đồ vật dễ cháy xung quanh và dội nước.

食堂で名前を呼ばれて振り向いたときに、コーヒーをこぼして
しまった。着替えもないので、汚れたところをこすっていたら、
汚れがどんどん広がってしまった。

1826	振り向く ふ む	動1自 turn around/回头/quay lại
1827	着替え き が	名 spare clothes/换洗衣服/đồ thay
1828	こする	動1他 rub/搓/chà, cọ

I spilled coffee when I looked back at my name in the cafeteria. I didn't have spare clothes, so when I was rubbing the dirty part, the dirt spread more and more. /在食堂被叫名字，回头时打翻了咖啡。也没有换洗衣服，我只好搓洗弄脏的地方，结果污垢却越来越扩散了。/Ở nhà ăn, vì bị gọi tên nên tôi quay lại, làm đổ cà phê. Vì không có đồ thay nên tôi chà chà chỗ bị vấy bẩn thì vết bẩn dần dần lan rộng.

Topic 17 ● マナー

241

🔊 344

A：昨日、ラッシュの電車で、若い人がお年寄りに座席を譲って
いて、感心したよ。

B：素敵だね。優先席に座っていても譲らない人もいるよね。

A：そうだね。「どうぞ」と言うのは少し勇気がいるかもしれな
いけど、ぜひやってほしいね。

1829	ラッシュ	名 rush/高峰期/cao điểm
1830	座席 ざ せき	名 seat/座位/ghế ngồi
1831	感心[する] かんしん	名 動3自 impression, be impressed/钦佩[佩服]/sự ngưỡng mộ, thán phục, khâm phục
1832	優先席 ゆうせんせき	名 priority seating/老弱病残孕专座/ghế ưu tiên
1833	勇気 ゆう き	名 courage/勇气/dũng khí, lòng dũng cảm

A: Yesterday, I was impressed by the young woman giving up her seat to the elderly on the train during rush hour. B: That's nice. Some people don't give up their seats even if they sit in the priority seats. A: That's right. It may be a little courageous to say "please," but I definitely want them to do it. /A: 昨天在电车高峰期，年轻人让了座位给老人，我很钦佩。B: 真棒。有些人坐在老弱病残孕专座都不让位的。A: 对呀。虽然说「请坐」是需要一点勇气，但还是希望大家都可以效仿。/A: Hôm qua, trên chuyến tàu cao điểm có một người trẻ tuổi nhường ghế ngồi cho người già, thật ngưỡng mộ. B: Tuyệt nhỉ. Còn có người ngồi ghế ưu tiên mà cũng không nhường đó. A: Ừ đúng. Để nói câu "mời ông / bà" thì có thể phải cần chút dũng khí, nhưng mong là mọi người làm nhỉ.

🔊 345

ゴミの分別方法は地域によって違うので、その地域のルールを
守りましょう。

1834	分別[する] ぶんべつ	名 動3他 separation, separate/分类[分类]/sự phân loại, phân loại
1835	地域 ち いき	名 area/地区/khu vực
1836	守る まも	動1他 protect, keep (a rule)/遵守/tuân thủ, bảo vệ

The way to separate garbage vary from region to region, so follow the rules for that region. / 各个地区的垃圾分类方法不同，要遵守各个地区的规则。/Do cách phân loại rác khác nhau tùy khu vực, nên hãy tuân thủ qui định của khu vực đó.

この<u>広場</u>にある<u>公衆トイレ</u>は、とてもきれいだ。みんなが<u>マナー</u>
を守って使っているからだ。

1837 □	広場 ひろ ば	名 square/广场/quảng trường
1838 □	公衆トイレ こうしゅう	名 public toilet/公共厕所/nhà vệ sinh công cộng
1839 □	マナー	名 manners/规矩/phép lịch sự, phép tắc

The public toilets in this square are very clean. This is because everyone uses them with good manners. /这个广场的公共厕所很干净。因为大家都遵守规矩的在使用。/Nhà vệ sinh công cộng ở quảng trường này rất sạch. Đó là nhờ mọi người giữ phép lịch sự khi sử dụng.

Topic 17 ● マナー

デパートの<u>化粧品</u>売り場で、新しい<u>香水</u>の<u>サンプル</u>をもらった。
香水は<u>たまに</u>しかつけないが、とてもいい香りだったし、「誰に
でも<u>愛される香り</u>」と書いてあったので、買ってしまった。

1840 □	化粧品 け しょうひん	名 cosmetics/化妆品/mỹ phẩm
1841 □	＋ 化粧 [する] け しょう	名 動3他 make up, put on make up/化妆[化妆]/sự trang điểm, trang điểm
1842 □	＋ メイク [する]	名 動3自 make up, put on make up/化妆[化妆]/trang điểm
1843 □	香水 こうすい	名 perfume/香水/nước hoa
1844 □	サンプル	名 sample/样品/hàng mẫu
1845 □	たまに	副 once in a while/偶尔/đôi khi
1846 □	愛 [する] あい	名 動3他 love, love/爱[爱～]/tình yêu, yêu

I got a new perfume sample at the cosmetics department of a department store. I only wear perfume once in a while, but it had a very nice scent, and it said, "A scent loved by everyone," so I bought it./在百货公司的化妆品卖场，拿到了新香水的样品。虽然偶尔才会擦香水，但很香，而且还写着「无论是谁都会爱上这个香味」，所以还是买了。/Tôi đã nhận hàng mẫu loại nước hoa mới ở quầy bán mỹ phẩm trong cửa hàng bách hóa.Tuy chỉ đôi khi mới xức nước hoa nhưng vì mùi rất thơm, lại có viết "mùi thơm khiến bạn được yêu bởi bất kỳ ai" nên tôi đã mua mất rồi.

A：今日の電車で、髪が全部白髪の男の人が乗ってきたんだ。
席に空きがなかったから譲ろうとしたら、「まだ若いからいい」って怒られたんだ。

B：そうなんだ。

A：確かに間違えたのは申し訳ないけど…もうちょっと優しく断ってほしかったよ。

B：きっと今ごろその男の人も反省しているよ。

1847 □	白髪 しらが	名 white hair/白发/tóc bạc
1848 □	空き あ	名 vacancy/空/trống
1849 □	譲る ゆず	動1他 give/让/nhường, nhượng lại
1850 □	確かに たし	副 surely/的确/đúng là, chính xác là
1851 □	申し訳ない もう わけ	イ inexcusable/非常抱歉/ngại, tiếc
1852 □	反省[する] はんせい	名 動3他 reflection, reflect/反省[反省]/sự phản tỉnh, ăn năn, hối hận

A: On today's train, a man with all gray hair came on board. There were no vacant seats, and when I tried to give him my seat, he got mad at me, saying he was still young. B: Is that so? A: I'm sorry I made a mistake, but . . . I wanted him to decline it a little more gently. B: I'm sure the man is also reflecting on it right now. /A: 今天在电车上时，有位头发全是白发的男人上车，但因为没空位，我就想要让他，但他说他还年轻不用，就教训了我。B: 是哦。A: 的确是我的错，我也感到很抱歉，但…可以拒绝的温柔一点呀。B: 现在那位男人一定也在反省呢。/A: Hôm nay có người đàn ông tóc bạc trắng hết lên tàu điện. Vì không có chỗ ngồi trống nên tôi định nhường thì bị ông ấy tức giận, nói là còn trẻ không sao. B: Vậy à? A: Đúng là thật ngại khi nhầm nhưng .. Phải mà ông ấy từ chối nhẹ nhàng hơn một chút. B: Chắc là bây giờ ông ấy cũng đang hối hận đấy.

A：昨日駅のホームで、<u>ものすごい</u>大きな声で<u>しゃべる</u>グループ
　　がいたんだよ。

B：そうなんだ。

A：ホームの真ん中で<u>バッグ</u>の荷物を<u>広げて</u>、注意されても<u>ど</u>
　　<u>かない</u>し。電車に乗った後は広い<u>シート</u>を全部使っちゃうし。

B：それは困るね。

1853 □	ものすごい	イ amazing/非常/cực kỳ
1854 □	しゃべる	動1自 chat/说话/nói chuyện
1855 □	バッグ	名 bag/包包/túi xách
1856 □	広げる	動2他 spread/摊开/mở rộng, lan tỏa
1857 □	🔊 広がる	動1自 spread/扩展/lan tỏa, lan rộng
1858 □	どく	動1自 move/拿开/dịch chuyển, tránh ra chỗ khác
1859 □	シート	名 seat/座位/chỗ ngồi
1860 □	✚ シートベルト	名 seat belt/座位/dây an toàn

Topic 17 ● マナー

A: Yesterday on the platform of the station, there was a group of people who talked really loudly. B: Oh really? A: They spread their baggage out in the middle of the platform and didn't move even after being warned. After getting on the train, they used all of the wide seats. B: That's a problem./A: 昨天在车站的站台上，有一群人用非常大的声音在说话。B: 这样呀。A: 还把包包里的东西摊开在站台的正中间，被警告了也不拿开，上了电车后也占着大座位。B: 那真伤脑筋。/A: Hôm qua, ở sân ga, có một nhóm người nói chuyện lớn tiếng cực kỳ. B: Vậy à? A: Mở banh hành lý túi xách ra giữa gân ga, bị nhắc nhở cũng không dịch qua. Sau khi lên tàu thì dùng toàn bộ chỗ ngồi rộng. B: Đúng là phiền nhỉ.

🔊 350

昨夜、酔った人がけんかをして、相手を刺してしまったそうだ。
すぐに警官が来て、逮捕された。酔った人の迷惑な行動をどう
やって防止するか、考えなければならない。

1861	昨夜 さくや	名 副 last night/昨晚/đêm qua
1862	= 昨晩 さくばん	名 副 last night/昨晚/tối qua
1863	刺す さ	動1他 stab/刺/đâm
1864	⑩ 刺さる さ	動1自 stab/插/bị đâm, mắc, hóc
1865	警官/警察官 けいかん　けいさつかん	名 police officer/警察, 警官/cảnh sát
1866	+ 警察署 けいさつしょ	名 police station/警署/sở cảnh sát
1867	逮捕[する] たいほ	名 動3他 arrest, arrest/逮捕[逮捕]/sự bắt giữ, bắt giữ
1868	防止[する] ぼうし	名 動3他 prevention, prevent/防止[防止]/sự ngăn chặn, phòng chống

Last night, a drunken man quarreled with someone and stabbed him. A policeman came right away and he was arrested. We have to think about how to prevent the annoying behavior of drunk people./昨晚，听说喝醉酒的人打架，还刺了对方。警察马上就来，然后就被逮捕了。要好好思考一下怎么防止喝酒的人做出的添乱行为。/Đêm qua, nghe nói có người say rượu cãi nhau rồi đâm đối phương. Cảnh sát đến ngay và người đó đã bị bắt. Chúng ta phải nghĩ xem làm cách nào để ngăn chặn các hành động gây phiền toái của người say rượu.

🔊 351

大都会東京の地下鉄はとても複雑だ。一つの駅に改札も出口も
たくさんある。がらがらな電車はほとんど見たことがない。か
ばんに資料や本を詰め込んだサラリーマンや学生が、いつもた
くさん乗っている。

| 1869 | 大〜
だい | 接頭 large ~/大〜/~ lớn, đại ~ |
| 1870 | 複雑な
ふくざつ | ナ complex/复杂的/phức tạp |

246

1871 ☐	改札 かいさつ	名 ticket gate/检票/cửa soát vé
1872 ☐	がらがらな	ナ vacant/很少人/vắng vẻ, trống trơn
1873 ☐	詰め込む つ こ	動1他 stuff/塞满/nhét đầy, nhồi nhét
1874 ☐	＋ 詰める つ	動2他 pack/塞/nhét, dồn
1875 ☐	＋ 詰め替え つ か	名 refill, repack/换装/thay thế, làm đầy lại

The subway in the big city of Tokyo is very complicated. There are many ticket gates and exits at one station. I have hardly seen a rattle train. There are always a lot of office workers and students who pack materials and books in their bags. /大都市东京的地铁是非常复杂的。在一个车站里，有很多检票口和出口。几乎没看过很少人的电车。在电车上随时都可以看到很多人，像公事包里塞满资料和书的上班族，学生们。/Tàu điện ngầm ở thành phố lớn như Tokyo rất phức tạp. Một nhà ga có nhiều cửa soát vé và cửa ra. Tôi chưa từng thấy chuyến tàu nào vắng vẻ. Trên tàu lúc nào cũng đông đúc nhân viên công ty, sinh viên nhét đầy tài liệu, sách vở trong túi xách.

🔊 352

日本では、20歳より若い人がお酒を飲むことは法律で禁止され
に ほん　　　　　　　はたち　　わか　ひと　　　さけ　の　　　　　　　ほうりつ　きんし
ています。違反したら、お金を払わなければなりません。
　　　　　　い はん　　　　　　お かね　はら

1876 ☐	法律 ほうりつ	名 law/法律/pháp luật
1877 ☐	禁止[する] きん し	名 動3他 ban, ban/禁止[禁止]/sự cấm, cấm
1878 ☐	違反[する] い はん	名 動3他 violation, violate/违反[违反]/sự vi phạm, vi phạm

In Japan, it is prohibited by law for people younger than 20 to drink alcohol. If you violate it, fines will be imposed. /在日本，法律禁止20岁以下的人喝酒。如果违反了，就要缴罚金。/Ở Nhật, việc người nhỏ hơn 20 tuổi uống rượu bị pháp luật cấm. Nếu vi phạm sẽ phải trả tiền.

◀)) 353

A：今日図書館で、イヤホンで音楽を聞いている人がいたんだけ
ど、大きな音が漏れていて、とても気になったよ。

B：図書館や美術館のようなしいんとした場所や交通機関では、
そういう人は目立つね。音に気をつけてほしいね。

A：うん。携帯電話もマナーモードにしてほしいよ。

1879 ☐	イヤホン	名 earphones/耳机/tai nghe trong
1880 ☐	＋ヘッドホン	名 headphones/听筒/tai nghe
1881 ☐	気になる	動1自 be concerned/在意/bận tâm, để ý
1882 ☐	しいんと	副 silently/安静的/sự yên tĩnh
1883 ☐	交通機関	名 transportation facilities/公共交通/phương tiện giao thông
1884 ☐	目立つ	動1自 stand out/显眼/nổi bật
1885 ☐	マナーモード	名 silent mode/震动模式/chế độ rung

A: There was a person listening to music with earphones in the library today, but I was very worried because there was a loud noise. B: Such people stand out in silent places such as libraries and museums and on transportation. I wish they'd be mindful of the noise. A: Yeah. I wish they'd set their mobile phone to silent mode./A: 今天在图书馆有人戴着耳机听音乐, 但我大声, 声音都漏出来了, 让我好在意。B: 在图书馆或美术馆这种安静的地方还有公共交通, 这种人很显眼的。真想让他们注意音量。A: 嗯。手机也应该要关震动模式。/A: Hôm nay có người nghe nhạc bằng tai nghe ở thư viện nhưng vì tiếng lớn lọt ra ngoài khiến tôi bận tâm quá. B: Ở những nơi yên tĩnh như thư viện hay bảo tàng mỹ thuật, và các phương tiện giao thông thì mấy người đó nổi bật nhỉ. Mong là họ để ý âm thanh. A: Ừm. Mong là đặt cả chế độ rung cho điện thoại di động nữa.

Topic 18

社会
しゃ　かい

Society　社会　Xã hội

No. 1886-2015

🔊 354

現在小学生くらいの<u>年齢</u>の子どもが<u>成人する</u> <u>頃</u>には、日本の<u>経</u>
<u>済</u>や<u>産業</u>は今より<u>縮小</u>しているだろう。
げんざいしょうがくせい　　　　ねんれい　こ　　　せいじん　　ころ　　　　にほん　けい
ざい　さんぎょう　いま　しゅくしょう

1886	年齢 ねんれい	名 age/年龄/độ tuổi, tuổi
1887	成人[する] せいじん	名 動3自 adulthood, become an adult/成人[成年]/người trưởng thành, trưởng thành
1888	＋成人式 せいじんしき	名 coming-of-age ceremony/成年礼/lễ thành nhân, lễ trưởng thành
1889	頃 ころ	名 around (time)/时/lúc, dạo
1890	経済 けいざい	名 economy/经济/kinh tế, nền kinh tế
1891	＋経済的 けいざいてき	ナ economic/经济性/mang tính kinh tế
1892	産業 さんぎょう	名 industry/产业/công nghiệp
1893	縮小[する] しゅくしょう	名 動3他 shrinking, shrink/缩减[缩减]/sự thu nhỏ, thu nhỏ

By the time the children who are currently of elementary school age grow up, Japan's economy and industry will be smaller than they are now./等现在是小学生年龄的孩子成年时, 日本的经济和产业应该都比现在缩减很多了吧。/Có lẽ khi những đứa trẻ độ tuổi học sinh tiểu học hiện nay trưởng thành thì kinh tế và công nghiệp của Nhật Bản sẽ thu nhỏ hơn bây giờ.

🔊 355

<u>以前</u>と<u>比べ</u>、<u>長生きする</u> <u>高齢者</u>の<u>割合</u>が<u>低下</u>している。
いぜん　くら　　　ながい　　　こうれいしゃ　わりあい　ていか

1894	長生き[する] ながい	名 動3自 living long, live long/长寿[活得久]/sự sống thọ, sống thọ
1895	高齢者 こうれいしゃ	名 senior citizens/老年人/người cao tuổi
1896	＋高齢化[する] こうれいか	名 動3自 aging, grow old/老年化[高龄化]/già hóa, già hóa
1897	割合 わりあい	名 proportion/比例/tỉ lệ
1898	低下[する] ていか	名 動3自 descending, descend/下滑[会下滑]/sự sụt giảm, sụt giảm

The percentage of elderly people who live longer is decreasing compared to that of the past./ 和以前相比，长寿的老年人的比例在降低。/So với lúc trước, tỉ lệ người cao tuổi sống thọ đang giảm xuống.

<u>消費税</u>の<u>増税</u>など、<u>税金</u> <u>制度</u>は<u>非常に</u> <u>緩やか</u>ではあるが、<u>変</u>
<u>化し</u>ている。

1899	消費税	名 consumption tax/消费税/thuế tiêu thụ
1900	＋ 消費[する]	名 動3他 consumption, consume/消费[消费]/sự tiêu thụ, tiêu thụ, tiêu dùng
1901	～税	接尾 ～ tax/～税/thuế ～
1902	税金	名 tax/税金/tiền thuế, thuế
1903	制度	名 system/制度/chế độ
1904	非常に	副 extremely/非常的/cực kỳ, rất
1905	緩やかな	ナ mild, calm/缓慢/ôn hòa, hiền hòa
1906	変化[する]	名 動3自 change, change/变化[变化]/sự thay đổi, thay đổi, biến hóa

The tax system is changing, albeit very slowly, such as the consumption tax hike. /消费税的增税等，虽然非常的缓慢，但税金制度还是有在变化。/Chế độ thuế như tăng thuế tiêu thụ v.v. tuy thay đổi nhưng cực kỳ chậm.

<u>一部</u>を<u>除き</u>、<u>以前</u>より、<u>現在</u>の<u>住まい</u>に<u>満足して</u>いる<u>人</u>が<u>多い</u>。

1907	一部	名 副 one part/一部分/một bộ phận
1908	以前	名 副 before/从前/lúc trước, trở về trước
1909	現在	名 副 present/现在/hiện tại
1910	住まい	名 residence/居住环境/nơi ở
1911	満足[する]	名 動3自 satisfaction, be satisfied/满足[满足]/sự hài lòng, hài lòng, thỏa mãn

Except for some, more people are more satisfied with their current home than the one before. /除了一部分以外，相比从前，现在对居住环境满足的人居多。/Trừ một bộ phận, còn thì nhiều người hài lòng với nơi ở hiện tại hơn so với lúc trước.

🔊 358

<u>現代</u>は<u>平和</u>になった。<u>だが</u>、<u>前</u>より<u>不幸</u>になったと<u>感</u>じている
げんだい　　へいわ　　　　　　　　　まえ　　　ふこう　　　　　　　　　かん
<u>お年寄り</u>が<u>恐</u>らくいるだろう。
としよ　　　　おそ

1912 ☐	現代 げんだい	名 present day/现代/hiện nay, hiện đại
1913 ☐	＋ 現代的な げんだいてき	ナ contemporary/现代性/mang tính hiện đại
1914 ☐	平和な へいわ	ナ peaceful/和平的/hòa bình, bình yên
1915 ☐	だが	接続 but/不过/nhưng, tuy nhiên
1916 ☐	不幸な ふこう	ナ unhappy/不幸/bất hạnh
1917 ☐	感じる かん	動2他 feel/觉得/cảm thấy, cảm nhận
1918 ☐	（お）年寄り としよ	名 elderly person/老人家/người lớn tuổi
1919 ☐	恐らく おそ	副 probably/恐怕/có lẽ, e rằng

The present age has become peaceful. However, there are probably older people who feel
more unhappy than before. /现代很和平。不过恐怕还是有老人家觉得比从前过得不幸吧。/
Hiện nay đã hòa bình. Nhưng có lẽ vẫn có người lớn tuổi cảm thấy trở nên bất hạnh hơn so
với lúc trước nhỉ.

🔊 359

<u>首相</u>は、「<u>国民</u>は<u>例外</u>なく<u>幸福</u>になる<u>権利</u>がある」と<u>考え</u>を述
しゅしょう　　こくみん　　れいがい　　こうふく　　　けんり　　　　　　　　かんが　　の
べた。

1920 ☐	首相 しゅしょう	名 prime minister/首相/thủ tướng
1921 ☐	国民 こくみん	名 national, citizen/国民/người dân, quốc dân
1922 ☐	＋ 市民 しみん	名 citizen/公民/người dân thành phố
1923 ☐	例外 れいがい	名 exception/例外/ngoại lệ
1924 ☐	幸福な こうふく	ナ happy/幸福的/hạnh phúc
1925 ☐	権利 けんり	名 right/权利/quyền, quyền lợi

| 1926 | 考え
かんが | 名 thinking/想法/suy nghĩ |

The prime minister said, "People have the right to happiness without exception." / 「国民毫无例外有享受幸福的权利」首相这么叙述自己的想法。/Thủ tướng trình bày suy nghĩ "người dân có quyền hạnh phúc mà không có ngoại lệ nào"

先日、選挙があった。若者の投票率は毎回下がっている。解決
せんじつ　せんきょ　　　わかもの　とうひょうりつ　まいかいさ　　　　　かいけつ
法を考えるべきだ。
ほう　かんが

1927	先日 せんじつ	名 副 the other day/前几天/hôm trước
1928	選挙[する] せんきょ	名 動3自 election, elect/选举[选举]/sự bầu chọn, bầu cử
1929	若者 わかもの	名 young man/年轻人/người trẻ, giới trẻ
1930	投票[する] とうひょう	名 動3自 voting, vote/投票[投票]/sự bỏ phiếu, bỏ phiếu
1931	＋票 ひょう	名 vote/票/phiếu
1932	毎～ まい	接頭 every ～/每～/mỗi ～, hằng ～
1933	解決[する] かいけつ	名 動3他 solving, solve/解决[解决]/sự giải quyết, giải quyết
1934	～法 ほう	接尾 ～ method/～法/cách ～

There was an election the other day. Youth turnout is declining every time. We should think of a solution. /前几天有选举。年轻人的投票率每次都在下降。应该要想个解决方法才行。/ Hôm trước đã có bầu cử. Tỉ lệ bỏ phiếu của giới trẻ giảm xuống mỗi lần. Phải nghĩ cách giải quyết.

Topic 18 ● 社会

政府は、政治家と青年が交流できるチャンスをつくろうとした
せいふ　　　せいじか　　せいねん　　こうりゅう

が、結局良いアイディアが出なかった。
　　けっきょくよ　　　　　　　　　て

1935 □	政府 せいふ	名 government/政府/chính phủ
1936 □	政治家 せいじか	名 politician/政治家/chính trị gia
1937 □	＋政治 せいじ	名 politics/政治/chính trị
1938 □	青年 せいねん	名 young man/青少年/thanh niên
1939 □	交流[する] こうりゅう	名 動3自 exchange, exchange/交流[交流]/sự giao lưu, giao lưu
1940 □	チャンス	名 chance/机会/cơ hội
1941 □	結局 けっきょく	副 eventually/最后/kết cuộc
1942 □	アイディア／ アイデア	名 idea /主意/ý tưởng

The government tried to create opportunities for politicians and adolescents to interact, but in the end it didn't come up with a good idea. /政府想要制造政治家和青少年交流的机会。但最后还是没有好主意。/Chính phủ dự định tạo cơ hội cho chính trị gia và thanh niên có thể giao lưu nhưng rốt cuộc không có ý tưởng hay.

🔊 362

数えられないほど試験を受け、なんとか運転免許証をとること
かぞ　　　　　　　　しけん　う　　　　　　　　うんてんめんきょしょう

ができた。友達はとっくにとっているので、一人でお祝いしよう。
　　　　ともだち　　　　　　　　　　　　　　　ひとり　いわ

1943 □	数える かぞ	動2他 count/数/đếm
1944 □	なんとか	副 somehow/勉强/rồi thì, bằng cách nào đó
1945 □	運転免許証 うんてんめんきょしょう	名 driver's license/驾照/giấy phép lái xe
1946 □	とっくに	副 already/早就/đặc biệt là
1947 □	お祝いする いわ	動3他 celebrate/庆祝/chúc mừng

| 1948 ☐ | = 祝う
いわ | 動1他 celebrate/庆祝/chúc mừng |

I took countless tests and managed to get a driver's license. My friends had already gotten theirs long ago, so I'll celebrate alone. /我考了无数次，终于勉强的拿到驾照。朋友早就拿到了，我只能一个人庆祝了。/Dự thi nhiều đến mức không thể đếm xuể, rồi thì tôi đã lấy được giấy phép lái xe. Là vì không chuẩn bị đủ thực lực. Bạn tôi đã lấy từ lâu nên tôi định tự chúc mừng một mình.

🔊 363

最近は生活のための<u>費用</u>を<u>削って</u>いる。<u>なぜなら</u>、<u>奨学金</u>が減る<u>一方</u>で、<u>学費</u>は高くなっているからだ。<u>仕方がない</u>が、<u>貧乏</u>な<u>学生</u>にはつらい。
さいきん　せいかつ　　　　ひよう　　けず　　　　　　　　　しょうがくきん
いっぽう　　がくひ　　たか　　　　　　　　　　　しかた　　　　　びんぼう
がくせい

1949 ☐	費用 ひ よう	名 cost/费/chi phí
1950 ☐	削る けず	動1他 scrape/削减/cắt giảm, gọt, giũa, bào
1951 ☐	なぜなら	接続 because/因为/lý do là vì
1952 ☐	奨学金 しょうがくきん	名 scholarship/奖学金/học bổng
1953 ☐	一方 いっぽう	名 on the one hand/另一方面/mặt khác, một mặt
1954 ☐	学費 がく ひ	名 tuition/学费/học phí
1955 ☐	仕方(が)ない し かた	イ it's no use/没办法/không còn cách nào khác, đành chịu
1956 ☐	貧乏な びんぼう	ナ poor/贫穷/nghèo

Recently, I've been cutting costs for living. This is because scholarships are decreasing, while tuition fees are increasing. It can't be helped, but it's hard for poor students. /最近在削减生活费。因为奖学金一直减少，而另一方面学费却变贵了。虽然没办法，但对贫穷学生来说，真的很辛苦。/Gần đây, tôi đang cắt giảm chi phí sinh hoạt. Lý do là vì tiền học bổng bị giảm, mặt khác, học phí tăng lên. Không còn cách nào, sinh viên nghèo thật khổ.

🔊 364

講演会を聞いた後に、エコロジーに関心をもつようになった。
こうえんかい　　き　　のち
私たち一人一人の行動が結果に現れるのだ。
わたし　ひとり　ひとり　こうどう　けっか　あらわ

1957	講演会 こうえんかい	名 lecture/演讲会/buổi nói chuyện, buổi giảng
1958	+ 講演[する] こうえん	名 動3自 lecture, give a lecture/演讲[演讲]/sự giảng, nói chuyện, giảng
1959	後 のち	名 副 later/以后/sau đó
1960	エコロジー	名 ecology/生态学/sinh thái học
1961	関心 かんしん	名 interest/关心/sự quan tâm
1962	一人一人 ひとり　ひとり	名 副 one by one (people)/每个人/từng người từng người
1963	行動[する] こうどう	名 動3自 behavior, behave/行动[行动]/hành động, tiến hành
1964	現れる あらわ	動2自 appear/显现/thể hiện, xuất hiện

After listening to the lecture, I became interested in ecology. The actions of each of us are reflected in the results. /听了演讲会以后，我变得很关心生态学。我们每个人的行动，都会显现在结果中。/Sau khi nghe buổi giảng, tôi trở nên quan tâm đến sinh thái học. Hành động của từng người chúng ta sẽ được thể hiện qua kết quả.

🔊 365

グループで話し合ってみたところ、子育てをしやすくするため
はな　　　　　　　　　　　　こそだ
に最も必要なことは、保育園の数を増やすことだという結論に
もっと　ひつよう　　　　ほいくえん　かず　ふ　　　　　　　　　けつろん
なった。明るい未来になってほしい。
あか　　み らい

1965	子育て こそだ	名 raising children/抚育孩子/sự nuôi dạy con
1966	最も もっと	副 most/最/nhất
1967	保育園 ほ いくえん	名 nursery/托儿所/nhà trẻ
1968	数 かず	名 number/数量/số lượng
1969	増やす ふ	動1他 increase/增加/làm tăng lên

256

1970 ☐	結論 けつろん	名 conclusion/结论/kết luận
1971 ☐	明るい あか	イ bright/光明/sáng, tươi sáng, vui vẻ
1972 ☐	未来 みらい	名 future/未来/tương lai

After trying to discuss things as a group, it was concluded that the most important thing to make it easier to raise children is to increase the number of nurseries. We want them to have a bright future./小组商量的结论，就是为了更好的抚养孩子，增加托儿所的数量是最重要的。希望有光明的未来。/Thử nói chuyện trong nhóm với nhau thì có kết luận rằng điều cần thiết nhất để làm cho việc nuôi dạy con dễ dàng là gia tăng số nhà trẻ. Mong là sẽ có tương lai tươi sáng.

グラフから分かるように、老人ホームの建設数は確実に増加している。
<small>わ　　　　　　　　ろうじん　　　けんせつ すう　かくじつ　　ぞうか</small>

Topic 18 ● 社会

1973 ☐	グラフ	名 graph/图表/biểu đồ, đồ thị
1974 ☐	老人ホーム ろうじん	名 nursing home/养老院/viện dưỡng lão
1975 ☐	＋老人 ろうじん	名 old man/老人/người già
1976 ☐	建設[する] けんせつ	名 動3他 building, build/建设[建设]/sự xây dựng, xây dựng
1977 ☐	～数 すう	接尾 ~ number/～数量/số ~
1978 ☐	確実な かくじつ	ナ certain/确实/thực sự, xác thực, chắc chắn
1979 ☐	増加[する] ぞうか	名 動3自 increase, increase/增加[增加]/sự gia tăng, tăng lên
1980 ☐	⇔減少[する] げんしょう	名 動3自 decrease, decrease/减少[减少]/sự giảm, giảm xuống, ít đi

As you can see from the graph, the number of elderly homes built is steadily increasing. /从图表可以看出，养老院的建设数量确实在增加。/Như ta thấy từ biểu đồ, số công trình xây dựng viện dưỡng lão đang tăng lên thật sự.

🔊 367

最近、通訳 ロボット の話題がニュースで取り上げられている。
さいきん　つうやく　　　　　　　　　わだい
21世紀は科学が進歩し、ますます使用が拡大されるだろう。
せいき　　かがく　しんぽ　　　　　しよう　かくだい

1981 □	通訳[する] つうやく	名 動3自 interpreting, interpret/翻译[翻译]/sự phiên dịch, phiên dịch
1982 □	ロボット	名 robot/机器人/người máy
1983 □	話題 わだい	名 topic/话题/chủ đề, đề tài
1984 □	～世紀 せいき	接尾 ~ century, ~ age/~ 世纪/thế kỷ ~
1985 □	進歩[する] しんぽ	名 動3自 progress, make progress/进步[进步]/sự tiến bộ, tiến bộ
1986 □	ますます	副 more and more/愈加/ngày càng
1987 □	拡大[する] かくだい	名 動3自 expantion, expand/扩大[扩大]/sự phóng lớn, phóng lớn, mở rộng

Recently, the topic of interpreting robots has been in the news. In the 21st century, science will advance and its use will increase. /最近新闻常常提起关于翻译机器人的话题。21世纪科学进步后，使用范围会愈加扩大吧。/Gần đây chủ đề về người máy phiên dịch được đưa lên tin tức. Thế kỉ 21 khoa học tiến bộ, hẳn là việc sử dụng sẽ ngày càng được mở rộng nhỉ.

🔊 368

今回の報告で、車の生産が無期限で休止されることが分かった。
こんかい　ほうこく　くるま　せいさん　む　きげん　きゅうし　　　わ
会社のトップが無責任な決定をしたためだ。
かいしゃ　　　　　　むせきにん　けってい

1988 □	今回 こんかい	名 副 this time/这次/lần này
1989 □	報告[する] ほうこく	名 動3他 report, report/报告[报告]/sự báo cáo, báo cáo
1990 □	生産[する] せいさん	名 動3他 production, produce/生产[生产]/sự sản xuất, sản xuất
1991 □	無～ む	接頭 no ~/无 ~/vô ~, không ~
1992 □	期限 きげん	名 time limit/限期/kì hạn
1993 □	トップ	名 top/领导/lãnh đạo, hàng đầu

1994 ☐	無責任な む せきにん	ナ irresponsible/不负责任的/vô trách nhiệm
1995 ☐	決定[する] けってい	名 動3他 decision, decide/决定[决定]/sự quyết định, quyết định

From this report, we learned that car production will be suspended indefinitely. This is because the company's upper management made irresponsible decisions./看了这次的报告才知道将无期限休止车子的生产。这都是因为公司领导做了不负责任的决定。/Qua báo cáo lần này, ta đã biết việc sản xuất xe hơi đang bị nghỉ vô thời hạn. Là do lãnh đạo công ty đã có quyết định vô trách nhiệm.

🔊 369

<u>表</u>から分かるように、<u>石油</u>、<u>石炭</u>、<u>その他</u>の<u>資源</u>は<u>減り</u>続けて
ひょう　　わ　　　　　　せき ゆ　　　せきたん　　　　た　　しげん　　へ　　つづ
いる。<u>いつまでも</u>あるわけではないのだ。

1996 ☐	表 ひょう	名 table, chart/图表/bảng, biểu
1997 ☐	石油 せき ゆ	名 oil/石油/dầu mỏ
1998 ☐	石炭 せきたん	名 coal/石炭/than đá
1999 ☐	その他 た	名 other/其他/khác, ngoài ra
2000 ☐	資源 し げん	名 resource/资源/tài nguyên
2001 ☐	＋資源ごみ し げん	名 recyclable waste/资源垃圾/rác tài nguyên
2002 ☐	減る へ	動1自 decrease/减少/giảm, ít đi
2003 ☐	いつまでも	副 forever/到什么时候/mãi mãi

As you can see from the table, oil, coal and other resources continue to decline. It doesn't last forever./从图表可以看出，石油，石炭，还有其他资源都一直在减少。不是到什么时候都有的。/Như ta thấy từ bảng biểu, dầu mỏ, than đá, các tài nguyên khác đều tiếp tục giảm. Không phải lúc nào cũng còn mãi.

🔊 **370**

まず、このモニターの丸の中に、ぴったりと顔の位置を合わせて、
体温を測ってください。次に、こちらの用紙に健康状態を記入
していただきます。書き方は、例の図をご覧ください。

2004	ぴったり（と）	副 precisely, exactly/恰恰/tuyệt nhiên, dứt hẳn
2005	状態 じょうたい	名 status/状态/tình trạng, trạng thái
2006	記入［する］ きにゅう	名 動3他 filling out, fill out/写到[写到]/sự điền vào, điền vào, ghi
2007	例 れい	名 example/例子/ví dụ
2008	図 ず	名 figure/图/hình, bản đồ

First, please position your face in the center of the circle on the monitor and take your temperature. Next, please write your health condition on this form. Please reference the example chart for instructions on how to fill it out./首先，把脸对准这个屏幕的圆圈位置，测量体温。然后请把健康状况填写在这张纸上。写法请参考示范图。/Trước tiên, hãy để mặt ở vị trí sao cho vừa khít trong hình tròn màn hình này để đo thân nhiệt. Tiếp theo, vui lòng điền tình trạng sức khỏe vào mẫu giấy này. Vui lòng xem hình ví dụ để biết cách viết.

🔊 **371**

この道は夜になると真っ暗だが、残業帰りの人がよく通っていた。しかし、この前ニュースで取り上げられたように、事件が起こった。それ以後、人通りがなくなった。

2009	真っ暗な まくら	ナ completely dark/很暗/tối đen
2010	残業［する］ ざんぎょう	名 動3自 working overtime, work overtime/加班[加班]/sự tăng ca, tăng ca
2011	取り上げる とあ	動2他 take up, pick up/提到/đưa lên
2012	事件 じけん	名 incident/案件/vụ án
2013	＋事件現場 じけんげんば	名 incident site/案件现场/hiện trường vụ án
2014	起こる お	動1自 occur/发生/xảy ra

以後
いご

名 thereafter/以后/trở về sau

This road was pitch black at night, but people returning from overtime often used to go there. However, as mentioned in the news the other day, an incident happened. Since then, the traffic has disappeared. /这条路到晚上会很暗，但加班回家的人常常会走。但是，之前的新闻有提到发生案件了。从那以后，忽然都没人走了。/Con đường này buổi tối thì tối đen nhưng người đi làm tăng ca về thường hay đi. Tuy nhiên, như tin tức được đưa lên hôm trước, đã xảy ra vụ án. Từ đó về sau, tuyệt nhiên không còn bóng người qua lại.

索引
さくいん

Index / 索引 / Mục lục tra cứu

※覚…「覚えよう」

く

し

ち

ひ

へ

ほ

著者 ● 中俣 尚己（なかまた なおき）
　　　大阪大学 国際教育交流センター 准教授

　　　● 加藤 恵梨（かとう えり）
　　　愛知教育大学 教育学部 准教授

　　　● 小口 悠紀子（こぐち ゆきこ）
　　　広島大学大学院 人間社会科学研究科 准教授

　　　● 小西 円（こにし まどか）
　　　東京学芸大学 国際交流／留学生センター 准教授

　　　● 建石 始（たていし はじめ）
　　　神戸女学院大学 文学部 教授

● 本書は JSPS 科研費 18H00676 の助成を受けました。
● 品詞の分類は内田康太さん、下村咲さんにご協力いただきました。
● WEB でダウンロードできる模擬テストの作成は、藤村春菜さん、
　山田香織さん、岡田祐希さんにご協力いただきました。